சிறகுகள் முறியும்

சிறகுகள் முறியும்
அம்பை (பி. 1944)

அம்பை என்ற புனைப்பெயரில் எழுதும் சி.எஸ். லக்ஷ்மி. வரலாற்றாசிரியர்; புது தில்லி ஜவஹர்லால் நேரு பல்கலைக்கழகத்தில் முனைவர் பட்டம் பெற்றவர். நாற்பது ஆண்டுகளாகப் பெண்கள் வரலாறு, வாழ்க்கை பற்றிய ஆய்வில் ஈடுபட்டிருப்பவர். பெண் எழுத்தாளர்கள், பெண் இசைக் கலைஞர்கள், பெண் நடனக் கலைஞர்கள் குறித்து இவர் மேற்கொண்ட ஆய்வுகள் *The Face Behind the Mask, The Singer and the Song, Mirrors and Gestures* என்னும் புத்தகங்களாக வெளிவந்துள்ளன.

சிறுகதைத் தொகுதிகள் 'சிறகுகள் முறியும்' (1976), 'வீட்டின் மூலையில் ஒரு சமையலறை' (1988), 'காட்டில் ஒரு மான்' (2000), 'வற்றும் ஏரியின் மீன்கள்' (2007), 'ஒரு கறுப்புச் சிலந்தியுடன் ஓர் இரவு' (2013), 'அந்தேரி மேம்பாலத்தில் ஒரு சந்திப்பு' (2014) 'சிவப்புக் கழுத்துடன் ஒரு பச்சைப் பறவை' (2019), 'ஸாரஸ் பறவை ஒன்றின் மரணம்' (2019), 'இரு பைகளில் ஒரு வாழ்க்கை' (2024). இவரின் கதைகள் ஆங்கிலத்தில் *A Purple Sea, In a Forest, A Deer, Fish in a Dwindling Lake, A Night With a Black Spider, A Meeting On the Andheri Over Bridge* என ஐந்து தொகுதிகளாக மொழிபெயர்க்கப்பட்டிருக் கின்றன.

ஆங்கிலத்தில் மொழிபெயர்க்கப்பட்ட இரோம் ஷர்மிலாவின் *Fragrance of Peace* கவிதைத் தொகுப்பைத் தமிழில் 'அமைதியின் நறுமணம்' (2010) என்ற தலைப்பில் மொழிபெயர்த்திருக்கிறார். விளக்கு அமைப்பின் புதுமைப்பித்தன் விருது (2005), டொரான்டோ பல்கலைக்கழக தமிழ் இலக்கியத் தோட்டத்தின் வாழ்நாள் இலக்கிய விருது (2008), தமிழக அரசின் கலைஞர் மு.கருணாநிதி பொற்கிழி (2011), சென்னைப் பல்கலைக்கழகத்தின் இலக்கியத்தில் உன்னதத்திற்கான விருது (2011), 'சிவப்புக் கழுத்துடன் ஒரு பச்சைப் பறவை' நூலுக்காக சாகித்திய அகாதெமி விருது (2021) முதலானவற்றைப் பெற்றிருக்கிறார்.

SPARROW (Sound & Picture Archives for Research on Women) என்னும் பெண்கள் ஆவணக் காப்பகத்தை மும்பையில் 1988இல் நிறுவி அதன் இயக்குநராகச் செயல்பட்டுவருகிறார்.

அம்பை

சிறகுகள் முறியும்

காலச்சுவடு பதிப்பகம்

அன்பார்ந்த வாசகருக்கு,

வணக்கம்.

காலச்சுவடு நூலை வாங்கியமைக்கு நன்றி.

நூலின் உள்ளடக்கம், உருவாக்கம், அட்டைப்படம் இன்ன பிற அம்சங்கள் பற்றிய உங்கள் கருத்துகளையும் ஆலோசனைகளையும் காலச்சுவடு வரவேற்கிறது. தகவல், எழுத்து, வாக்கியப் பிழைகள் தென்பட்டால் அவசியம் தெரிவித்து உதவுங்கள். நூல் தயாரிப்பில் கடும் குறைபாடு இருப்பின் மாற்றுப் பிரதி உங்களுக்குக் கிடைக்கக் காலச்சுவடு ஏற்பாடு செய்யும்.

மின்னஞ்சல்: publisher@kalachuvadu.com

காலச்சுவடு நாகர்கோவில் அலுவலகத்திற்குக் கடிதம் அனுப்பலாம்.

தங்கள்
எஸ்.ஆர். சுந்தரம் (கண்ணன்)
பதிப்பாளர் – நிர்வாக இயக்குநர்

சிறகுகள் முறியும் ♦ சிறுகதைகள் ♦ ஆசிரியர்: அம்பை ♦ © சி.எஸ். லக்ஷ்மி ♦ முதல் பதிப்பு: 1976 ♦ காலச்சுவடு முதல் பதிப்பு: டிசம்பர் 2003, பதினான்காம் பதிப்பு: டிசம்பர் 2024 ♦ வெளியீடு: காலச்சுவடு பப்ளிகேஷன்ஸ் (பி) லிட்., 669, கே. பி. சாலை, நாகர்கோவில் 629001

Chirakukal Muriyum ♦ Short Stories ♦ Ambai ♦ © C.S. Lakshmi ♦ Language : Tamil ♦ First Edition: 1976 ♦ Kalachuvadu First Edition: December 2003, Fourteenth Edition: December 2024 ♦ Size: Demy 1 x 8 ♦ Paper: 18.6 kg maplitho ♦ Pages: 168

Published by Kalachuvadu Publications Pvt. Ltd., 669, K.P. Road, Nagercoil 629001, India ♦ Phone: 91-4652-278525 ♦ e-mail: publications @kalachuvadu.com ♦ Printed at Adyar Students xerox Pvt. Ltd., No. 275 Habibullah Road, Triplicane high Road, Opp Triplicane Post Office, Triplicane, Chennai 600005

ISBN 978-81-87477-60-0

12/2024/S.No.105, kcp 5474, 18.6 (14) uss

உள்ளே . . .

1. சூரியன் .. 11
2. மிலேச்சன் .. 16
3. ஆள்காட்டி விரல் .. 26
4. உடம்பு .. 33
5. தனிமையெனும் இருட்டு .. 39
6. ம்ருத்யு .. 54
7. ஸஞ்சாரி .. 61
8. வல்லூறுகள் .. 74
9. சிறகுகள் முறியும் 80
10. அம்மா ஒரு கொலை செய்தாள் .. 113
11. அறைக்குள்ளிருந்தவன் .. 124
12. த்ரிசங்கு .. 139
13. சக்கர நாற்காலி .. 149

என்னுரை

மற்ற தொகுப்புகளில் விடுபட்டுப்போன இரு கதைகளுடன் *சிறகுகள் முறியும்* தொகுப்பின் மறுபதிப்பு.

1976இல் வெளிவந்த புத்தகத்தின் மறுபதிப்பை வெளியிட, கதைகளை மீண்டும் அச்சில் காணும் ஆசை அல்லது தைரியம் இவற்றைத் தவிர வேறு வலுவான காரணங்கள் தேவை. ஒன்று கதைகள் இறவா இலக்கியமாக இருக்க வேண்டும் அல்லது உடனடியாகக் கதைகளின் மேல் கவனம் செலுத்துவதற்கு நிமித்தமாக படைப்பாளியாவது இறந்திருக்க வேண்டும். இந்த இரண்டு காரணங்களும் இந்தத் தொகுதியைப் பொருத்தவரை செல்லாது. இதிலுள்ள கதைகள் "இறவா இலக்கியம்" எனும் தகுதியைப் பெற்றவை அல்ல. 1967இல் சென்னையில் தொடங்கி 1976இல் டில்லியில் முடியும் வாழ்க்கைப் பயணத் தடத்தினூடே விளைந்த பதிவுகள் இவை எனலாம். இப்பயணம் உள்ளடக்கிய இலக்கிய ஊடாடல், மொழி, ஒரு நபரின் வளர்ச்சி, கற்பனை, அப்போதைய சுழல் இவற்றின் வரைபடமாக இத்தொகுதியைக் கொள்ளலாம். இலக்கியச் சரித்திரத்தின் சில கண்ணிகளை இணைக்க இத்தகைய வரை படங்கள் பயன்படலாம்.

சுதந்திரம் பெற்ற 1947ஆம் ஆண்டிற்குப் பின் வளர்ந்து, ஐம்பதுகளில் பள்ளிக்குச் சென்று, மேற்படிப்புக்காகச் சென்னை வந்து, பின் ஒரு சிறு ஊரில் பள்ளி ஆசிரியையாக வேலை செய்து, பின் தலைநகரம் போய் முனைவர் பட்டத்துக்குப் படித்து, ஆராய்ச்சி நிறுவனங்களிலும் கல்லூரிகளிலும் வேலை பார்த்த ஒரு பெண் வாழ்க்கையைச் சந்தித்த தருணங்களின் சிதறல்கள் இக்கதைகள்.

மூன்றாண்டு இடைவெளிக்குப் பின் 1967இல் *சிறகுகள் முறியும்* கதையை எழுதியபோது பெண் என்ற ரீதியில் வாழ்க்கையை எதிர்கொண்ட முயற்சியில் சில அடிகள் விழுந்தாகிவிட்டது. உடல் என்ற ஒன்று இடையில் வராமல் எந்தப் பெண்-ஆண் நட்பும் பார்க்கப்படுவதில்லை போன்ற பெரிய படிப்பினைகளை ஒரு சிறு ஊரிடமிருந்து பெற்றாகிவிட்டது. பலமுறைகள் ஒதுக்கித் தள்ளினாலும் சில சமயம் சோர்ந்ததுண்டு. ஒரு பின்னிரவு நேரம் நானும் இன்னொரு டீச்சரும் எழுத்தாள நண்பர் மெய்யடியானுடன் ஒரு சினிமா பார்த்துவிட்டுத் திரும்பிக் கொண்டிருந்தோம். படம் பற்றியும், கதை பற்றியும் ஏதேதோ பேசியபடி நடை. திடீரென்று, "ஏண்டா, ஈர்க்குச்சி மாதிரி இருக்கான். எப்பிடிடா ரெண்டுரெண்டு பொம்பளைகளைச் சமாளிக்கிறான் இந்தச் செட்டியார்?" என்று உரக்க ஒரு குரல் எழுந்தது பின்னால். தூக்கிவாரிப்போட்டது. எங்கள் உரையாடலை விடாமல் தொடர்ந்தபடி, அவர்கள் பேசிய ஆபாசங்களையும் செவிமடுத்தபடி, வீட்டை எட்டிய பிறகு, மெய்யடியானுக்கு நன்றி கூறி அவர் விடை பெற்றபின், ஒலியே இல்லாக் கேவல்கள். விம்மலை அடக்கிய

தொண்டையில் வலி. கண்கள் எரியஎரிய கண்ணீர். பெண்ணின் உடலை மையமாக்கிய அந்த ஆபாச மொழி ஏற்படுத்திய உடல் கூச்சம் - இப்படிக் கழிந்தது அந்த இரவு. உடலைப் பற்றிய அறிவோ பிரக்ஞையோ இல்லாமல் எழுதிய ஒரு வெள்ளை மனது நாவல் அப்போதுதான் 'கலைமக'ளில் தொடர் கதையாக வெளிவந்துகொண்டிருந்தது. இரண்டே ஆண்டுகளில் உடலையே பிரதானமாக்கிய நிகழ்வுகள். எல்லாவற்றையும் தாண்டி 1967இல் எழுத உட் கார்ந்ததும் பிறந்தது *சிறகுகள் முறியும்*.

சிறுகதையின் இலக்கணம், வரைமுறைகள், தமிழ் இலக்கியத்துடன் ஆழ்ந்த பரிச்சயம், மற்ற மொழி இலக்கியங்களுடன் தொடர்பு இவை ஏதும் இல்லாமலேயே அந்தரத்தில் கரணம் போடுவது போல் செய்த முயற்சிகள் மற்ற சில கதைகள். சில நல்ல இலக்கிய மனங்களின் தூண்டுதலையும் ஊக்குவிப்பையும் பலமாகப் பற்றிக்கொண்டு, குழந்தைகளுக்கான ஆங்கிலக் கதைகளில் வரும் ரெபுன்ஸலின் முடியைப் பற்றிக்கொண்டு கோட்டை மேல் ஏறும் அரசிளங்குமரன் போல் ஒரு சாகசம்; எல்லைகளை அறியாததால் எங்கு வேண்டுமானாலும் சுதந்திரமாக உலாத்தல். ஒரு களம், ஒரு மண், ஒரு மொழி, ஓர் ஆற்று நீர் என்றில்லாமல் பல இடங்களைத் தொட்டு மீளும் ஆனந்தம் - இவை அனைத்தும் உண்டு இக்கதைகளில்.

தமிழ்நாட்டில் இல்லாமல் வெளியில் இருப்பவர்களுக்கு, தமிழ் மொழி ஒரு பற்றுக்கோல். விரல் சூப்பும் குழந்தைக்குக் கட்டைவிரல் போல் மொழி ஓர் ஆற்று. தனிமைப்படும்போது தோழியாகவும், உறவு பூணும்போது சங்கே தமாகவும், கருத்துப் பரிமாற்றத்துக்குப் பாலமாகவும், கட்டுப்படாத கற்பனை யைத் தொட்டு மாற்றும் மந்திரமாகவும் ஆகிவிடுகிறது மொழி. இந்த மொழி தரும் போதையில், அதனுடன் விளையாடியபடி, குதூகலித்தபடி, திளைத்தபடி எழுதியவை இதிலுள்ள சில கதைகள்.

இக்கதைகளின் அடித்தளத்தில் இவை எல்லாம். ஒரு தசாப்தத்தின் புழுதியைப் பூசிக்கொண்டு. முதற் பதிப்பில் இருந்த *பயங்கள்* நாடகம் இதில் இல்லை. அப்பதிப்பிலிருந்த அச்சுப் பிழைகளும் இல்லை. இவற்றை எழுதிய படைப்பாளியும் இப்போது இல்லை. இக்கதைகளை இறக்கி வைத்துவிட்டு, வேறுவேறு கதைகளை, வெவ்வேறு சமயத்தில் தூக்கியபடி வேறு பயணங் களை மேற்கொள்ளும் முயற்சியில் அவள்.

ஓர் இடத்தில் வைத்துச் சென்ற ஒன்றை மீண்டும் எடுத்து, தூசு தட்டி பத்திரப்படுத்தும் சுகம்தான் மறுபதிப்பில். இந்தக் காலகட்டத்தில் இதைப் படிப்பவர்களை இந்த வரைபடம் சில இலக்குகளுக்கு இட்டுச் சொல்லாம். வெறும் வரைபடமாகவே நின்றும் போகலாம். அவரவர் மேற்கொள்ளும் பயணத்தைப் பொறுத்தது அது.

8 நவம்பர் 2003

அம்பை

சூரியன்

வெகு சாதாரண இயந்திர உபகரணங்களால் நெய்யப்பட்ட கம்பளிக் கோட்டும், கால் சராயும் அவை. இறந்த எவனிடமிருந்தோ பிடுங்கப்பட்ட குல்லாயும் ஸாக்ஸும். அவர்கள் நடந்துகொண்டிருந்தார்கள். அம்மாவின் முகமும், அவன் பிடித்துக்கொண்டிருந்த கையும் தெரிந்தன அவனுக்கு.

பயிர்கள் எரிக்கப்பட்ட நிலத்தின் மேல், இருட்டில், துழாவிக் கொண்டு அவர்கள் நடந்துகொண்டிருந்தார்கள்.

அவன் வாழ்ந்த ஐந்து நீண்ட வருஷங்களில் அவன் வெளியே வரும் முதல் தடவை அது.

காலில் தட்டுப்பட்ட நிலம் ரத்தமும் சதையும் கொண்ட ஒன்று போல் அவன் கையால் தைத்த பாதணிகளின் மேல் பட்டு "நான்தான் மண். என்னை ஸ்பரிசித்துப் பார். நான்தான் மண்" என்றது.

அவன் அம்மாவின் கையை ஒரு நொடிக்கு உதறி மண்ணைத் தொட்டான்.

அம்மா குனிந்து அவனைப் பிடித்து நிறுத்தினாள்.

மங்கிய நிலவொளியில் கோடுகள் நிறைந்த முகம் அவன் முகத்தருகே வந்தது. கண் இமைகளில் சோகங்கள் கனத்தன. இதழ்களின் சரிவில் கன்னங்களின் தொய்வில் ஆற்றாமைகள் கப்பிக்கொண்டிருந்தன.

"நேரமில்லை மகனே. நமக்கு இதற்கு நேரமில்லை."

"ஒரே ஒரு தடவை அம்மா. அப்புறம் நான் எப்போ வெளியே வருவேனோ?"

"விடிந்துவிடும். வேகமாகப் போகலாம் வா." நரம்புகள் புடைத்த புறங்கையைப் பற்றிக்கொண்டான் அவன். அவர்கள் நடந்தார்கள்.

எரிக்கப்பட்ட நிலத்தின் முரட்டு ரோமம் இலைகள் செத்து, குச்சிக்கிளைகளை விரித்து நிற்கும் மரங்கள், சிறு ஓசை கேட்டாலும் அவர்கள் பதுங்கும் புதர்களின் முட்கள் எல்லாமே அவனுக்குப் புதியவை.

பூமிக்கு அடியே உள்ள சிறு உலகில் வாழும் பல குடும்பங்களில் அவனுடையதும் ஒன்று. பூமிக்கு அடியேயே பள்ளி; அங்கேயே போருக்கான உதவிப் பொருட்கள் தயாரிப்பு; அங்கேயே சாவு; பிறப்பு; அன்பு; ஏமாற்றங்கள் எல்லாமும்.

சுற்றியுள்ள சுவர்களே அவன் உலகம். அம்மா சில சமயம் தாலாட்டு ஒன்று பாடுவாள்.

நீ இப்போது தூங்கிவிட்டால்
விழித்ததும் தோட்டத்தில் ஓட விடுவேன்
பூக்களைப் பறிக்க விடுவேன்
நீ இப்போது தூங்கிவிட்டால்...

அவன் தூங்கிவிடுவான். அம்மா தன் வார்த்தையை ஒரு நாளும் காப்பாற்றியதில்லை.

அம்மா எப்போதும் சொல்லும் ஒரு கதைக்கு அவனாகவே ஒரு சிறு தலைப்புச் சூட்டியிருந்தான். "நமக்கு நிலங்கள் இருந்தபோது."

"மாடுகள் கத்தும் காலையில். மர பக்கெட்டில் பால் கறப்பேன். உன் அப்பா – அவர் ஆத்மா நிம்மதியடையட்டும் – மண்ணை முத்தமிட்டுவிட்டு வேலையைத் தொடங்குவார் காலையில். உன் அக்காவும், அண்ணாவும் – அண்ணா எனும் போது குரல் உடையும். அண்ணா வெளியே இருந்தான் – பள்ளிக்குப் போய் மத்தியானம் வரும்போது வீட்டுக்கு வெளியே உட்கார்ந்து சாப்பிடுவோம் எல் லோரும். உன் அப்பா – நெஞ்சைத் தொட்டுக்கொள்வாள் – பாடுவார் குரலெடுத்து. குரலில் சிரிப்பும் களிப்பும் ஆட."

"எப்போம்மா இதெல்லாம்?"

"நமக்கு நிலங்கள் இருந்தபோது."

அண்ணாவைப் புகை போல், அழுத்தமில்லாமல் நினைவிருந்தது. அண்ணா ஒரு முறை வந்திருந்தான். போர் வீரனுடையது போல் ஒரு உடை. ஒழுங்கான போர்வீரனின் உடை இல்லை அது. இறந்துபோன அமெரிக்கச் சிப்பாய்களிடமிருந்து உருவி எடுக்கப்படும்

உடைகளைப் போல் பளபளக்கும் பித்தான்களோ, பட்டைகளோ, அணியைக் குறிக்கும் சின்னங்களோ அதில் இல்லை. அவன் கையில் துப்பாக்கி இருந்தது. அவன் முகத்தில் கோபமும், வீரமும் ஜொலித்தன. ஆகவே அவன் போர் வீரன். அவன் கண்களை மூடிக்கொண்டு தூங்குவது போலிருந்த போது அம்மாவும் அண்ணாவும் பேசிக் கொண்டார்கள்.

"முடியப் போகிறதா மகனே?"

"முடியும். முடியும்" அண்ணா மெல்ல சப்தம் வர சிரித்தான்.

"எப்போது முடியும் தெரியுமா? அமெரிக்காவிலிருந்து போரை நிறுத்த சில வருஷங்களுக்குப் பிறகு ஒரு நிபுணர் வருவார். விமானங்கள் பறந்துகொண்டிருக்கும் விர்விர்ரென்று. வேறு ஒரு சப்தமும் இருக்காது. வெறும் பாழ் வெளியும் செத்த மரங்களும், எலும்புக்கூடுகளுமே. 'இனி போரை நிறுத்தலாம். இங்கே யாரும் இல்லை' என்று அவர் எழுதி அனுப்புவார். விஞ்ஞானிகள், ஆசிரியர்கள், மாணவர்கள் இங்கே வருவார்கள். இங்கே ஒரு புது உலகம் உருவாகும். நூறு மாடிக் கட்டிடங்கள். இருநூறு மாடிக் கட்டிடம் ஒன்றைத் திறக்க பெரிய மனிதர் ஒருவர் வருவார். கட்டிடத்தைத் திறந்ததும் பெருத்த ஓசையுடன் என்ன வெளிப்படும் என்கிறாய்? ம்?"

அப்போதுதான் அவன் மெல்ல கண்ணைத் திறந்து பார்த்தான். அம்மா ஏறிட்டு அண்ணாவைப் பார்த்தாள்.

"எலும்புக் கூடுகள்! மண்டை ஓடுகள்! ஹாஹா!" அண்ணா சிரித்தான்.

அம்மா செவிகளைப் பொத்திக்கொண்டாள். அந்தக் கற்பனை அவளை வருத்தியிருக்க வேண்டும்.

மீண்டும் அண்ணாவைப் பார்த்தபோது அண்ணா அழுதுகொண்டிருந்தான் ஓசையில்லாமல், கேவல் இல்லாமல். அண்ணாவின் முகம் நினைவில்லை. அந்த அழுகையும், விரக்தியும் மாத்திரம் தூங்கும்போது கனவின் ஒரு அங்கமாகவும் விழிக்கும்போது மனத்தில் ஒரு விம்மலாகவும் பதிந்துவிட்டது.

அம்மா அவனைத் துரிதப்படுத்தினாள்.

"விடிந்துவிடும். வேகமாக வா."

வேகமாக நடக்கும்போதே அடர்ந்த புதர்களின் கீழும் இருண்ட பிரதேசங்களிலும் அவள் கண்கள் ஊடுருவின. அவள் அக்காவைத் தேடுகிறாள். அக்கா இரவுக்கு முன் முக்கிய காரியமாகப் போனாள். பின் வரவே இல்லை. வெகு நேரம் யோசித்துப் பின் அம்மா இவனுக்குக் கனத்த கம்பளி உடைகளை அணிவித்தாள்.

"அம்மா குளிர் இல்லையே அம்மா."

"நாம் வெளியே போகிறோம் மகனே."

"தோட்டத்தில் ஓடவா?"

"ஆம் – தோட்டங்கள் இருந்தால்."

தனியாகப் போனால் ஆபத்து நேரிடலாம் என்றுதான் அவனையும் கூட்டிப் போவதாக அம்மா பின்பு சொன்னாள். ஆபத்து என்ற வார்த்தைதான் அவன் முதலில் பேசக் கற்றான். எல்லா கேள்விகளும், பிடிவாதங்களும், அழுகையும், சிணுங்கல்களும் அந்த வார்த்தையில் அடங்கிப் பொடிந்துபோயின. ஆபத்து ரொம்ப அதிகாரமுள்ள வார்த்தை.

அவர்கள் ஒருமுறை மாறுவேஷம் போட்டுக் கொள்வது போல் விளையாடினார்கள்.

கைகளைச் சிறகுகளாய்ப் பிரித்து "நான்தான் தேவதை" என்றான் ஒருவன். உபயோகமற்றவன்.

சுடுவது போல் காட்டி, 'நான் வீரன்', என்றான் ஒருவன். இவன் நிமிர்ந்து நின்று நெஞ்சைத் தட்டி 'நான் யார் தெரியுமா? நான்தான் ஆபத்து' என்றான்.

நல்ல விளையாட்டு அது.

"கடவுளே, அவள் உயிரோடு இருக்கட்டும்," அம்மா முணு முணுத்தாள்.

அம்மா அடிக்கடி இந்த ஒரு நபரை அழைத்தாள். உதவி கோரினாள்.

"அம்மா, அந்த உலகில் ஹியரிங் – ஏய்ட் கிடையாதா?"

'எதற்கு?'

"நீ என்ன சொன்னாலும், அவன் பேசுவதில்லையே?"

"அதிகப் பிரசங்கி. நரகத்துக்குப் போவாய்."

அம்மாவின் நடை துரிதமாகியது. ஒரு குறிப்பிட்ட இடத்துக்கு வந்ததும் அங்கும் இங்கும் நுழைந்து தேடினாள். புதர்கள் முகத்தைக் கீற அதனுள் தலையை நுழைத்தாள். சில நிமிஷங்களுக்குப் பிறகு பெரிய புதரொன்றின் அடியே நோக்கியவள் பின் நகராமல், கால் மடங்க அங்கேயே அமர்ந்தாள். அக்கா அங்கே படுத்துக் கொண்டிருந்தாள். அம்மாவின் அருகே கைகட்டி அவன் நின்றான். அம்மா சுருங்கிய விரல்களை அக்காவின் கேசத்தில் துளைத்தாள். முகத்தின் மீது வருடினாள். நெஞ்சின் மீது தட்டினாள். விலகி இருந்த உடைகளை இழுத்து மூடினாள்.

"என் சின்னப் பெண்ணே" என்றவாறு அவளை இழுத்துச் சேர்த்து மார்பில் சாய்த்துக்கொண்டாள்.

அவன் கைகட்டிக்கொண்டு நின்றுகொண்டிருந்தான். அவனுக்குப் புரியவில்லை வேறு என்ன செய்ய வேண்டும் என்று.

அக்காவை அணைத்தவாறே வெகுநேரம் அம்மா அமர்ந்திருந்தாள்.

பின்பு நொடியில் எழுந்து நின்று "போகலாம்" என்றாள். மீண்டும் நடக்கும்போது அம்மா பேசவில்லை. அவள் பிடி மாத்திரம் இறுகி யிருந்தது.

நடக்கும்போது அவனுக்குப் பழக்கம் இல்லா ஒரு புது ஒளி மெல்ல பரவத் தொடங்கியது. அவன் கண்கள் கூசிக்கொண்டன. தூரத்தே ஒளி நூல்களால் தொங்கவிட்ட மஞ்சள் பந்து ஒன்று மிதந்து வந்தது.

அம்மாவின் கையை அசைத்தான்.

"என்ன மகனே?"

அவன் கையைப் பந்தின் பக்கம் சுட்டிக்காட்டித் தலையை உயர்த்தி அம்மாவைப் பார்த்து "அது என்னது அம்மா?" என்றான்.

சில வினாடிகள் அதைப் பார்த்தவாறே மௌனம் சாதித்த அம்மா, திடீரென்று தலையில் அமர்ந்து அவனை அணைத்துக் கொண்டு அழுதாள்.

'தீபம்' தீபாவளி இதழ் 1972

மிலேச்சன்

ஊரின் ஒதுக்குப்புறத்தில், பிறரின் தொடல்களுக்கு அருகதை யற்ற கீழ் ஜாதி ஆத்மாவாய்த் தன்னை உணர்ந்தான் சாம்பு அந்த இடத்தில்; அந்த சமயத்தில்.

அவனைச் சுற்றிலும் பேச்சு நடந்துகொண்டிருந்தது. அவன் பங்கேற்காத, பங்கேற்காததைப் பற்றிக் கவலைப்படாத பேச்சு. அவன் அங்கே இருந்த நாற்காலிகளில் ஒன்றாக இருந்திருக்க லாம். ஸவிதா அவளுக்கும் அவள் பெற்றோர்களுக்குமிடையே உள்ள அபிப்பிராய பேதங்களைப் பற்றிப் பேசிக் கொண்டிருந் தாள் காலைச் சிற்றண்டியின்போது.

“அவர்களுக்கு நான் பெரிய பிஸினஸ் எக்ஸிக்யூடிவைக் கல்யாணம் செய்து கொள்ள வேண்டும் என்று ஆசை. எனக்கு அப்படியில்லை. அறிவுபூர்வமாக நான் ஒருவனை விரும்ப வேண்டும். அவனுக்கு மற்றவர்களின் துன்பங்களில் பங்கேற்கத் துடிப்பு இருக்க வேண்டும்.”

அவனுக்கு ஏனோ அவன் தங்கை இந்துவின் நினைவு வந்தது. ஸவிதா, உனக்குத் தேர்ந்தெடுக்க உரிமை இருக்கிறது. உன் அப்பா பெரிய வர்த்தகர். ஓர் அறிவுஜீவியை நாடக்கூட உன் போன்றவர்களுக்குத்தான் உரிமை. ஆனால் இந்து. . . ? அவள் காலையில் எழுந்து அம்மாவிடம் ஆயிரம் திட்டுகள் கேட்டவாறே இயங்கி, அவளே கஞ்சி போட்ட புடவை ஒன்றை உடுத்தி, குட்டி டிபன்பாக்ஸில் மத்தியானத்துக்கு வேண்டியதை எடுத்துக்கொண்டு பஸ் பிடிக்க ஓடுவாள். பஸ்ஸில் இடம்விடும் முதல் ஆண் அவள் கவனத்தைக் கவர்ந்துவிடுவான். புன்சிரிப்பு பூக்கும் ஓர் ஆண் முகம் அவள் மனம் குளிரப் போதும். தர்க்க

ரீதியாக இயங்குவது இல்லை அவள் மனம். அவள் வெறும் உணர்ச்சி களின் கலவை. தியாகம், பாசம், தூய்மை, தேசபக்தி, அன்பு, காதல் போன்ற சொற்கள் அவள் மனத்தின் தந்திகளை மீட்டுபவை. அவளிடம் கல்யாணத்தைப் பற்றிப் பேசி ஒருவனைத் தேர்ந்தெடுக்கச் சொன்னால் அவள் மிரண்டுவிடுவாள். காலம் காலமாய் அவள் வகுப்பைச் சேர்ந்தவர்களுக்கு இல்லாத, இருந்து பழக்கமில்லாத உரிமை அது. அவள் காதலித்தாலும், சினிமா கூட்டிப்போக, புடவை கள் வாங்கித்தர, அடிக்காமல் அன்பு செலுத்த (அப்பாவிடம் வாங்கிய பெல்ட் அடிகளின் எதிரொலி) ஒருவனைத்தான் காதலிப்பாள். கல்யாணம் செய்துகொண்டு, பிள்ளைகள் பெற்று சினிமா பார்க்கும் திருப்தியிலும், பண்டிகைகள் கொண்டாடும் பக்தியிலும் வாழ்க் கையைச் செலவழித்துவிடுவாள். தனக்கு நிராகரிக்கப்பட்டது எது என்பதை அவள் அறியமாட்டாள். அந்த மட்டும் திருப்தி. அவள் அதை உணரும்போதுதான் சிக்கல்கள்.

"மதறாஸி இன்று ரொம்ப யோசிக்கிறார்" என்று ஆங்கிலத்தில் கூறிவிட்டுச் சிரித்தாள் ஸவிதா.

புன்னகை செய்தான் சாம்பு.

"ஒரு கொள்கைக்குக் கட்டுப்பட்ட அறிவுஜீவியைப் பற்றி என்ன நினைக்கிறாய் சாம்பு?" என்று கேட்டாள் ஆங்கிலத்தில்.

"நான் கூட ஒரு கொள்கைக்குக் கட்டுப்பட்ட அறிவுஜீவிதான். என்னைப் பற்றி என்ன நினைக்கிறாய்?" என்றான் பதிலுக்கு.

அவள் கடகடவென்று சிரித்தாள்.

"நல்ல ஜோக்" என்றாள்.

"ஏன்?" என்றான்.

"உன் கொள்கை என்ன?" என்றாள் உதடுகளை மடக்கிச் சிரித்தபடி.

"உன்னைப் போன்ற ஓர் அறிவுஜீவியை மணப்பதுதான்" என்றான் 'பட்' டென்று.

அவள் திடுக்கிடவில்லை. ஒரு நாளில் பத்துமுறைகளாவது இவளை மணக்க விரும்புவது பற்றித் தெரிவிக்கும் ஆண்கள் அவள் தோழர்கள். சாம்பு சொன்னதுதான் அவளை வியப்பில் ஆழ்த்தியது.

"குடித்திருக்கிறாயா இத்தனை காலையிலேயே?" என்றாள்.

சாம்பு மேஜையை விட்டு எழுந்தான்.

சென்னை வீதிகளில் உலவும் மனிதர்களை வெறுத்து, மூச்சு முட்டும் அதன் கருத்துக்களைப் பகிஷ்கரித்து அவன் டில்லியை வந்தடைந்தான். ஒரு நாள் விடிகாலை எம்.ஏ. பரீட்சை முடிந்த நிம்மதியில், நடக்க அவன் கிளம்பினான் சென்னையில். கோலம் போட்டவாறே அவனை ஊடுருவி நோக்கும் சந்தியா; (காதலை

சிறகுகள் முறியும் 17

அவள் நம்புகிறாள் மடப்பெண் !) வயதுக்கு வந்துவிட்ட தன் பேத்தியை மனத்தில் இருத்தி அவனை நோக்கும் எதிர்வீட்டுத் தாத்தா; யுகம் யுகமாய் சிகரெட் கடன் தந்த பெட்டிக்கடை நாயர்; தெரு ஓரத்தில் எந்தக் கூச்சமும் இல்லாமல் – எல்லோராலும் அங்கீகரிக்கப்பட்ட – மண்ணில் புரண்டு, சேற்றில் உளைந்து பக்கெட் பக்கெட்டாய் மூத்திரம் கொட்டும் எருமை மாடுகள்; வளைந்து குறுகி பின் அகன்று மீண்டும் சுருங்கிக் கொண்ட, கோலங்கள் பூண்ட அந்த வீதி, எல்லாமே அந்த விடிகாலை வேளையில் ஒரு அந்நியக் கோலம் பூண்டன. திடீரென்று ஒரு பெருங்கரம் ஒன்று அவனைத் தூக்கி அங்கே கொண்டுவந்து நிறுத்தியதுபோல் தோன்றியது. அவன் சாம்பமூர்த்தி அல்ல. கள்ளிக்கோட்டையில் வந்திறங்கிய வாஸ்கோடகாமா போல், ஒரு மிலேச்சனின் கண்களோடு அந்த வீதியை நோட்டமிட்டான். அவனுக்கு மூச்சுமுட்டியது.

அவனுக்குரிய இடமல்ல அது என்று தோன்றியது.

பாராகம்பா தெருவின் மரங்களின் நிழலில், இந்தியா கேட்டின் பரந்த புல்லில் பி.எச்.டி. பட்டத்திற்குப் படிக்கும் அறிவுஜீவிகளின் சிந்தனையில் தன்னைக் கலந்து கொள்ள அவன் முயன்றான்.

"ஹலோ சாம்பு! இன்னிக்கு வராய் இல்லையா?" மணி கேட்டான்.

"எங்கே?"

"இன்னிக்கு ஸ்ட்ரைக். காம்பஸுக்குப் போகணும்,"

"எதுக்காக ஸ்ட்ரைக்?"

"விலைவாசி ஒசந்ததுக்கு எதிர்ப்புத் தெரிவிக்க."

"அரிசி என்ன விலை விக்கறதுன்னு தெரியுமா உனக்கு? டேய், பியர் விலை ஒசந்ததுன்னாதானேடா உனக்கு உறைக்கும்?"

"இதோ பாரு, உன்னோட பேச எனக்கு நேரமில்லை. நான் பிஸியா இருக்கேன். வரயா, இல்லையா?"

"வரேன்."

"விலைவாசியை இறக்கு."

"இந்திரா ஒழிக."

"மாதாஜி மூர்தாபாத்."

"டவுன் வித் ப்ளாக் மார்க்கட்டியர்ஸ் அண்ட் ஹோர்டர்ஸ்."

"சாம்புவைப் பாரேன். என்ன ஆக்ரோஷமாய்க் கத்தறான்."

"இந்த மாதிரி சந்தர்ப்பங்கள்லேதான் ஒருத்தனோட அடங்கிக் கிடக்கற மூர்க்கத்தனம் வெளியே வரது. கூட்டத்துலே அவன் ஒருத்தன் ஆயிட்டான் இல்லையா?"

சாம்பு பக்கத்தில் வந்தான்,

"காலையில் என்ன சாப்பிட்டாய்?"

“என்ன விளையாடறாயா?”

“சொல்லு.”

“முட்டை, டோஸ்ட், ஜாம், காஃபி, வாழைப்பழம்.”

“பயத்தம் பருப்புக் கஞ்சின்னு கேள்விப்பட்டிருக்கிறாயா?”

“ஏன்?”

“அதுதான் எங்க வீட்டுலே கார்த்தாலே சாப்பிட. மிராண்டா ஹவுஸ்லே படிக்கிறாளே உன் தங்கை, கெரஸின் க்யூன்னா என்ன, அதுலே நிக்கற அனுபவம் எப்படின்னு தெரியுமா அவளுக்கு?”

“நீ சொல்றது தப்பு சாம்பு. ஒரு விஷயத்தைப் பற்றி என் எதிர்ப்பைத் தெரிவிக்க, கஷ்டப்படறவனை நான் பார்த்து அதைப் புரிஞ்சுண்டாப் போதும். நானே அதை அனுபவிக்க வேண்டிய அவசியமில்லை. கான்ஸரை ஆபரேஷன் செய்யற டாக்டர் அதோட கொடுமையைப் பார்த்துப் புரிஞ்சுண்டாப் போதும் – அவனுக்கே கான்ஸர் வர வேண்டிய அவசியமில்லை.”

“இது வியாதி இல்லே.”

“இதுவும் ஒரு வியாதிதான். சமூகத்தைப் பீடிக்கிற வியாதி.”

“அப்படியே வச்சுக்குவோம், நான் அதை அனுபவிச்சிருக்கேன்.”

என் சின்னத் தம்பிக்குத் தூங்கறப்போ கதை சொல்லறச்சே “அது தான் ராமராஜ்யம். ஒரே பாலும், தேனும் ஓடும் – ரத்னங்கள் வீட்டுலே இறைஞ்சுகிடக்கும்.” “அப்படி எல்லாம் சொன்னா, ‘ராம ராஜ்யத்துலே கெரோஸின் நிறைய கிடைக்குமா?’ அப்படீன்னு அவன் கேள்வி கேக்கறப்போ எந்தப் பின்னணிலேந்து அது பொறந்த துன்னு எனக்குப் புரியறது. அம்மா கரண்டியைச் சாதத்துலே வெக்கறபோதே ரொம்பச் சமத்தாக ‘அம்மா, எனக்குப் பசிக்கலே. ஒரே ஒரு கரண்டி போதும்’ னு என் கடைசித் தங்கை சொல்றபோது அரிசி விலையோட பாரம் என் நெஞ்சுலே ஏறிக்கறது.”

பக்கத்தில் நின்றவாறு சம்பாஷணையைக் கேட்டுக்கொண்டிருந்த ஸவிதா சிரித்தாள் பெரிதாக.

கோஷங்கள் மாலையில் முடிந்தன.

மீண்டும் ஹாஸ்டலுக்கு வரும் வழியில் ஆரதி பானர்ஜி அவனுடன் நடந்து வந்தாள். மென்குரலில் ஆங்கிலத்தில் கூறினாள்.

“உங்கள் கருத்துடன் எனக்கு உடன்பாடுதான். ஏனென்றால் நீங்கள் கூறும் அனுபவங்கள் என் வீட்டில் புதிதல்ல” என்றாள்.

“நீ பி.எச்.டி. செய்யாமல் வேலைக்குப் போயிருந்தால் உன் வீட்டிற்கு அது பயன்பட்டிருக்கும். இல்லையா?”

அவள் புன்னகைத்தாள்.

“ஆமாம், ஆனால் என் கனவுகள் என்னை இங்கே அழைத்து வந்தன.”

“எந்த மாதிரிக் கனவுகள்?”

“மூன்று வருடங்களில் பி.எச்.டி. முடித்துவிடலாம். பின்பு பெரிய வேலை. ஒரு வேளை என் வாழ்க்கைச் சிக்கல்களைத் தீர்த்து வைக்க ஒரு பணக்காரக் கணவன் கூட கிடைக்கலாம். நிஜத்தில் நடந்தது வேறு. பி.எச்.டியின் முடிவில் கூடிய வயதும், மனத்துக்குப் பிடிக்காத வேலையும், நித்திய கன்னி பட்டமும்தான் எஞ்சும் போலிருக்கிறது.”

“உன் மனசுக்குப் பிடித்த யாரும் இங்கில்லையா?”

அவள் அவனைத் திரும்பிப் பார்த்துச் சிரித்தாள். ‘பட்’ டென்று சொன்னாள்.

“என்னிடம் உள்ள மொத்த புடவைகள் ஐந்து.”

“புரியவில்லை”

“ஓபராய் போய் காஃபி குடிக்கவோ, அக்பர் ஹோட்டல் போய் சாப்பிடவோ அணிந்துகொள்ளக்கூடிய புடவைகள் என்னிடம் இல்லை. பெரிய ஹோட்டல்களில் நுழைந்தவுடனேயே என் கண்கள் விரிந்து நாவடைத்துப் போகிறது. என் முந்நூறு ரூபாய் ஸ்காலர்ஷிப் பில் நூறு ரூபாய் வீட்டுக்கு அனுப்பிவிடுகிறேன். மரியாதைக்குக் கூட என்னால் எங்காவது வெளியே போனால் ‘நான் பில் தருகிறேன்’ என்று சொல்ல முடியாது. எனக்கு இந்த மனநிலையில் ஏற்படும் எந்த அன்பும் காதல் என்ற பட்டம் பெற முடியாது. அது சுயநல எண்ணங்களோடு, திட்டமிட்டுப் பின் நடைமுறையில் செய்யப்படும் வியாபாரம்தான். காதல் என்ற சொல்லுக்கே நம் வாழ்க்கை முறையில் இடமில்லை. இது குறிப்பிட்ட சிலரின் ஏகபோக உரிமை.”

“ம்”

“ஒரு நிமிஷம்” என்று அப்பால் சென்றாள்.

“ஏய் சாம்பு. ஆரதியிடம் ஜாக்கிரதை. அவள் ஒரு கணவனைத் தேடிக் கொண்டிருக்கிறாள். விழுந்துவிடாதே.”

பின்னால் கனைத்தாள் ஆரதி.

“ஆரதி, நான் ஒன்றும்...”

“பரவாயில்லை கோவிந்த். நீ டெல்லியின் நாற்ற சந்துகளில், விளக்குக் கம்பம் புடவை கட்டிக்கொண்டு வந்தால்கூட பின்னால் போகிறாய் என்று கேள்விப்பட்டேன். நான் உன்னைவிட தேவலை இல்லையா?”

கோவிந்துக்கு பலமான அடிதான்.

அதன் பின் மௌனமாகவே நடந்தனர்.

ஹாஸ்டலில் இந்துவின் கடிதம் வந்திருந்தது.

"வைரத் தோடாம் அண்ணா. அப்பா முடியாது என்று விட்டார். அண்ணா, நீ பி.எச்.டி. முடித்ததும் நமக்கு இந்த மாதிரி தொல்லை இல்லை. நீ புரொபஸராகி விடுவாய். அண்ணா, நீ நன்றாகப் படி. எனக்கு ஆஃபீஸில் வேலை ஜாஸ்தி. புது ஆபீஸர் ரொம்ப டிக்டேஷன் தந்துவிடுகிறார். நாங்கள் எல்லோருமாக 'நேற்று இன்று நாளை' போனோம். எனக்குப் பிடித்திருந்தது . . ."

இந்து, இந்து, உன் உலகம் எவ்வளவு வித்தியாசமானது என்னுடையதை விட.

பி.எச்.டி. முடித்தால் புரொபஸராகிவிடுவேனா? இந்த பி.எச்.டியை எப்போதுதான் முடிப்பது? புரொபஸர் கருணையின்றி பி.எச்.டி. வாங்க முடியுமா? அவர் ஜீனியஸ்தான். அதுதான் தொல்லை. பத்து வருடங்களுக்குக் குறைந்து அவரிடம் பி.எச்.டி. வாங்க முடியாது. தீஸிஸ் விஷயமாகப் போனால் மிக அழகாக ரயில்வே ஸ்டிரைக் பற்றிப் பேசுவார். ஜோன் பேயஸின் ஸெக்ஸி குரல் பற்றிப் பேசுவார். நிக்ஸனின் வாழ்க்கையின் ஏற்ற இறக்கங்களைப் பற்றிச் சொல்வார். ஜெரால்ட் ஃபோர்டு எதற்கும் இனி பயனில்லை என்பார். யாரும் நினைவு வைக்க முடியா சரித்திர சம்பவங்களை நினைவு கூர்ந்து ஜோக் அடிப்பார். ஒன்றரை மணி நேரம் ஆகிவிடும்.

"ஸார், என் சாப்டர். . ."

"என்ன சாப்டர்?"

"ஒன்றாவது ஸார்."

"வீட்டுலே குடுத்தியா ஆஃபிஸிலியா?"

"வீட்டுலேதான்."

இன்னொரு காப்பி உண்டா?"

"ம், ஸார்."

"நாளைக்குக் கொண்டாயேன். பார்க்கலாம்."

"சரி ஸார்."

இரண்டு வருடங்களாக இதுதான் நடக்கிறது. இந்து, உங்களுக்கு எல்லாம் இது எப்படிப் புரியும்?

"என்ன சாம்பு, லவ் லெட்டரா?" தேஷ்பாண்டே கேட்டான்.

"இல்லை தேஷ்பாண்டே."

"கல்யாணம் பண்ணிக்கொள்ளச் சொல்லிக் கட்டாயப்படுத்துகிறார்களா வீட்டில்?"

சிரித்தான் சாம்பு. "ம்ஹூம்."

"சரி. இன்னிக்கு வெச்சுக்கலாமா?"

"வேண்டாம் தேஷ்பாண்டே."

"டேய். நீ ஒரு முட்டாள் மதறாஸி. வாழ்க்கையை ரஸிக்கத் தெரியாத மதறாஸி."

"இருக்கட்டும்."

"உனக்குத் தைரியம் இல்லை. ஒரு பெக் சாப்பிட்டா நீ டவுன்தான்."

"என்னை சாலஞ்ச் பண்ணாதே."

"சும்மா பேச்சுத்தான் நீ. அம்மா திட்டுவாளா?"

"சரி, இன்னிக்கு வெச்சுக்கலாம்."

சாயங்காலம் தேஷ்பாண்டேயின் அறையில் ஐந்தாறு நபர்கள் கூடினர். சுடச் சுடத் தொண்டையில் இறங்கிப் பின் சூடு உடம்பில் பரவியது. ஸிக்கிம் பற்றிப் பேசிக்கொண்டிருந்தார்கள்.

திடீரென்று யானை பலம் வந்தது போலிருந்தது. குறுக்காகத் தொப்பி வைத்துக் கொண்ட நெப்போலியன் தான் எனத் தோன்றி யது. ப்ரஷ் மீசை வைத்த ஹிட்லராக மாறி யூதர்களைக் கூட்டம் கூட்டமாய் அழிப்பதுபோல் தோன்றியது. வேஷ்டி சட்டையுடன் அண்ணாதுரை போல் ஒரு கூட்டத்தில் பேசுவது போல் தோன்றியது. சிவாஜி கணேசன் முகம் கொண்ட ராஜராஜ சோழன் தான் என்று மார்தட்டிக் கொள்ள அவா எழுந்தது. இழைய முடியாத டில்லி சூழ்நிலை; டைப் அடித்து அடித்து விரல்களைச் சொடுக்கிக்கொள் ளும் இந்து; பாத்திரத்தின் அடியில் இருக்கும் சாதத்தைக் கரண்டியின் சுரண்டல் ஒலி இல்லாமல் எடுக்கும் அம்மா; எல்லாம் மறைந்து அவனே பூதாகாரமாய் ரூபமெடுத்து அத்தனையையும் அடித்துக் கொண்டு மேலெழுந்து வருவது போல் உணர்வு தோன்றியது.

"ஸிக்கிமை ஆக்ரமிக்க வேண்டும்" என்று உரக்கச் சொன்னான்.

"ஏய் சாம்பு, என்ன ஏறிடுத்தா நன்னா?" மணி கேட்டான்.

"சே சே. அதெல்லாம் இல்லே."

"ஜாக்கிரதை. ஒரேடியா குடிக்காதே. மொள்ள, மொள்ள."

"நான்ஸென்ஸ். நான் சரியாத்தான் இருக்கேன். ஸவிதா வரலியா?"

"ஸவிதா இங்கே எங்கேடா வருவா?"

"ஏன் வரக்கூடாது? நான்தான் அவ தேடற துடிப்புள்ள இளை ஞன். நான் நடுத்தரக் குடும்பம்னா அவ என்னை லவ் பண்ணக் கூடாதா? நான் ஒரு துடிப்புள்ள இளைஞன்."

ஸிக்கிம் பற்றி பேச்சு நின்றது.

சாம்பு பேசிக்கொண்டே போனான்.

"ஸவிதாவை எனக்குப் பிடிக்கிறது. ஆனா இந்த உலகமே வேற. அரசியல், ஆராய்ச்சி, வெளிநாட்டுத் தொடர்பு பற்றி பேசற அக்கறை

இல்லாத உலகம் இது. தேஷ்பாண்டே, இங்கே ஓட்டை போட்டுண்டு வந்த எலி நான். இங்கே இருக்கற யார் மாதிரியும் நான் இல்லே. நான் ஒரு துரத்தப்படும் எலி. பூனைகள் உலகத்துலே அகப்பட்டுண்ட எலி. ஸவிதாவை நெருங்க முடியாத எலி. என் தங்கை இந்து இருக்கிற உலகத்துலேயும் நான் இல்லே. கோலம், கோபுரம் புடவை, சினிமா, கற்பு, கணவன், அம்மா, அப்பா, இவர்கள் எல்லாருக்கும் நான் அந்நியமா போய்விட்டேன். ஓ, எங்கே?" என்று எழுந்து கால்களை உதறி அறை முழுவதும் தேடி ஓடினான்.

"ஹே, எதைத்தான் தேடுகிறாய்?"

"என் வேர்கள், என் வேர்கள்" என்று ஆங்கிலத்தில் கூறி அழுதான் சாம்பு.

திடீரென்று எழுந்து "எனக்கு எங்கேயும் இடமில்லை" என்று கூறி ஓட எழுந்தவன் முறித்துக்கொண்டு கீழே விழுந்தான். அறை முழுவதும் வாந்தி எடுத்த நெடி பரவியது.

"தேஷ்பாண்டே, இதெல்லாம் உன் தப்பு. ஹோல் ஈவினிங் இஸ்... ஸ்பாயில்ட்."

"ஏய், இவன் முழிக்கமாட்டேன் என்கிறானே!"

"முகமெல்லாம் வெளுத்துவிட்டது."

"குட் லார்ட்! டாக்ஸி கொண்டுவா, வெலிங்டன் ஹாஸ்பிடலுக்கு ஓடலாம்."

கண் விழித்தபோது தேஷ்பாண்டேயின் முகம் தெரிந்தது.

"ஐ ஆம் ஸாரி."

"இட்ஸ் ஓ. கே. எத்தனை பெக் குடித்தாய்?"

"ஒன்பது."

"ஜீஸஸ்!"

"எனக்கு அத்தனையும் தேவைப்பட்டது, தேஷ்பாண்டே. தேஷ்பாண்டே, நான் இந்த இடத்தில் இருக்க வேண்டியவன் இல்லை. ஏழு வருஷம் பி.எச்.டி. பண்ண என்னால் முடியாது. என் தங்கை கல்யாணம் ஆகாமல் தவித்துவிடுவாள். என் அம்மா உருக்குலைந்து போய்விடுவாள். அறிவுஜீவியாவது கூட எனக்கு ஒரு ஆடம்பரமான விவகாரம்தான். அங்கேயும் நான் ஒரு அந்நியன்தான். ஆனாலும் அங்கே நான் தேவைப்படறேன்."

"டேக் ரெஸ்ட் சாம்பு."

தலை திரும்பியபோது ஆரதி வருவது தெரிந்தது.

தேஷ்பாண்டே எழுந்தான். ஆரதியைப் பார்த்து மரியாதைக்குப் புன்னகைத்து விட்டுப் போனான்.

"என்ன சாம்பு, இது என்ன இப்படிப் பண்ணிவிட்டீர்கள்?"

கண்களில் நீர் பெருகியது.

"ஆரதி, நான் ரொம்பத் தனியனாக இருக்கிறேன்."

"ம்."

"என்னால் இதைத் தாங்கிக்கொள்ள முடியவில்லை."

"ம்."

"உனக்கும் இந்த அனுபவம் உண்டா?"

கையிலிருந்த பையைப் பார்த்தவாறே ஆரதி பேசினாள்.

"ம், உண்டு. இதைவிட உண்டு. உங்களுக்கு வீட்டுக்குத் திரும்பிப் போக முடியும். அங்கே மூத்தபிள்ளை என்ற அந்தஸ்து உண்டு. எனக்குத் திரும்பிப் போக முடியாது. என் குடும்பம் நான் இல்லாமல் இருக்கப் பழகிவிட்டது. நான் அங்கே போகும்போதெல்லாம் வெளியாளாய் உணர்கிறேன். அவர்களைப் பொறுத்தவரை நான் பிரச்சினைகள் இல்லாத ஒரு பெண். அந்த எண்ணத்தை மாற்ற நான் விரும்பவில்லை. இரண்டு உண்மைகளை நான் உணர்வதால் என் நிலைமையை என்னால் ஏற்க முடிகிறது. ஒன்று, வேலை செய்துதான் வாழ வேண்டும் என்ற சமூகப் பிரக்ஞையால் பிறக்கும் உணர்வு. இரண்டாவது, நாம் எல்லோருமே ஒவ்வொரு வகையில் தனியாள்தான் என்ற உணர்வு.

"நான் ஸவிதாவை விரும்புகிறேன்."

ஆரதி புன்னகைத்தாள். "எனக்குத் தெரியும்."

"நான் பைத்தியக்காரன் என்று நினைக்கிறாயா?"

"ம்ஹூம். உண்மைகளைப் பார்க்காதவர்."

"புரியவில்லை."

"ஸவிதாவை நீங்கள் விரும்புவது நடுத்தர வர்க்கத்திலிருந்து வந்தவன் என்ற தாழ்மையுணர்ச்சியால்தான். அந்த வர்க்கத்து உணர்வுகளிலிருந்து விடுபட விரும்பும் வேகத்தால்தான். இந்த உணர்வே ஒரு தப்பிக்கும் முயற்சிதான். ஏணிமேல் ஏறி, எந்த வர்க்கத்தை ஏளனம் செய்கிறீர்களோ அதே வர்க்கத்தை எட்டிப்பார்க்கிறீர்கள். கீழேயும் உங்களுக்கு இடமில்லை. மேலேயும் உங்களுக்கு இடமிருக்காது."

"கோபிக்காதே. நீ என்னை விரும்புகிறாயா?"

அவள் அவனைப் பார்த்துச் சிரித்தாள்.

"மற்றவர்கள் நினைப்பதுபோல் நான் ஒரு கணவனை நிஜமாகவே தேடி அலையவில்லை. உண்மையான பரிவுணர்வைக் காட்ட என் போன்றவர்களுக்கும் முடியும்."

"ஐ ஆம் ஸாரி."

"டோண்ட் பி" என்று விட்டு எழுந்தாள்.

அவள் போன பின் வெகு நேரம் நெஞ்சில் பல உணர்ச்சிகள் குழம்பித் தவிக்கவைத்தன. வேர்களற்ற நான் யார்? என்னை எந்த அனுபவங்களோடு நான் ஒன்றிப்போக வைக்க முடியும்?

ஆராய்ச்சி செய்ய நேரமோ, பணமோ அவனிடம் இல்லை. அது ஒரு நீண்ட காலத் திட்டம். அவன் போன்றோர்களிடம் இல்லாத ஒரு போகப் பொருள் காலத்தை அலட்சியம் செய்யும் மனப்பான்மைதான். அவன் காலத்துடன் ஒன்றி, அதனுடன் சண்டையிட்டு, அதனிடம் மண்டி போடவேண்டியவன். இல்லாவிட்டால் இந்துவின் வாழ்வு குலைந்துவிடும். தம்பியின் எதிர்காலம் இருளடையும். எங்கும் புகுந்து எப்படியும் வாழும் எலிகளில் அவன் ஒருவன். புரிந்தது. ஏற்க முடியவில்லை. குப்பைத் தொட்டியின் மேல் மல்லாக்கப் படுத்து இறந்து, காக்கை வயிற்றைக் குத்திச் சதையைப் பிடுங்கும் எலியாய்த் தன்னை உணர்ந்தான். அவன் வித்தியாசமாக எதையும் செய்ய முடியாது. அவனுக்கு நிராகரிக்கப் பட்ட உரிமை அது. அவன் எதிர் வீட்டு ஸந்தியாவை மணக்கலாம். அவளுடன் நல்ல கணவனாகப் படுக்கலாம். அவள்மேல் ஆதிக்கம் செலுத்தலாம். குழந்தைகள் பெற்றுக்கொள்ளலாம். பணம் இல்லாமல் தவிக்கலாம். ரிடயர் ஆகலாம். இறக்கலாம். குப்பைத் தொட்டிமேல் செத்த எலிபோல, இதுவே அவனுக்கு விதிக்கப்பட்ட வரம்புகள்.

வரம்புகள் வரம்புகள் வரம்புகள்.

ஆஸ்பத்திரியின் கட்டில்; அதன்மேல் அவன்; கோபாலய்யரின் மகன் சாம்ப மூர்த்தி. அவனே அவனுக்கு அந்நியமானவனாகப் பட்டான்.

அவன் திரும்பிப்போவான். கோலங்களின் ஓரமாக எருமைகளைத் தாண்டி அந்தத் தெருவில் நடப்பான். ஆனால் அதுவல்ல அவன் இடம். அத்தெருவின் மண்; அதன் மீது பஸ் பிடிக்க ஓடும் இந்து; சைக்கிளில் போகும் அப்பா; புத்தகப் பையுடன் போகும் தம்பி எல்லோரும் எலிகள்; பொந்து போட ஓடும் எலிகள். வரம்புகளைக் கட்டிக்கொண்டு அதனுள் ஓடும் எலிகள்.

பல்லாயிரக்கணக்கான எலிகள் மாறுபட்ட அவனைக் கோரைப் பற்களால் சுரண்டி, வால்களால் அவனைத் தாக்கி, அவன்மேல் ஆக்ரமிப்பதுபோல் உணர்ந்தான். திடீரென்று கோடிக்கணக்கான பூனைகள் எலிபோல் தோன்றிய அவனை நகங்களால் கீறி வாய்க்குள் அடைத்துக்கொள்வதைப் போல் தோன்றியது.

சாம்பு வீரிட்டான்.

'சுதேசமித்திரன்' தீபாவளி இதழ் 1974

ஆள்காட்டி விரல்

அவனைப் பற்றிய புள்ளிவிவரம் பின்வருமாறு :

பெயர் – ராஜன்.

வயது 34.

ஆராய்ச்சிப் பொருள் – ஃப்ரான்ஸின் வெளிநாட்டுக் கொள்கை. ஆராய்ச்சி செய்த வருஷங்கள் – 10. ஆராய்ச்சியின் முன்னேற்றம் – முன்னேறுகிறது.

நிதி நிலைமை – பரிதாபம்.

வேலை – ஆராய்ச்சி

எதிர்காலத்திட்டம் – எதிர்காலம்? ஆரோக்கியம் – ஒரு முறை ஷஹாத்ரா போனதுண்டு. (ஷஹாத்ராவில் ஒரு பைத்தியக்கார ஆஸ்பத்திரி உண்டு.)

அவனைப் பற்றிய சுவையான சம்பவங்கள் – முதல் வருடம் – காதலில் தோல்வி; தற்கொலை முயற்சி. இரண்டாம் வருடம் – காதலில் தோல்வி; தற்கொலை முயற்சி. மூன்றாம், நான்காம், ஐந்தாம், ஆறாம், ஏழாம், எட்டாம் வருடங்கள் – முதல் இரண்டு வருடத்தின் தொடர்ச்சி.

ஒன்பதாம் வருடம் – உடையே இல்லாமல் புல்வெளியில் நடனம். பின்பு ஷஹாத்ரா.

பளிங்குப் படிகள். அதில் ஏறி மேலே போனால் இடது பக்கத்தில் மூன்றாவது அறை. அங்குதான் அவனுக்கு இன்டர்வ்யூ நடந்தது. அந்த ஆராய்ச்சிப் பள்ளியில் நுழைய

“டிகால் யார்?”

அவன் சொன்னான்.

“அவர் மூக்கைப் பற்றி என்ன நினைக்கிறாய்?”

ஹாஸ்யம் அவனுக்குப் புரியாத ஒன்று.

டிகாலின் மூக்கைப் பற்றிய கார்ட்டூன்கள் பற்றியும் அவன் சொந்த அபிப்பிராயத்தையும் அவன் சொன்னான்.

சிரிப்பு.

“நீ ஏன் ஐ. ஏ. எஸ். செய்யக் கூடாது?”

“எனக்கு மேஜையில் உட்கார்ந்து செய்யும் வேலை பிடிக்காது.”

உயர்த்திய புருவங்கள்.

“ஆராய்ச்சியில் பற்று இருக்கிறதா?”

“ஆராய்ச்சி செய்து இருண்டு கிடக்கும் சரித்திரப் பகுதிகளில் ஒளிபரப்புவதுதான் என் லட்சியம்”

“என்ன ஒளி? மின்சார ஒளியா?”

சிரிப்பு.

“புரொபஸர், அவன் கூறுவது அறிவு ஒளி என்ன, சரிதானே?”

“ஆமாம்”

சிரிப்பு.

அவனுக்கு இடம் கிடைத்துவிட்டது.

அவனுடைய ஊர் கடலூர் அருகே உள்ள பண்ணுருட்டி.

டெல்லிக்கும் பண்ணுருட்டிக்கும் இடைவெளி அதிகம்.

பிரதான வீதியில் (ஒரே ஒரு பிரதான வீதிதான்) கடைகளுக்கு வெளியே அமர்ந்து, புகையிலை கடித்தவாறு முந்திரிப்பருப்பு வியாபாரப் பேச்சும், யார் வீட்டில் யார் பெண் வயதுக்கு வந்தாள் என்ற விவரமும், உள்ளூர் பஞ்சாயத்து போர்டின் ஊழல்களுமே பண்ணுருட்டியின் உலகம்.

டெல்லிக்கும் பண்ணுருட்டிக்கும் இடைவெளி அதிகம்தான்.

வாசகசாலையில் அமர்ந்து அவன் ஐரோப்பா, ஆசியா, அமெரிக்கா பற்றிப் படித்தான்.

காலைச் சிற்றுண்டி சாப்பிடும்போது ஜனநாயகம் பற்றி விவாதித்தான்.

நேருவை, காந்தியை (பண்ணுருட்டி ஆட்கள் சூடம் கொளுத்திக் கன்னத்தில் போட்டுக்கொள்ளும் நபர்களை) அவன் அறிவுபூர்வமாக நோக்கிக் குறைகளைச் சுட்டிக்காட்டினான்.

அவனைச் சுற்றியும் பெரிய பேச்சுக்களே.

நிக்ஸனின் வியட்நாம் கொள்கையின் தோல்விக்குக் காரணம் என்ன?

பயாஃப்ராவைப் பற்றிய அவன் அபிப்பிராயம் என்ன?

தென் ஆப்பிரிக்காவின் உள்நாட்டுக் கொள்கையைப் பற்றி அவன் உணர்வுகள்.

ஹங்கேரியின் 1956 புரட்சி, உண்மையான புரட்சிதானா?

ஆகாயத்தில் ரத்ன பீடம் அமைத்து உட்கார வைத்ததுபோலிருந்தது.

"இது ராஜன் தரப்போகும் முதல் ஸெமினார் பேப்பர். ராஜனின் ஆழ்ந்த அறிவு பற்றி எல்லோருக்கும் தெரியும். (சிரிப்பு) – (ஏன்?) ராஜன் தன்னை இருண்ட பகுதிகளில் ஒளிபரப்ப – இருண்ட பகுதி, எந்தப் பகுதி? ஹா! ஹா! – (சிரிப்பு) – (புரியவில்லை) அர்ப்பணித்துக் கொண்டிருக்கிறான்..." புரொபஸர் அவனை அறிமுகம் செய்து வைக்கிறார். அவன் தன் ஆராய்ச்சிக் கட்டுரையைப் படிக்கும் முன்.

பேப்பர் முடிந்த பின் – "என்ன ராஜன், இப்படியே ஒளிபரப்பிக் கொண்டிரு நிறைய."

"சரி ஸார்."

சிரிப்பு.

எண்ணெய் தடவி படிய வாரி இறுக்கப் பின்னிய கூந்தல்தான் அவனுக்குப் பழக்கம். பூ வேறு வைக்கோல் போர் போல. இங்கு பூவில்லாமல் இருந்தாலும் கலையழகுடன் வாரப்பட்ட கூந்தல்; வாசகசாலையிலும், வெளியிலும் தயக்கமில்லா, சரிசமமான சிந்தனை, நடத்தை; பேச்சு.

இந்தப் பெண்கள் அறிவுஜீவிகள். மாதம் மூன்று நாட்கள் மூலையில் உட்காருபவர்கள் அல்ல.

அவன் காதலித்தான் – பல முறைகள்.

"ஸ்வதேஷ், நான் உன்னைக் காதலிக்கிறேன்."

"ஏன்?"

மௌனம்.

"நீ ஒரு அருமையான முட்டாள். நான் உன்னைவிடச் சின்னவள் – இதைப் பற்றி நீ விசாரித்தாயிற்று. நான் ஒரு பிராமணப் பெண். இதைப் பற்றி என்னிடமே கேட்டிருக்கிறாய். நான் ஆராய்ச்சி செய்கிறேன். இவைதான் என் தகுதிகள். என்னைப் பண்ணிக் கொண்டு உன் பண்ணுருட்டி சமூகத்திடம், "பார்த்தாயா, என் டெல்லி வெற்றியை?" என்று கொக்கரிக்க வேண்டும் உனக்கு. காதல்

என்றால் என்னவென்று உனக்குத் தெரியவேண்டிய அவசிய மில்லை. இன்னொரு தடவை என்னிடம் வராதே. என் செருப்பு இப்போதுதான் புதிதாக வாங்கியது."

இவர்களைப் போலவே அவனும் ஆராய்ச்சி செய்தான். விஸ்கி குடித்தவாறே புரட்சி பற்றிப் பேசினான். பெண்கள் முன்னேற்றம் பற்றி விவாதித்தான் – அப்படியும் அவன் ஒரு அறுந்த பட்டம்தான்.

அங்கு போகிறானே ராஜன், அவன் வித்தியாசமானவன். வெறும் வெளியில், தடித்த கோடுகள் ஆழமாகப் பதிந்த ஒரு ஆள்காட்டி விரல் தெரிந்தது.

நகப் பூச்சு பூசிய ஆள்காட்டி விரல்.

அழுக்கு நிறைந்த ஆள்காட்டி விரல்.

முட்டுகள் அருகே கோணிய ஆள் காட்டி விரல்.

நகம் கழுகின் மூக்குபோல் வளைந்த ஆள்காட்டி விரல்.

சிகரெட் கறை படிந்த கறுத்த ஆள்காட்டி விரல்.

ஆள்காட்டி விரல் சிரிக்குமோ?

சிரிக்கும் ஒலி கேட்டது. ஆள்காட்டி விரல்கள் அவனையே சுட்டிக்காட்டின.

அதோ போகிறானே, ராஜன், ஒரு ஸீரியஸ் முட்டாள்.

தற்கொலையை அவன் பிரமாதமாகத் திட்டமிட்டான்.

ஸ்வதேஷுக்கு ஒரு உருக்கமான கவிதை ஆங்கிலத்தில் மொழிபெயர்ப்பு :

"எனக்கும் உனக்கும் இடையே ஒரு பிளவு;

சமுதாயத்தின் ஓரவஞ்சனையின் விளைவு;

நீ தனியாகப் படுக்கிறாய் –

நானும் அப்படியே.

வெகு நாட்களுக்குப் பிறகு நான் தனியாக, நீ தனியாகப் படுப் போம் – சுடுகாட்டில்."

இதைப் பெயரெழுதாமல் நோட்டீஸ் போர்டில் குத்தி வைத்தான். தற்கொலைக்கு இரண்டு நாட்கள் முன்பிருந்தே அவன் அதிகமாகக் குடித்தான். தலையைக் கலைத்துக்கொண்டான். யார் கேட்டாலும் பெருமூச்செறிந்து, "அவள் பெயரை நான் சொல்லி என்ன பயன்? ஒருத்தி என்னை நிராகரித்தாள்" என்றான்.

ஸ்வதேஷுக்குத் தூது. அவள் எக்காளச் சிரிப்பு.

தூக்க மாத்திரைகளை அவன் உட்கொண்டான். ஆஸ்பத்திரியில் கண் விழித்தான். முதல் தற்கொலை முயற்சி முற்றும்.

சிறகுகள் முறியும்

பிறகு பல முயற்சிகள், பல கவிதைகள்.

அவனுக்குப் பட்டம் சூட்டினார்கள்: ஸுய்ஸைட் எக்ஸ்பர்ட் – சாகாமல் தற்கொலை செய்துகொள்வது எப்படி? ராஜனைக் கலந்தாலோசியுங்கள்.

ஃப்ரான்ஸின் வெளிநாட்டுக் கொள்கை பின்தங்கியது.

அறிவுஜீவியான ஒரு பெண். அவளுடன் சர்ச்சைகள், விவாதங் கள். அவளுடன் படுப்பதுகூட ஒரு வித அறிவுப் பசியைத் தணிக்கத் தான் என்று தோன்ற வேண்டும்.

ஒரே ஒரு அறிவு ஜீவியான பெண்.

நீக்ரோப் பிரச்சினைகள்; வியட்நாம் போர்; மாணவர் புரட்சி – பேசி அலுத்து விட்டது. வியட்நாம் பற்றி இருவர் ஆராய்ச்சி செய் தாயிற்று. வியட்நாம் பிரச்சினை தீரவில்லை.

"நீ ஆராய்ச்சி செய்து உன் கருத்துபற்றித் தெரிவித்தாயே? யாருமே கவனிக்கவில்லையே ஹரிஷ்?"

"எனக்குப் பட்டம் கிடைத்ததோ, இல்லையோ?"

"அவ்வளவுதானா?"

"அவ்வளவுதான் முட்டாளே! நம் வாசகசாலையில் பிரச்சினை கள் தீருவதில்லை."

ஃப்ரான்ஸ் பற்றிய இவன் கருத்துக்கள் விலைபெறாதா?

ஃப்ரான்ஸ் பற்றிய அக்கறை போயிற்று.

ஒரே ஒரு அறிவுஜீவியான பெண் – இவன் கர்வத்தை நிலைநாட்ட. இவனுள் முறிந்துபோன துகள்களைப் பொறுக்கி எடுத்துத் தர.

அவதிப்படும் சில தருணங்களில், இந்த உடல் வேதனையைத் தணிக்க யாராவது ஒரு பெண் போதும் என்று தோன்றினாலும், மீண்டும் அவன் பழைய எதிர்பார்ப்புக்கே வந்தான்.

வேகமாக ஒரு அம்பாஸடர் கார் வந்தது.

கறுப்புப் புள்ளிகளுடன், ஆனந்தமாகக் குதித்த ஒரு நாய் வீறிட்டது. ரத்தம், நசுங்கிப்போன கால்கள் தரையில் கிடக்க உடல் மட்டும் துள்ளும் துடிப்பு. பின் சாவு.

மீண்டும் கார்கள் வந்தன. செத்த பிணத்தின் மேல் ஏறின. போயின.

"பாபு, அந்த நாய்..."

"ராஜன் ப்ளீஸ். ஃப்ரான்ஸில் மாணவர் புரட்சிபற்றி நாம் விவாதிக் கிறோம் நாயைப் பார்க்கிறாய் நீ."

"அந்த நாயின் உடம்புக்கு மதிப்பு இல்லையா?"

"நீ இங்கே காருக்குக் கீழே வந்தால் உன் உடம்புக்கும் இதே மதிப்புத்தான். சரி, மாணவர் புரட்சிபற்றிப் பேசுவோம்."

வேலை கிடைக்கவில்லை. அதற்குக் காரணம் கிடையாது. ஏனோ கிடைக்கவில்லை.

சார்மினார் போய், பீடியும் போய் வெறும் உதடுகளை நக்கும் நிலை.

நடக்கும்போது சுற்றியும் ஆள்காட்டி விரல்கள் தெரிந்தன. அசையாத, நீண்ட, பழிக்கும் விரல்கள்.

"ஏய் ராஜன், ஃப்ரான்ஸின் வெளிநாட்டுக் கொள்கை என்னவாயிற்று?"

"இருண்ட பகுதிகள் என்ன ஆயின?"

"அவனுக்கு வேண்டிய இருண்ட பகுதி இன்னும் கிடைக்கவில்லை!... ஹாஹ்ஹா..."

சென்னையிலிருந்து சாரி சாரியாக வந்தார்கள் தொழிலாளர்கள். டில்லியில் வேலை தேடி பாராகம்பா ரோடின் முனையிலும் வேறு பல தெருப் பகுதிகளிலும் வாசம். நல்ல குளிர் காலம். செத்தார்கள்.

விஸ்கி பாட்டில் துணையோடு புரட்சி நடக்கும் அறைக்குப் போனான்.

"இவர்களுக்காக ஒன்றும் செய்ய முடியாதா?"

"ராஜன், நீ உன் தீஸிஸை முடி முதலில்."

அவன் ஒரு கவிதை எழுதினான் :

அடுத்த அறையில் புரட்சிக்கான ஆயத்தம் நடக்கிறது.
சிவந்த கண்கள், சிலிர்க்க வைக்கும் பேச்சுக்கள்.
தீர்மானங்கள்; திட்டங்கள்.
ரத்தம் கொதிக்கும் குமுறல்கள்.
ஆயுத்தம் நடக்கும் புரட்சிக்காக.
வாங்கி வந்த விஸ்கியின்
வீர்யம் ஒடுங்கும்வரை.

ஆள்காட்டி விரல்கள் மழையாகப் பெய்யுமோ? பெய்தன. ஊசிகளாகத் துளைத்துச் சதையைப் பிய்த்தன. நகங்கள் நீண்டு புண்களைக் குடைந்தன. கழுகின் வாயாய்ச் சதையைச் சுவைத்தன. பாம்பின் நாக்காய்க் குருதியை நக்கின.

உடையைக் கழற்றிப் போட்டுவிட்டு அவன் ஓடினான். ஷஹாத்ரா கொண்டு போனார்கள். பணிவிடை செய்தார்கள். திரும்பி வந்தான்.

கான்டீனில் அமர்ந்தான்.

டிகால் பற்றிப் பேச ஆரம்பித்தான்.

கான்டீனின் மறு முனையில் ஒரு சிறு நளினமான விரல் அவனை நோக்கி நீண்டது.

அந்த விரலின் முனை துப்பாக்கி முனையாய்த் தோன்றி அவனைக் கொன்றது.

சிறுவேலை ஒன்று கிடைத்தது. அவன் வயது 34. அவன் ஒரு ஆராய்ச்சி உதவியாளன். சம்பளம் 538 ரூபாய். அவன் ஒரு ஜீனியஸ். (பத்து வருடம் ஆராய்ச்சி செய்யவில்லையா என்ன?) இது அவனுக்கேற்ற வேலை இல்லை. போனால் போகிறது. இதை நிரூபிக்க வேண்டும். அவன் தகுதியை உணரச் செய்ய வேண்டும். யாரை? ஒரு அறிவுஜீவியான பெண்ணை.

சிவப்புப் புடவையில் அசையும் அந்தப் பெண்ணை.

கறுப்பு லுங்கியில் நடக்கும் அந்தப் பெண்ணை. பற்கள் எடுப்பாகத் தெரியச் சிரிக்கும் அந்தப் பெண்ணை.

வந்தபோது மூக்குப் பொட்டுடன் வந்து, இப்போது ஸ்லீவ்லெஸ் ரவிக்கையில் வளைய வரும் அவளிடம்.

சதா படிக்கும் அந்தப் பெண்கூடத் தேவலை. புதிதாகச் சேர்ந்தவள்.

"நான் பத்து வருஷமாக இங்கே ஆராய்ச்சி செய்கிறேன்."

"ஓ! சந்தோஷம்."

"ஃப்ரான்ஸின் வெளிநாட்டுக் கொள்கைபற்றி."

"நல்ல ஆராய்ச்சிப் பொருள்."

"வெகு சீக்கிரம் முடித்துவிடுவேன்."

"சந்தோஷம்."

"என்னை நீ கல்யாணம் செய்துகொள்வாயா?"

முகமெல்லாம் சிரிப்புடன் விரலை நீட்டி, "உன்னையா?" என்றாள் அவள்.

விரலின் நுனியிலிருந்து நெருப்புக் கங்குகள் பறந்து வந்தன. சுற்றியும் நெருப்பை உமிழும் விரல்களே தோற்றமளித்தன.

"விரல்களை நீட்ட வேண்டாம்..." அவன் குரலெடுத்துக் கத்தி, உடைகளைக் களைந்தான்.

ஆராய்ச்சி செய்து களைத்தபோது பேச ஒரு சுவையான சம்பவம் உருவாகியது.

'சுதேசமித்திரன்' தீபாவளி இதழ் 1972

உடம்பு

சிவனுக்கு இயற்கையாகவே உடம்பில் ரோமம் இல்லையா அல்லது அண்டம் அதிர ஆடும் முன்னர் கர்மசிரத்தையாக மழித்து விட்டுக்கொண்டாரா என்று தெரியவில்லை.

பாலா ரெட்டிக்கு இந்தச் சந்தேகம் பல முறைகள் எழுந்தது. மேடையில் ஏறும் முன்னர் ஸோப்பைத் தடவி மீசையை மழிக்கும்போதும்; சட்டைப் பித்தான்களைக் கழற்றி, மழமழக் கும் மார்பைப் பார்க்கும்போதும்.

இந்திரா குப்தா ஆடும்போதெல்லாம் கூட சிவனாகவும், கிருஷ்ணனாகவும் ஒத்துழைப்பது பாலா ரெட்டிதான். புருவங் களைத் தீட்டி, உதட்டுச் சாயம் பூசி, உடம்பெல்லாம் மினு மினுக்க, நாபியிலிருந்து ஜீவ ஊற்றாய்த் தாளம் பெருக அவன் ஆடுவான். ஆடி முடிந்ததும் மேடைக்குப் பின் வருபவர்கள் இவனைப் பார்த்து "பிரமாதம்" என்று ஒரு வார்த்தையில் கூறி இந்திராவிடம் "மயிலாட்டம் கெட்டது போங்க! அப்படி ஒரு துள்ளல், ஓட்டம், ஆர்வம்" என்று கூறும்போதும், அவனை யும் மீறி அவன் நடையில், பேச்சில், உதட்டுச்சுளிப்பில் ஒட்டிக் கொண்டுவிட்ட பெண்மையை எண்ணி நாணும்போதும், சபையின் ஒரு மூலையில் "மேக்கப்போட்ட ஆம்பிளை" என்று சில கெக்கலிகள் உதிரும்போதும், நடனத்தின் ஆதாரம் ஒரு ஆண் தானா என்ற கேள்வியோடு, தன் ஆண்மையைத் தனக்கே, விச்வரூபமாய் எழுந்து, நிரூபித்துக்கொள்ள வேண்டிய நிர்ப் பந்தம் அவனுக்கு ஏற்பட்டது.

அறையின் மூலையில் உட்கார்ந்துகொண்டு, முழங்கால் மேல் மோவாயைப் பதித்துத் தலையை நிமிர்த்தி தன் விச்வரூபங்களை அவன் நிதமும் ரஸித்துக்கொள்வான்.

கனத்த குரலோடு, முறுக்கேறிய உடலோடு அவன் – தெருவில் நடந்தாலே பெண்கள் தங்கள் கற்பைப் பாதுகாத்துக்கொள்ள விரையும் பயங்கர உருவம். நடனமாடும் அவனைப் பற்றி "அந்த 'ஹோமோ'வா?" என்று கூறிய சொக்கலிங்கத்தின் சட்டைக் காலரைப் பற்றி இழுத்து "ஏய், யாருடா 'ஹோமோ'? உன் தங்கைக்கு உடம்புக்கு ஒன்றுமில்லையே?" என்பான்.

புஸுபுஸுவென்று மயிருடன், தொடை, கால், மார்பு எல்லாம் கருமையோடு மேடையில் அவன். சபையில் எங்கும் பெண்கள், பெண்கள், பெண்களே. சிவனைப் பார்த்து உருகிய பக்தைகள் போல.

இரவில் மூக்கில் விரலை வைக்கும் லலிதா. "இப்படியும் ஒரு புலிப் பசியா?" என்று சிணுங்கும் லலிதா. புலியின் பசியில் தன் பசியையும் ஆற்றிக்கொண்டு, உடல் துவள உறங்கும் லலிதா. புலியாய் பாலா ரெட்டி.

உலகத்தின் சலங்கை ஒலிகளை எல்லாம் தன்னுள் அடக்கிக் கொண்டு, ஒரு ராட்சச ஆமையாய் ஊர்ந்துவரும் அவன். கனத்த அழுத்தமான கோடுகளோடு உள்ள, தகர்க்க முடியாத பௌருஷத் தைப் போல ஆமை ஓடு.

நிதம் போல் அன்றும் தன் பிரம்மாண்ட ஸ்வரூபங்களைத் தரிசித்தாகிவிட்டது. காதைக் குடைந்துகொண்டான். அன்று பாரிஸி லிருந்து இருவர் அவனை ஒரு டாகுமென்டரி படத்துக்காகப் படம் எடுக்க வரப்போகிறார்கள். ஆண் நடனமாடுவதைக் காட்ட ஒரு உதாரணமாய் அவன். தாளத்தை ஆளும் பாலா ரெட்டி. ஏதோ ஒரு கலைச் சங்கம் செய்த ஏற்பாடு.

மாலை ஐந்து மணியிலிருந்து அவன் தயாராகத் தொடங்கினான். சிவப்பு நடன உடை. மார்பில் பெரிய ஹாரம். தடித்து வரையப்பட்ட புருவங்கள். சிவப்பு உதட்டுச் சாயம். கீழே தசைகள் விம்மும் இடத்தில் கங்கணங்கள்.

"லலிதா. . ."

"இன்னிக்கு ஒரு சின்ன ப்ரோக்ராம்"

அறைக்குள் எட்டிப் பார்த்துவிட்டுப் போய்விட்டாள் லலிதா. அவன் ஆடுவதில் அவளுக்கு ஒரு அலுப்பு. அவன் பெரிய வகுப்பு வைத்து, நட்சத்திரங்களுக்கும், மந்திரிமார் பெண்களுக்கும் நடனம் கற்பித்துச் சினிமாவில் நடன டைரக்டராய் வந்திருக்க வேண்டும் அவளைப் பொறுத்தவரை.

கலைச் சங்கக் கட்டிடத்தினுள் நுழைந்தான்.

6.30 மணி.

போட்டோ எடுக்கும் சாதனங்களுடனும் மற்ற கருவிகளுடனும் இருவர் வந்தனர்.

கலைச் சங்கக் காரியதரிசி வரவேற்றார்.

"இதுதான் ஆர்ட்டிஸ்ட்."

பாலா ரெட்டி எழுந்து வணங்கினான். கூப்பிய கைகளுடன். அவர்கள் இருவரும் அவனைப் பார்க்கவில்லை. புகைப்படம் எடுப்பதில் அவர்கள் நிபுணர்கள். புகைப்படம் எடுக்க அனுப்பப்பட்டவர்கள். ஆர்ட்டிஸ்டுடன் நேரத்தை வீணாக்குவதை அவர்கள் விரும்பவில்லை.

பாலா ரெட்டி அமர்ந்தான்.

கலைச் சங்கக் காரியதரிசியை அழைத்தார்கள்.

"இந்த அறையில் வெளிச்சம் போதாது. கீழே உள்ள எக்ஸிபிஷன் ஹாலில் எடுக்கலாமா?"

காரியதரிசி போய் ஒரு ரிஜிஸ்தரை எடுத்துவந்தார்.

"அந்த அறைக்கு நாளுக்கு இருநூறு ரூபாய் வாடகை. ஏர்கண்டிஷனர் 'ஆன்' பண்ணினா இருநூற்று ஐம்பது."

"நாங்கள் பேசின வாடகைக்கு மேல் ஒரு பைசாவும் தரமாட்டோம்."

"எங்களிடம் பேசின கான்ட்ராக்ட் பிரகாரம்..."

"டாம் யுவர் கான்ட்ராக்ட்!..."

"வாடகை..."

"ஒரு பைசா கூட..."

"ஏர் கண்டிஷனர்..."

"எனக்குப் பிரதம மந்திரியோட அப்பாயின்ட்மென்ட் இருக்கிறது..." வெறும் ஒலிகள், ஓசைகள். சிவந்த முகங்கள் விளக்கின் ஒளியில் நீலமாயும், ஊதாவாயும் மாற, சிறு பூனைக் கண்கள் ஒளிர, காரியதரிசியின் நீண்ட பற்கள் கருத்த முகத்தில் பளபளக்க, கைகளை மேலே தூக்கியும், காலைக் கீழே உதைத்தும், உதடுகளைக் குலுக்கியும், வளைத்தும், நாசி வியர்வையில் நனைய... வெறும் சப்தங்கள். குரங்குகள் பேசிக்கொள்வதைப் போல்.

மேக்கப்பும், பட்டு உடையுமாய் பாலா ரெட்டி வியர்வையில் நனைந்தான்.

படம்பிடிக்க வந்தவன் தன் கருவிகளைச் சேகரித்துக்கொண்டான்.

"நாங்கள் ரமாகலாவைப் படம் எடுப்போம். அவள் அழகாகவா வது இருக்கிறாள்."

போய்விட்டார்கள்.

"பாஸ்டர்ட்ஸ்" என்று வைதுகொண்டே காரியதரிசியும் போய்ச் சேர்ந்தார்.

அறையில் அமர்ந்துகொண்டிருந்தான் பாலா ரெட்டி. அறையெங் கும் விஷ்விஷ் என்று சாட்டையைச் சொடுக்கும் ஒலி ஆக்ரமித்துக் கொண்டிருப்பது போல் பட்டது. கண்ணுக்குத் தெரியாத, சொடுக்கப் படும் சாட்டைகள் இவனையே இலக்காக வைத்து வீசப்பட்டவை போல் தோன்றியது. இவன் உடம்பையே வெறுக்கும் ஆக்ரோஷத் துடன் அவை சீறிப் பாய்ந்தன. தோளில், மார்பில், இடையில், இடை யின் கீழ், தொடையில், தீட்டப்பட்ட விழிகளில், பூச்சுடன் கூடிய இதழ்களில் – சாட்டையின் நுனி, கொட்டிக்கொட்டி உதிரத்தை உறிஞ்சியது.

அவளிடம் இருப்பது எல்லாம் நல்ல உணவைத் தின்றதால் பூரித்து, விம்மும் இரு மார்பகங்கள்தாம். அவள் ஆடும்போது அவள் கல்லூரியில் பாஸ்கட்-பால் சாம்பியன் என்பது நன்றாகத் தெரிகிறது என்று ஒரு விமர்சகர் எழுதியிருந்தார் ஒருமுறை. ஆனால் அவள் பெண். மேடையில் ஏறி, கலையைக் காலில் மிதித்து துவம்ஸம் செய்ய அது ஒன்றே போதும். சபை பார்க்க விரும்புவது அவளைத் தான்.

மெல்ல எழுந்து மேக்கப்பைக் கலைத்தான்; நகைகளைக் களைந் தான். உடையை மாற்றினான்.

வெளியே வந்து நடக்க ஆரம்பித்தான் வீட்டை நோக்கி. உடனே வீட்டுக்குப் போகப் பிடிக்கவில்லை.

பாராகம்பா தெருவின் முனையில் உள்ள பார்க்கில் அமர்ந்தான். உட்காரப் போகும் முன், "என்ன ரெட்டி, என்ன இந்தப் பக்கம்?" என்று ராமுவின் குரல் கேட்டது.

"சும்மாத்தான்."

"இங்கே ஒரு டான்ஸ் கச்சேரி. நாகலக்ஷ்மிங்கற பொண்ணு. அப்பா மினிஸ்டிரி ஆப் எடுகேஷன்லே டெபுடி ஸெகரட்டரி. நம்பளை விமர்சனம் பண்ணச் சொன்னார்."

"எப்படி ஆடறா?"

"அழகா இருக்கா. அப்பா கலைப் பைத்தியம். அம்மா நல்ல வித்வாம்சினி. முன்னுக்கு வந்துடுவா. அமர்க்களமா ஆடறா."

“யாரு?”

ராமு விழித்தார்.

“என்ன ரெட்டி? ஏதாவது பார்ட்டியா?”

“இல்லியே. என்ன ஆடினா பொண்ணு?”

“யாரு பாத்தா? அப்பா டெபுடி செகரட்டரி. அம்மா...”

“நல்ல வித்வாம்சினி.”

“நீங்களே சொல்லிப்புட்டேளே?”

டெபுடி செகரட்டரி அப்பாவாக இல்லாவிட்டால் கூட ராமு விடம் நல்ல பெயர் வாங்கலாம். அவர் சுட்டிக்காட்டும் காரிய தரிசியிடம் ஒரு இரவு நடனத்தைப் பற்றிப் பேசினால் போதும். எந்த சபா காரியதரிசியும் பெண்ணாக – பாலாரெட்டியுடன் ஒரு இரவைக் கழிக்கும் பெண்ணாக – இல்லாதது பெரிய நஷ்டமே. தேவையெல்லாம் இரு மார்பகங்களும் ஓர் ஆணைத் தன் உடலில் நுழைத்துக்கொள்ளும் சக்தியுமே. பின்பே சலங்கையும், நடராஜரும்.

“அப்ப நான் கிளம்பறேன்.”

“இந்திரா குப்தாவோட ஆடறச்சே சொல்லுங்கோ”

“ம்.”

நடக்க ஆரம்பித்தான்.

“ஏதாவது பணம் குடுத்தாங்களா?” லலிதா கேட்டாள்.

“ப்ரோக்ராம் கான்ஸல் ஆயிடுத்து.”

பண்ணுருட்டியிலிருந்து இரண்டு மைல் நடந்தால்தான் திருவ திகை போக முடியும். அவன் தினமும் போவான். மூல மூர்த்தியையும் அம்மனையும் பார்க்க அல்ல. கோயில் மூலையில் நீண்ட திண்ணை யுடன் உள்ள இடத்தில், ஒரு சாதாரணப் புலித்தோலை இடுப்பில் அணிந்து, எல்லாவற்றையும் மீறிக்கொண்டு வெளிவந்த சுதந்திரப் பெருமிதத்துடன் ஆடும் நடராஜரைப் பார்க்க.

“அப்பா, நான் பரதம் கத்துக்கறேம்பா.”

“அடி செருப்பாலே! பொம்பிளையாடா நீ?”

தஞ்சாவூர் வரை ஓடி வந்து கற்றான். பின்பு டில்லிக்கு வந்தான். எல்லாம் அந்தப் புலித்தோல்காரன் ஊட்டிவிட்ட ஆசையில்.

“இன்னிப்போது இப்படி வீணாப் போச்சா?” லலிதா அலுத்துக் கொண்டாள்.

“நான் ஆடறேன். நீ பாக்கறியா?”

சிரித்தாள் லலிதா. பார்வை சட்டென்று பித்தான் திறந்த சட்டைப் பக்கம் சென்றது. அதன் கீழே வழவழத்த தொடைகள் மேல் அவள் கண் போகாவிட்டாலும், மனம் போகும். ஒன்றும் பேசாமல் தன் அறைக்குள் சென்று கிளாஸில் சிறிது விஸ்கியையும் தண்ணீரையும் விட்டுக்கொண்டான்.

சிறிது நேரத்தில் அறையில் கூரையைத் தொடும் ஓர் உருவம் நின்றது. உடம்பெல்லாம் சடை சடையாக மயிர். மயிரின் அடர்த்தியைப் பார்த்துக் கொண்டிருக்கும்போதே மெல்ல, மெல்ல இரு மார்பகங்கள் அதில் முளைத்தன. பாலா ரெட்டி இன்னொரு முறை கிளாஸை நிரப்பிக்கொண்டான்.

'கணையாழி' நவம்பர் 1973

தனிமையெனும் இருட்டு

அறையில் விளக்குப்போட அவளுக்கு மனம் வரவில்லை. அந்த வெளிச்சம் அவள் தனிமையைப் பிரகடனப்படுத்தும் என்று ஒரு மன உறுத்தல் அவளுக்கு எப்போதுமே அந்த இருட்டு பரவும் வேளையில் உண்டாகும். போடத்தான் வேண்டும் என்ற அவசியம் வரும்வரை அவள் சாதாரணமாக விளக்கைப் போடமாட்டாள்.

இந்த இருட்டு அவளுக்குப் புதிதல்ல. பெங்களூரில் அவள் வீட்டுப் பின்புறம் விசாலமாக நீளும். படிக்கட்டில் கன்னத்தைக் கையிலேந்தி அமர்ந்தவாறே நட்சத்திரத் துகள்களைப் பார்த்துக்கொண்டு, பல நட்சத்திரங்களை அவளே ஒன்று சேர்த்து, பூத்தேராகவும், முல்லைச் சரமாகவும், மலர் ஊஞ்சலாகவும் கற்பனை செய்துகொண்டு இருப்பாள்.

இரண்டு தென்னை மரங்கள் கோணாமாணாவென்று இலைகளை நீட்டிக் கொண்டு நிற்கும். ஒரு மரத்தின் இலைக் கொத்தின் கீழேதான் திடீரென்று கத்தி இவள் கவனத்தைத் திருப்பும் ஓர் ஆந்தை உட்காரும். அதன் ஒளிரும் கண்களைப் பார்த்துவிட்டு, தலையைத் தூக்கி நட்சத்திரங்களையெல்லாம் பார்ப்பாள். நட்சத்திரக் குவியலைப் பார்த்த கண்களுக்கு அந்த ஆந்தைகூட அழகுதான்.

முதுகில் வந்து இடிப்பாள் அம்மா. "சாயங்காலவேளையிலே, விளக்கேத்தாமே, கொல்லைக் கதவைத் திறந்துண்டு இது என்னடி வேலை? மூதேவி வருவாடி வீட்டுக்கு!"

"அம்மா பாரேன். எனக்குச் சின்னப் பொண்ணா இருந்தப்போ கருப்பிலே வெள்ளிப் பூப்போட்ட பாவாடை வாங்

கினியே, அதே மாதிரி அங்கே ஒரு பொண்ணு போட்டிண்டிருக்கா பாரு" என்று அவள் வானத்தைக் காட்டுவாள்.

"ஆமாம். தினம் பார்த்து ஒண்ணொன்னு சொல்லு. இருட்டுப் பிசாசு! எழுந்திருடி."

அலுத்துக்கொண்டே எழுந்து, கழுத்தை வளைத்து, ஆந்தையைப் பார்ப்பாள்.

"உனக்குதான் இருட்டை அனுபவிக்கக் கொடுத்து வைச்சிருக்கு. நான் போறேன்" என்பாள்.

"யாரோடேடி பேசறே?"

"ஆந்தைகிட்டே."

பெரிய கண்களை உருட்டி அம்மா விழிப்பாள்.

"நீயும் உன் அசட்டுக் கற்பனையும்! பாவாடையாம், ஆந்தை கிட்டே பேசறாளாம், போடி உள்ளே. இனிமே கொல்லைப் பக்கம் இருட்டிலே உட்கார்ந்தே, காலை உடைச்சுடுவேன்" என்று அம்மா திட்டுவாள்.

தினமும் அது நடக்கும்.

அந்தக் கொல்லைப்புற இருட்டில் அவளும் அவள் கற்பனைகளுமாய் அமிழ்ந்து கிடக்கும்போது அவள் மனத்தில் அம்மா, அப்பா, அண்ணா, அவர்கள் வீட்டு நாய் லில்லி எல்லோருமே வேறு மாதிரி தென்படுவார்கள். அம்மாவை அவள் பக்கத்து வீட்டு சுனந்தாவின் அம்மாவைப் போல் ரொம்பப் படித்தவளாகக் கண்ணாடி போட்டுக் கொண்டு இருப்பதைப் போல் நினைத்துக்கொள்வாள். கோடி வீட்டு அரை ஆள் உயர அல்சேஷன் போல் லில்லி மனத்தில் உருவாகும். அம்மா ரஸ்புஸ்ஸென்று இங்லீஷ் பேசுவாள். லில்லி வட்டாரத்தையே நடுங்க வைக்கும். அப்பா சினிமாவில் வரும் அப்பாக்களைப் போல் முதுகைத் தடவி "நீ இந்த வீட்டு விளக்கம்மா" என்பார். அண்ணா "பாசமலர்" சிவாஜி கணேசனாக மாறித் தங்கை என்றால் உயிரை விடுவான். அந்த இருளில் இவளைச் சுற்றி ஓர் அழகான, அவளுக்குப் பிடித்த உலகம் உருவாகும்.

மீண்டும் உள்ளே வந்து வழக்கமான அதிகம் பேசாத அப்பா, ஒன்பது கெஜப் புடவை அம்மா, "அருணா, நாளைக்குப் பரீட்சை எனக்கு. ராத்திரி ரேடியோ வைச்சே பல்லைத் தட்டிடுவேன்" என்று சொல்லும் அண்ணா இவர்களைப் பார்க்கும்போது, பளாரென்று முகத்தில் அறைவது போலிருக்கும்.

பல தடவைகள், அவள் மனதில் அவளே உண்டாக்கிக்கொள்ளும் தோற்றங்களுக்கும் நிஜமானவைக்கும் உள்ள இடைவெளியை எண்ணி பயந்தே அவள் தனியாக உட்கார பயப்படுவாள். அப்படியும்,

ஸ்வாமிக்குச் சந்தன அபிஷேகம் செய்யும்போது தலையிலிருந்து ஒழுகத் தொடங்கிப் பின் மளமளவென்று கீழே வரை வந்துவிடு வதைப் போல், வானத்துக்கு 'இருட்டாபிஷேகம்' – அது அவளாக ஏற்படுத்திக்கொண்ட சொல் – நடக்கும்போது அந்தக் கொல்லை வாசற்படியும் காற்றில் அசையும் தென்னை இலைகளும், கண்களை உருட்டிக் கீச்சிடும் ஆந்தையும் அவளை வாவாவென்று கூப்பிடும். இருட்டில் பலபேர் அவளைச் சுற்றியுள்ளதுபோல் படும்.

அப்படி ஒருநாள் அவள் உட்கார்ந்துகொண்டிருந்தபோதுதான், அம்மா சொன்னாள் : "இனிமே இப்படி எல்லாம் தனியா உட்கார வேண்டாமடி அருணா. உட்காருன்னாலும் இனிமே உட்கார மாட்டே. துணைக்கு ஆள் வரப்போறது."

"என்னம்மா சொல்றே?"

"பேரு ரங்கநாதன். அவ்வளவுதான் சொல்வேன்" என்றாள் அம்மா. அந்தச் செய்தி அமுத தாரையாய் நெஞ்சில் இறங்கியது. அவள் கற்பனைகளை எல்லாம் பகிர்ந்துகொள்ள ஒருவன் வரப்போகிறான். இருட்டில் உட்கார்ந்து கோத்த கனவு மாலை கழுத்திலேயே வந்து விழப்போகிறது. ஏதோ ஒரு வகையில் எதிலிருந்தோ விடுபட்டது போலிருந்தது. அவள் தனிமை ஆசையும், நானாவிதத் தோற்றங்க ளோடு இருட்டு அவளை அழைப்பதும், அவள் விருப்பப்பட்ட ஒன்றாக இல்லாமல் மெல்ல மெல்ல அவளை அச்சுறுத்திய விலங் கிட்ட ஒரு பழக்கமாய் அவளுக்குத் தோன்றத் தொடங்கியிருந்த சமயம் அது. ஜேப்படித் திருடனுக்கு வாய் பிளந்த பணப் பை ஒன்று துருத்திக்கொண்டு வெளியே தெரியும்போது, கை அரிப்பெடுப்பது போல், நடைமுறையைப் புறக்கணித்துக் கனவில் மூழ்கிவிடும் உணர்வு அவளை ஆக்கிரமித்துவிட்டதாக அவள் உணர்ந்தாள்.

ரங்கநாதன் !

"ஏன் பள்ளிகொண்டீர் ஐயா?" என்று நான் பாடினால் "என் பேரே ரங்கநாதன், வேறு என்ன செய்ய முடியும்?" என்று குறும்புத்தன மான புன்னகையுடன் கேட்பவராக இருப்பாரோ?

'அருணா ரங்கநாதன் ... அருணா ரங்கநாதன்'... ஆந்தை கத்தியது.

அருணா மெல்ல எழுந்து அம்மாவிடம் மற்ற விவரங்களைக் கேட்கப்போனாள் ... ...

புது தில்லியில் பெங்காலி மார்க்கெட் அருகில் இரண்டே இரண்டு அறைகளும், ஒரு சமையலறையும் உள்ள வீட்டுக்கு அவள் வந்து விட்டாள். தோட்டம் என்று சொல்லிக்கொள்ள முடியாத பத்தடி நிலம் வீட்டின் முன் இருந்தது.

சிறகுகள் முறியும்

பெங்களூரின் அந்த விசாலமான தோட்டமும், அச்சூழ்நிலையில் நெஞ்சில் ஊறிய கனவுகளும் மனத்திலிருந்து மறைந்துவிட்டனபோல் பட்டது.

வார்த்தைகளில் வெளியிட்டால் சோபையற்ற வெறும் செயல்களாக மாறிவிடும், உள்ளத்துக்குள்ளேயே சுவைத்துக்கொள்ளக்கூடிய பல அனுபவங்கள் அவளுக்கும் ஏற்பட்டன.

அவள் சமைத்துக்கொண்டிருக்கும்போது மெல்ல பின்னால் வந்து முகத்தைத் திருப்பி "வேர்வையைத் துடைக்க வந்தேன்," என்று சொல்லும் சாக்கு; திரைப்படத்தில் ஓடும் படம் கூடத் தெரியாமல் கரங்களின் இணைப்பில் மயங்கியது; இரவின் மங்கிய நிலவொளியில் 'இந்தியா கேட்' வரை நடந்துவிட்டு வந்து படுக்கையில் சாய்ந்தது – எல்லாமே மறக்க முடியாத அனுபவங்கள்தாம்.

மூன்று மாதங்களுக்குப் பின் ரங்கநாதன் மெல்லச் சொன்னான்.

"இனிமேல் மாதம் இருபது நாள் 'டூர்' போயிடுவேன். தனியா இருப்பியோ இல்லையோ?"

'ஆங்' என்று அயர்ந்து போனாள் அவள்.

"என்ன முழிக்கிறே? படிச்ச பெண்தானே நீ? லைப்ரரியிலே சேரு. நிறைய சிநேகிதிகள் ஏற்படுத்திக்கோ. அப்புறம் என்ன கவலை?"

"நானும் உங்களோட 'டூர்' வரமுடியாதா?"

"நான் என்ன ஹனிமூனா போறேன்? மண்டு! கணவன்-மனைவின்னா சினிமா சேர்ந்து போனாலும், பார்க்கிலே ரெண்டு மணி நாழிகை உட்கார்ந்து பேசிண்டும் இருந்தால்தான் வாழ முடியுமா என்ன? நான் 'டூர்' போனாலும் எப்போவாவது ஒரு நிமிஷம் உன்னை நினைச்சுப்பேன் பாரு, அதுதான் ஒரு மகத்தான நிமிஷம்" என்றான் அவன்.

அவளால் சமாளிக்க முடியும் என்ற நம்பிக்கை அவனுக்கு.

வீட்டுக்கு வேண்டியதை வாங்குவது, பணக் கணக்குவழக்கு எல்லாமே அவளால் திறமையாகச் செய்ய முடிந்தது.

தோழிகள் ஏற்பத்திக்கொள்வதுதான் அவளால் முடியவில்லை. பக்கத்து வீட்டில் ஒரு பஞ்சாபி தம்பதியர் இருந்தனர். தந்தூரி ரொட்டி எப்படிச் செய்வது, பூவேலை எப்படிச் செய்வது என்பதைத் தவிர வேறு விஷயம் அந்த பஞ்சாபிப் பெண்ணிடம் பேச முடியவில்லை. "இந்தப் படம் பார்க்கவில்லையா நீங்கள்? அருமையான கதை. ரெண்டு பேர் முதலில் காஷ்மீர்லே காதல் பண்ணுகிறார்கள். அப்புறம் கதாநாயகன் சிப்பாயாகப் போய்விடுகிறான். கதாநாயகி பாவம் தாயாகிவிடுகிறாள். (அதைத் தவிர வேறு வேலை என்ன கதா

தனிமையெனும் இருட்டு

நாயகிகளுக்கு?) குழந்தை ரகஸியமாகப் பிறக்கிறது. குழந்தையைப் போட்டுவிட்டுக் கதாநாயகி சோக கீதம் பாடிக்கொண்டு போய்விடு வாள். அது எப்படித்தான் மனம் வந்ததோ?" (அவளுக்கென்ன மனம் வருவது? டைரக்டர் சொன்னார். செய்கிறாள்) என்று அந்தக் கண்றா விக் கதையைச் சொல்லி, "அந்த காஷ்மீர்லே ஒரு பாட்டு பஹன்ஜீ" என்று இரண்டு வரிகள் தன் குரலில் பாடிக் காட்ட ஆரம்பித்து விடுவாள் அவள்.

தன் மனத்தில் உள்ளதை எல்லாம் கூறி, வெறும் துணையாக மட்டும் அல்லாமல் ஒரு ஆத்ம பலமாகவும் இருக்கக்கூடிய நட்பு ஏனோ அவளுக்கு ஏற்படவே இல்லை. சினிமா செல்லும் நட்பு, மார்க் கெட் செல்லும் நட்பு எல்லாம் அவள் மனத்துக்கு உகந்ததாக இருக்க வில்லை.

முன் அறையைப் புது மாதிரி அலங்காரம் செய்துவிட்டுத் திரும்பும் போது அதை ரஸிக்க யாரும் இல்லை என்ற உணர்வு ஏற்படும். மணக்கமணக்க மோர்க் குழம்பு செய்து, அப்பளம் பொரிக்கும்போது, தான் மட்டுமே அதைத் தனியாக அமர்ந்து சாப்பிட்டுவிட்டு, "மோர்க் குழம்பு பிரமாதம்" என்று சில சமயம் வாய்விட்டுச் சொல்லிக்கொள் ளப் போகிறோம் என்ற அலுப்பு ஏற்பட்டது. பல முறைகள் இப்படி மனம் சலித்துப்போனபோது, "அவர் இருந்தால் இப்போது என்ன செய்வார்?" என்று அவளே கேட்டுக்கொண்டு, அதை எண்ணி ரஸிக்கத் தொடங்கினாள்.

இன்றும் அதையேதான் செய்தாள். விளக்கைப் போடாமல் ஜன்னலருகே அமர்ந்து வெளியே பார்த்துக்கொண்டிருந்தாள். எதிர் வீட்டில் குழந்தையுடன் வெளியே கிளம்பிக்கொண்டிருந்தார் கள். முதலில் அவன் ஸ்கூட்டரை உதைத்துக் கிளப்பும் வரை ஒதுங்கி நின்ற அவள் பிறகு லாவகமாகப் பின்னால் அமர்ந்து, குழந்தையையும் நாசூக்காகப் பிடித்துக்கொண்டு போனாள்.

தானும் ரங்கநாதனுமாய் ஸ்கூட்டரில் போவதாய் அவள் எண்ணிக் கொண்டாள். நேரே லிட்டன் தெரு வழியாகப் போய் "இந்தியா கேட்" பக்கத்தில் உட்கார வேண்டும். அதன்பின் ராஷ்டிரபதிபவன்வரை போய்விட்டு வந்து 'ஒபராய்' ஹோட்டலில் போய் அங்கே கீழே இருந்த சிறிய சிற்றுண்டிசாலையில் இடம் கிடைக்கும்வரை, செயற்கை மலர் கள் மிதக்கும் தண்ணீர்த்தொட்டி அருகே அமர்ந்து பிரம்மாண்ட மான அறையை நோட்டமிடலாம்.

ரங்கநாதன் கேட்பான், "நாம் இங்கே வந்து ஒரு நாள் முழுவதும் இருக்கலாமா அருண்?"

"பணம் கொட்டிக் கிடக்கிறதோ?"

"வாழ்க்கை அனுபவிக்கத்தான், தெரியுமா உனக்கு?"

"இருந்தாலும் . . ."

"நான் பேசவே இல்லை உன்னோடு" என்று அவன் கோபமாய் எழுவான்.

"இல்லை, இல்லை, வரலாம் ஒரு நாள்."

"அப்படிச் சொல்லு."

அவள் மறுத்தும் அவ்வளவு ஆடம்பரமான இடத்திற்கு அவளை வற்புறுத்தி அவன் அழைத்துப் போவான்.

"ரங்கு என் முகத்தில் பௌடர் அதிகமா?"

"இல்லையே?"

"என் தலை கலைஞ்சிருக்கா?"

"கலைஞ்சா பரவாயில்லை. அதுதான் ஸ்டைல்!"

"ஐயே, விஷயம் புரியாமல் . . . அந்த மூலையில் இருப்பவர் ஏன் என்னையே முறைக்கிறார்?"

"எவன் அவன் முறைப்பவன்? அழகாக இருந்தால், முறைக்கிறதா?" என்று அவன் திரும்பப் போவான்.

"ரங்கு . . . ரங்கு ப்ளீஸ். திரும்ப வேண்டாம். நிஜமாகச் சொல்ல வேண்டும். நான் ஏதாவது தப்பாச் செய்யறேனா?"

அவன் ஏறிட்டுப் பார்ப்பான்.

பிறகு மிருதுவான குரலில் கூறுவான்.

"ஒரே தப்பு."

"என்ன?"

"தப்பு உன்னோடது இல்லே, . . . உன் கவர்ச்சி."

"ஐயோ . . ." என்று அவள் பெருமிதமாய்ச் சிரிப்பாள். அவள் அதிக அழகு இல்லை. ஆனால் அவன் சொல்வான் அடிக்கடி. "நீ அழகி இல்லை அருண். பெரிய கண்களும், கச்சிதமான அங்க அமைப்பும் உள்ள ஸ்டீரியோ-டைப் அழகிகளைப் பார்த்து அலுத்த கண்களுக்கு நீ ஒரு பெரும் வசீகரமானவள்."

இரவு அவன் தூங்கியபின் மெல்ல எழுந்து அவள் கண்ணாடி அருகில் நின்று கொண்டு தன்னைப் பார்த்துக்கொள்வாள்.

"மாஜீ . . . மாஜீ" என்று வாசலிலிருந்து வேலைக்காரியின் குரல் கேட்டது.

திடுக்கிட்டு விழித்தவள், அவள் நிஜமாகவே கண்ணாடி அருகில் நிற்பதைக் கண்டாள். 'பளிச் பளிச்' சென்று எல்லா விளக்குகளையும் போட்டாள். இருட்டில் அவள் மேல் வந்து கவிந்த மன மயக்கம் மறைந்தது போல் தோன்றியது.

கதவைத் திறந்தாள்.

உள்ளே வந்த வேலைக்காரி, "தூங்கிவிட்டீர்களா மாஜீ?" என்றாள் ஹிந்தியில்.

"வேலையைக் கவனி போ" என்றாள் அவளிடம்.

புத்தக அலமாரி அருகே சென்று ஏதோ புத்தகத்தை எடுத்தாள். கை புத்தகத்தை எடுத்துப் பிரித்தாலும், மனதில் பேசாத நிழற்படம் போல் பல கோணங்களில் ரங்கநாதன் உருவம் தோன்றி மறைந்து கொண்டிருந்தது. ஷேவிங் ஸோப்பை முகத்தில் அப்பிக்கொண்ட ரங்கநாதன்; சாப்பிட்டு முடித்தபின் தலையை நன்றாகச் சாய்த்துத் தண்ணீரைக் குடிக்கும் ரங்கநாதன்; சமையலறைக் குழாயைத் திறந்து கை அலம்பிக்கொள்ளும் ரங்கநாதன்; ஒருக்களித்துப் படுத்தவாறே புத்தகம் படிக்கும் ரங்கநாதன்; இரண்டு கைகளையும் தலைக்குப் பின் கட்டிக்கொண்டு படுத்தவாறே, அண்ணாந்து பார்க்கும் ரங்கநாதன்; பேப்பர் படிக்கும் ரங்கநாதன்; அதில் ஏதாவது ஹாஸ்யம் இருந்தால் வாய்விட்டுச் சிரிக்கும் ரங்கநாதன்; ஸோபாவில் நன்றாகச் சாய்ந்து கொண்டு சிகரெட் புகைக்கும் ரங்கநாதன்; வேஷ்டியில் ரங்கநாதன்; சில சமயம் இரவு தூக்கத்தில் சிறுபிள்ளைச் சிரிப்பு முகத்தில் அரும்பும் ரங்கநாதன்; காரியாலயம் கிளம்பும் ரங்கநாதன் ... வேண்டாம், வேண்டாம் என்றாலும் முடுக்கிவிடப்பட்ட படச் சுருளைப் போல் மனத்தில் அவன் தோற்றங்கள் மோதிக் கொண்டே இருந்தன. அவை வரிசைக்கிரமமாகச் சீராக வராமல், எல்லா தோற்றங்களும் திடீ ரென்று ஒரே சமயத்திலும் இல்லாவிட்டால் ஒரே தோற்றம் பல நிமிஷங்களும் தோன்றியவாறே இருந்தன.

தலை வலிப்பது போல் தோன்றியது.

வேலைக்காரியிடம் போய் "ஆகிவிட்டதா வேலை? எத்தனை நாழி?" என்று பரபரத்தாள்.

"மாஜிக்குத் தூக்கம் வந்துவிட்டது" என்று முன் தள்ளி இருந்த காவியேறிய பற்களைக் காட்டிச் சிரித்தாள் வேலைக்காரி.

அவளை வெளியே தள்ளாத குறையாக அனுப்பிக் கதவைச் சாத்தினாள்.

காலியாகக் கிடந்த ஸோபா, சாம்பல் தூள் நிரம்பாத சாம்பல் தாங்கி எல்லாம் கண்ணில் பட்டு, ஒரு புது கன பரிமாணத்தோடு காட்சியளித்து, நிசப்தமே பெரும் ஒலியாய் அவளைத் தாக்கியது.

தான் இரவு சாப்பிடவில்லை என்ற நினைவு வந்தது. வீணை இசை ஒன்றை ரிக்கார்டரில் போட்டுவிட்டு, ஒலியைப் பெரிதாக்கி விட்டு வந்தாள்.

கத்தரிக்காய் எண்ணெய் வதக்கலைத் தட்டில் போட்டுக்கொண்ட போது, அது ரங்கநாதனுக்கு எவ்வளவு பிடிக்கும் என்று எண்ணிக்

கொண்டாள். அவனும் உடன் இருந்தால் இந்தச் சாப்பாடு எவ்வளவு இனித்திருக்கும்!

"இந்தக் கத்தரிக்காயை எவ்வளவு கற்பனை அழகோடு நறுக்கியிருக்கிறாய் தெரியுமா?"

"இதில் என்ன கற்பனை அழகு வந்தது?"

"ஏதோ, என்னை மாதிரி ஒரு சாதாரண ஆசாமிக்கு இதெல்லாமே ஒரு அற்புதம்தான்"

"சாதாரண ஆசாமியா? ரியலி?"

அவள் சிரித்துக்கொண்டிருக்கும்போதே அவள் தட்டிலிருந்து அப்பளாம் மறைந்துவிடும்.

"என் அப்பளாம் எங்கே?"

அவன் சட்டைப் பையைத் தொட்டுப் பார்த்து "இல்லையே?" என்பான்.

"திருட்டு ... திருட்டு புத்தி."

"போலீஸ்லே புகார் செய்."

"அந்த ஹிட்ச்காக் கதை தெரியுமா, ரங்கு? கொலை செய்துட்டு, கோழிகளுக்கு அதை இரையாப் போட்டுடுவான். அப்புறம் போலீஸ்காரர்களுக்கே அந்தக் கோழிகளைச் சமைத்துப் போட்டு விடுவானே?"

தட்டில் எல்லாம் ஆறிப்போய்விடும். இவர்கள் சம்பாஷணை மாத்திரம் சூடாக நடக்கும்.

"ஐயோ, எல்லாம் ஆறிடுத்தே?"

அவள் கேள்வி எதிரொலித்தது.

"எல்லாம் ... ஆறி ...?"

அவளுக்கு விழிப்பு வந்தது. அவள் கேள்விக்கு யாரும் பதில் சொல்ல மாட்டார்கள்.

ஆனால் அவள் மனத்தில் ஓடிய கற்பனை சம்பாஷணையே ஏதோ இனம் புரியாத விதத்தில் அவளுக்கு இதமாக இருந்தது. அவள் தனியாகச் சாப்பிடவில்லை என்று தோன்றியது.

தட்டை எடுத்து வைத்துவிட்டு விளக்கை அணைத்தாள்.

படுக்கை அறைக்குச் சென்று, இசைத் தட்டின் ஒலியைச் சிறிதாக்கி விட்டுப் படுத்தாள். அவள் படுக்கை எதிரே ஜன்னல் வழியாக வானத்தில் பளிச்சிடும் நட்சத்திரங்கள் தெரிந்தன.

அவள் லேசாக மாறி, பறந்து சென்று 'ஐந்தாறு நட்சத்திரங்களை ஒன்று சேர்த்து' ஊஞ்சலாக்கி வீசி வீசி ஆட வேண்டும்போல் தோன்றியது. அங்கிருந்து கீழே பார்க்கும்போது தீப்பெட்டியால் செய்த பொம்மை வீடு போல் அவள் வீடு இருக்கும். இந்த வீணை இசையின் ஓசை மாத்திரம் மிதந்து வந்து அவள் காதில் ஒலிக்க வேண்டும்.

ஒருக்களித்துத் திரும்பி கையை நீட்டிப் பக்கத்தில் இருந்த மேஜையின் இழுப்பறையைத் திறந்தாள். சற்று எம்பி, அதன் உள்ளே இருந்த நாட்குறிப்புப் புத்தகத்தை எடுத்தாள்.

இசைத்தட்டு இயங்க ஏற்றப்பட்ட ரேடியோவின் மங்கிய விளக்கொளியில் பக்கங்களைப் புரட்டினாள். ஒரு பக்கத்தில் இருந்த அந்த மல்லிகைச் சரம் அப்படியே இருந்தது. முதன் முதலாக ரங்கநாதன் வாங்கித் தந்த சரம் அது. இன்னொரு பக்கத்தில் அவனை நிற்க வைத்து அவள் எடுத்த புகைப்படம். அதில் அவன் முகமெல்லாம் புன்னகை.

"இந்தக் கணத்தின் இனிமையைப் பங்குபோட்டுக்க முடியாமல் எங்கேயோ இருக்கேளே? இது திரும்ப வருமா? உம்?" என்று கேட்டாள் அந்தப் புகைப்படத்திடம்.

அதைக் கேட்ட மறுவினாடியே, குளிர்காலத்தில் கம்பளிப் போர்வையுள் புகுந்துகொண்டு அந்த வெப்பத்தை அனுபவிப்பது போல், அவளும் அவள் எண்ண ஓட்டங்களுமாய் அந்த இருட்டில் மெதுவாக ஒலிக்கும் வீணை இசையின் நடுவே அந்த சிந்தனை வடித்த பிம்பங்களை மேலே போர்த்திக்கொண்டு இருக்கும்போது, அங்கே ரத்தமும், தசையும், உருவமும் உள்ள ரங்கநாதனுக்கே இடமில்லை போல் அவளுக்குப் பட்டது.

வீணை ஓசை நின்றதும், ரிகார்டை அணைத்துவிட்டுப் பக்கத்தில் இருந்த தலையணையை அணைத்தவாறே உறங்கிப்போனாள்.

மறுநாள் காலை கண் விழித்தபோது, தாங்க முடியாத உற்சாகம் அவள் நெஞ்சில் ஊறிக்கொண்டிருந்தது.

அப்படித் தனியாக இருந்துகொண்டு, சம்பாஷணைகளையும், செயல்களையும், அர்த்தமுள்ள மௌனங்களையும் அவளாகவே பிறப்பித்துக்கொண்டு இருப்பதே ஒரு சுவையாகப் பட்டது.

எட்டு மணிக்குள் வேலையை முடித்துவிட்டாள். கனத்த திரைகள் ஒரு மூலையில் ஒதுக்கப்பட்டவாறிருந்த ஜன்னல்கள் கண்களில் பட்டன. தன்னுடைய சொந்த உலகம் ஒன்றை மற்றவர் கண்களிலிருந்து மறைப்பது போல், எல்லா திரைகளையும் இழுத்துவிட்டாள். மெல்லிருட்டு அறைகளில் பரவியது.

சாய்வு நாற்காலியில் சென்று அமர்ந்தாள். எதிரே இருந்த டீப்பாயை அருகில் இழுத்துப்போட்டுக்கொண்டு, அதன் மேலிருந்த

சீட்டுக்கட்டைப் பிரித்து 'ஸாலிடேர்' ஆட ஆரம்பித்தாள். இரண்டாட்டம் . . . மூன்றாட்டம் . . . நான்காட்டம் . . . ஒருதடவையும் ஒழுங்காக வரவில்லை.

ரங்கநாதன் சிகரெட் புகைத்தவாறே, சோபாவில் சாய்ந்து கொண்டு இவள் ஆடுவதைப் பார்த்துக்கொண்டிருந்தால் . . .?

"உனக்கும் பொறுமைக்கும் ரொம்ப தூரம் அருண். ஆடுவதை நிறுத்து"

"பொறுமையே கூடாது ரங்கு. வாழ்க்கை ரொம்ப குறுகியது. எல்லாத்தையும் வேகத்தோட, சூட்டோட, ஆசை அடங்கிப் போறதுக்கு முன்னே அனுபவிக்கணும். ஆசைகளுக்குக் கட்டுப்பாடே இருக்கக்கூடாது. ஓட்டம் . . . ஓட்டம் . . . ஓட்டம் . . . ஓடி களைச்ச அப்புறம்தான் நிதானம் வேணும். ஓடறப்போ தடுக்கி விழணும். எழுந்திருக்கணும். திருப்பி ஓடணும். அதை விட்டுட்டு விழக்கூடாதேன்னு ஒவ்வொரு அடியா எடுத்து வைக்கிற வாழ்க்கை என்ன வாழ்க்கை?"

"இவ்வளூண்டு உருவத்துக்குள்ளே இப்படி ஒரு புயல் வேகம் எப்படிப் புகுந்துண்டது?"

அவள் சிரிப்பாள்.

பிறகு துள்ளி எழுந்தாள்.

"என்ன சமாச்சாரம்?"

"ஒரு புது ஸ்வீட் பண்ணப்போறேன்".

"இப்போ என்ன அவசரம்?"

"இப்போ நினைச்சேன். இப்பவே பண்ணியுடணும். எதிர்காலத்துலே எனக்கு நம்பிக்கை இல்லே ரங்கு. இப்போவே . . . இந்தக் கணமே . . . நான் நினைச்சது நடக்கணும்."

"அம்மம்மா! சரி, இந்த சாம்பலைக் கொட்டிடு சூறாவளியே!"

சாம்பல் தாங்கியைக் கையில் எடுத்தாள். அப்போதுதான் அது வெறுமையாகக் கிடப்பது தெரிந்தது. அன்று ஏனோ அது மனத்தில் உறுத்தவில்லை. அது நிரம்பியிருப்பது போலவே எண்ணிக்கொண்டு, எடுத்துப் போய்க் கழுவி சிறு மேஜை மேல் வைத்தாள்.

பெண்களுக்கான ஆங்கில இதழின் சமையற் குறிப்புப் பக்கத்தைப் பிரித்து, புது இனிப்புப் பண்டம் ஒன்றைச் செய்ய ஏற்பாடுகளையும் செய்தாள். செய்து முடித்துவிட்டு அதற்கு அழகூட்ட, பாதாம் பிஸ்தாப் பருப்பை அதன்மேல் அலங்காரமாய் வைத்தபின் "அம் மாடி" என்று மூச்சு விட்டாள்.

தட்டில் சிறிது போட்டுக்கொண்டு சுவைத்து, "அருண், பிரமாதமடி" என்று கொண்டாள்.

நான் என்னமாய்ச் சமைக்கிறேன் தெரியுமா? அனுபவித்தவனுக்குத் தானே தெரியும் என்றேளா? ஏன் இத்தனை நாள் நான் சமைத்ததில் என்ன குறை? அந்த முந்திரிப் பருப்பு பர்பி நினைவில்லை? ராத்திரி ஒரு மணிக்கு எழுந்து, கேட்டு வாங்கிச் சாப்பிட்டவராயிற்றே! போறும், போறும் உங்கள் ஜம்பமெல்லாம் . . .”

தட்டில் இருந்ததைச் சாப்பிட்டவாறே அவள் சிரித்துக்கொண்டாள். “வெறும் வாயரட்டை” என்று செல்லமாய்க் கடிந்துகொண்டாள்.

பன்னிரெண்டு மணிக்கு வேலைக்காரி வந்ததும் “இனிமேல் நீ வர வேண்டாம்” என்றாள் ஹிந்தியில். யாரையுமே வீட்டிற்குள் விடக்கூடாது என்ற ஒரு எண்ணம் அவளை ஆக்கிரமித்துவிட்டது காலையிலிருந்து.

“என் வேலை சரியில்லையா? பாபுஜியைக் கேளுங்கள் மாஜி. உங்களைக் கல்யாணம் பண்ணிக்கொண்டு இங்கே வரதுக்கு முன்னாலிருந்து நான்தான் அவருக்கு வேலை செய்கிறேன். ரொட்டி கூடப் பண்ணித் தருவேன் மாஜி.”

“அதெல்லாம் இல்லை. நீ வேண்டாம். அவ்வளவுதான்.”

“இருக்கட்டும் பாபுஜி வந்ததும் நான் பேசிக்கறேன்” என்று நொடித்துவிட்டுப் போனாள் வேலைக்காரி.

அந்த நொடிப்புகூட இவளுக்குச் சிரிப்பை வரவழைத்தது.

செய்தித்தாளைப் பிரித்து என்னென்ன படம் ஓடுகிறது என்று பார்த்தாள். ‘ரிவோலி’யில் லாரல்-ஹார்டி படம் ஓடிக்கொண்டிருப்பதாகப் போட்டிருந்தது.

முகம் கழுவிக்கொண்டு, உடை மாற்றிக்கொண்டு கிளம்பினாள்.

ரங்கநாதன் இருக்கும்போதுகூட அவர்கள் இருவரும் சேர்ந்து சென்றதில்லை. அவன் காரியாலயத்திலிருந்து வந்து இவளைக் கூட்டிச்செல்ல நேரமாகிவிடும் என்று, அவன் காலையில் கிளம்பிய உடனே போய் இவள் டிக்கட் வாங்கி வந்துவிடுவாள் மாலை ஆட்டத்துக்கு. அவளுக்கு விளக்கை அணைத்த பின் காட்டும் விளம்பரங்களைக் கூட விட மனது வராது. அதனால் மத்தியானச் சாப்பாடு அனுப்பும்போது அவன் டிக்கெட்டை வைத்து அனுப்பிவிடுவாள். முன்னாலேயே போய் சரியாகக் கொட்டகையில் விளக்கணையும் நேரம் சென்று உள்ளே உட்கார்ந்துவிடுவாள். பாதி லக்ஸ் ஸோப் விளம்பரம் காட்டும்போதோ, அல்லது படம் ஆரம்பித்து நடிகர்கள் பெயர்கள் காண்பிக்கப்படும்போதோ,

“அருண், நீதானே?” என்ற கிசுகிசுப்புடன் அப்போதுதான் புகைத்து முடித்த சிகரெட் மணத்துடன் அவன் வந்து அமருவான்.

பதில் கூறாமல் அவன் கரத்தை எடுத்துத் தனதுள் வைத்துக்கொள் வாள் அவள்.

"அருண்தானே?"

"வேறுயார் உங்கள் கையை இப்படிப் பிடிச்சுண்டு படம் பார்ப்பா?"

"இப்படிக் கஷ்டமான கேள்வியெல்லாம் கேட்கலாமா? அப்படி நிறைய பேர் பார்ப்பாளே?" என்பான் அவன் தமாஷுக்காக.

"பரவாயில்லை. தற்சமயம் உங்க பக்கத்திலே இருப்பது அகில உலகம் போற்றும் அருணாதான்."

"தன்யனானேன். தன்யனானேன்."

"பக்தா படத்தைப் பார். பின்பு உன் குறைகளைக் கேட்போம்."

"வாய் . . . வாய்" என்று அவன் இவள் கையில் கிள்ளிவிடுவான்.

ஞாயிற்றுக்கிழமை அன்று கூட அவள் அவனுடன் போகமாட்டாள். "மெதுவா கிளம்பினா டிக்கெட் கிடைக்காது. நான் முன்னாலே போறேன்" என்று பறப்பாள். அவனுக்கே உரிய நிதானத்துடன் கிளம்பி, கொட்டகை வாசலில் ஆயிரம் சாபம் கொடுத்துக்கொண்டு நிற்கும் அவளுடன் அவன் சேர்ந்துகொள்வான்.

ஆகவே அன்று கிளம்பியபோது தனியாகப் படம் பார்க்கப் போகிறோம் என்ற உணர்வே இருக்கவில்லை அவளுக்கு.

டிக்கெட் வாங்கிக்கொண்டு உள்ளே சென்று உட்கார்ந்து படம் காண்பிக்க ஆரம்பித்தபோதுகூட அங்கு கண்ட ஒவ்வொரு ஹாஸ்யக் காட்சிக்கும் ரங்கநாதன் என்ன சொல்லலாம் என்று அவளே நினைத்துக்கொண்டாள். உண்மை ரங்கநாதன் படத்தை ரஸித்திருப்பானோ மாட்டானோ, இவள் மனத்தில் அவன் வயிறு வலிக்கச் சிரித்துக் கொண்டிருந்தான்.

ரங்கநாதன் கரத்தைப் பற்றிக்கொண்டு படம் பார்த்த உணர்வுடனேயே அவள் வெளியே வந்தாள்.

குளிர்கால ஆரம்பமாதலால் ஆறரை மணிக்கே இருட்டிவிட்டிருந்தது. வண்டியில் ஏற மனமில்லாமல் மெல்ல நடக்கலானாள். சரிகை வேலை செய்த நைலான் புடவை அணிந்து இடுப்புச் சதை குலுங்கும் பருத்த பஞ்சாபிப் பெண்களும், "எங்கு போனாலும் நாங்கள் மாற மாட்டோம்" என்று பறை சாற்றிக்கொண்டு அகலச் சரிகை போட்ட பட்டுப்புடவைகளோடு "எங்காத்துக்காரருக்கு . . ." என்று இழுத்துக் கொண்டு செல்லும் மதறாஸிப் பெண்களும், வெளியில் நின்றுகொண்டு 'ஸாஃப்டி' ஐஸ்க்ரீம் வாங்கித் தின்னும் கூட்டமும், வெளிச்சமும், வண்ணக் கோலமுமாய் கனாட்ப்ளேஸ் நிரம்பி வழிந்தது.

அவ்வளவு பெரிய கூட்டத்திலும் தன்னைச் சுற்றி ஒரு வட்டம் வரைந்துகொண்டு, எதிலும் ஒட்டாமல் அவள் நடந்தாள்.

வீட்டை அடையும்போது ஏழு மணியாகிவிட்டது.

கதவைத் திறந்து உள்ளே நுழையப் போனபோது கதவடியாகச் செருகியிருந்த கடிதம் காலில் தடைபட்டது. விளக்கைப் போட்டுக் குனிந்து எடுத்தவள், கையெழுத்தைப் பார்த்தே ரங்கநாதனுடையது என்று தெரிந்துகொண்டாள்.

அவன் அதிகம் எழுத மாட்டான்.

அருணாவுக்கோ எழுதாமலே இருக்க முடியாது. அவன் காலையில் போய்விட்டால் மத்தியானம் சாப்பாடு அனுப்பும்போதுகூட தினம் அதில் ஏதாவது ஒன்றை எழுதி அனுப்பவேண்டும் அவளுக்கு.

" 'ஆனந்த விகடனி'ல் ஒரு கதை படித்தேன். அற்புதமாக இருந்தது. நீங்கள் வரும்வரை இதைச் சொல்லாமல் இருக்கப் பொறுமை இல்லை" என்றோ,

"இன்று கூட்டு பிடித்திருந்தால் எனக்கு வரும்போது ஸ்வீட்ஸ் வாங்கி வரவும்" என்றோ,

"ஒரே 'போர்' ரங்கு. கையைச் சுட்டுக்கொண்டு விட்டேன். ஒரே எரிச்சல்" என்றோ எதையாவது எழுதாவிட்டால் அவளுக்குத் தலை வெடித்துவிடும்.

அவன் எழுதினாலும் எண்ணி பத்தே வரிகள்தாம்.

"அன்புள்ள அருண்,

இந்த முறை நீ ஏன் ஒரு கடிதம்கூடப் போடவில்லை? உடம்பு சரியில்லையா? எனக்கு இங்கு ஒரே வேலை. நேரத்தையெல்லாம் பணமாக்கிக்கொண்டிருக்கிறேன். நான் ஞாயிற்றுக்கிழமை காலை வருகிறேன்.

உன்

ரங்கு"

கடிதத்தைப் படித்துவிட்டு சோபாவில் உட்கார்ந்துகொண்டாள்.

ரங்கநாதன் மறுநாள் வரப்போகிறான். உற்சாகம் ஏன் பீறிட்டுக் கொண்டு வரவில்லை?

எல்லா விளக்குகளையும் படபடவென்று அணைத்துவிட்டுப் படுக்கையில் சென்று சாய்ந்தாள். தலையணை அருகேயே இருந்த நாட்குறிப்புப் புத்தகம், ஜன்னலுக்கு வெளியே தெரிந்த தாரைகள் எல்லாம் திடீரென்று அவளைச் சுற்றி உரிமையுடன் சேர்ந்துகொண்டனபோல் பட்டது. மனத்தினுள் ஒரு ரங்கு இவற்றை எல்லாம் அவளுடன் ரஸித்துக்கொண்டிருந்தான்.

அந்தக் கடிதத்தில் இருந்த ரங்கநாதன் யாரோ போல் தோன்றியது.

அவளாகவே ஜோடித்த ஒரு அழகிய உலகினுள் புகும் வெளியாளாய் அந்தக் கடித ரங்கநாதன் தோன்றினான். அவள் மனத்தில் தோன்றிய சம்பாஷணைகள், ஊடல்கள் எல்லாம் அவள் சொத்து போலவும், அவன் அதைப் பறிக்க வருபவன் போலும் அவளுக்குப் பட்டது.

அந்த இதமான இருட்டில் தலையணையை அணைத்துக் கொண்டு, தனியாக, தன் மனத்தின் கற்பனைகளோடு நிதம் உறங்கி வாழும் வாழ்வை மாற்றிக்கொள்ள முடியாத ஒரு பலவீனம் அவளிடம் பிறந்தது.

கூடாது. இவை அவள் கற்பனைகள். அவளுக்கே உரியவை. நிஜம் அவளுக்கு வேண்டவே வேண்டாம், இந்த ரகஸிய பூரிப்பே, இந்த சுகானுபவமே போதும்.

மற்ற சிறு விஷயங்களை உடனே தீர்மானம் செய்து அந்த நிமிடமே நிறைவேற்றத் துடிக்கும் அந்த வேகத்துடனேயே, அந்தக் கவனமின்மையுடனேயே அவள் ஒரு பெரிய விஷயத்தையும் மனத்தினுள் தீர்மானித்தாள். எந்த வகையில், எப்படி அது அவளுக்கு உதவும் என்று எண்ணியும் பார்க்காமல், அந்த முடிவு ஒன்றுதான் அவள் எடுக்க முடியும் என்ற உறுதியுடன் அவள் இயங்கலானாள்.

கைநீட்டி மங்கிய விளக்கைப் போட்டாள். மெல்ல எழுந்து அலமாரியைத் திறந்து நோட்டம் விட்டாள்.

மாமனார் ஒரு முறை வந்தபோது, அவருக்காக வாங்கிய தூக்க மருந்து மாத்திரைகள் கொண்ட புட்டியை எடுத்தாள்.

அதைப் படுக்கையில் தலையணை அருகே வைத்தாள்.

"ரங்கு, நானும் நீயுமாகச் ஜோராகச் சேர்ந்தே இருக்கலாம்" என்று சொல்லிக்கொண்டாள்.

பீரோவைத் திறந்து ஒரு முறை டெல்லியைச் சுற்றியுள்ள இடங்களுக்குச் சென்றபோது சந்திகரில் எடுத்த இளம் பச்சைப் புடவையை அணிந்துகொண்டாள். கண்ணாடி அருகில் சென்று தலையைச் சீர் செய்துகொண்டாள். ஒரு பெரிய பிரயாணத்துக்கு முஸ்தீபுகள் செய்வதுபோல் எல்லா அறைகளுக்கும் சென்றுவிட்டு வந்தாள்.

பிறகு விளக்கை அணைத்துவிட்டுப் படுக்கையில் படுத்துக்கொண்டாள்.

அவள் கற்பனைகள் தோன்றவே காரணமாக இருந்த ரங்கநாதன் எங்கோ விலகிப்போக, அவள் கற்பனையில் பேசி விளையாடி மகிழ்வித்த ரங்கநாதன் மனத்தில் நிறைந்துகொண்டான்.

தன் அருமையான உலகம் ஒன்றைக் காப்பாற்றிக்கொள்ளும் அசுர வெறியுடன் புட்டியைத் திறந்து ஒவ்வொரு மாத்திரையாக விழுங்கினாள்.

அவளும், ரங்குவும் இறக்கை முளைத்துப் போய் நட்சத்திரங்களைப் பறித்துக் கூடையில் போட்டுக்கொள்வதைப் போல் தோன்றியது.

திடீரென பெங்களூரின் விசாலமான கொல்லைப்புறம் மனத்தில் விரிந்தது. தென்னை இலைகளின் அசைவுக்கு நடுவே கண்களை உருட்டி விழிக்கும் ஆந்தையின் கூவல் காதில் ஒலித்தது. தாரகைகள் சரம் சரமாய்க் கண்முன் தொங்கின.

நட்சத்திரங்கள் திடீரென அருகே வந்தது போல் தோன்றியபோது தலையணையைக் கை அணைத்துக்கொள்ள, அவள் உறங்கியே போனாள்.

'கணையாழி' தீபாவளி இதழ் 1970

ம்ருத்யு

அந்தக் கடிதத்தைப் படிக்க இப்போது அவசரம் ஒன்று மில்லை. அப்பாவுடையதுதான்.

எழுபது வருடங்கள் வாழ்ந்த பாரம் முன்னால் உள்ள இருளை நோக்கித் தள்ள, சின்ன ஜலதோஷம், கால்வலி, கண் பார்வை மங்கல், தும்மல், மலச்சிக்கல் எல்லாமே அந்த இருளை நோக்கிப் பிரியும் பாதைகளாக, பிரம்மாண்ட சூசகங்களாக அவருக்குத் தோன்றி ஒவ்வொரு கடிதத்திலும் அந்த பயத்தின் நிழல்களையே அவர் காட்டுவார். அப்பாவின் சாவு பயம் நீண்ட விரல்களாய் விரிந்து, வளைந்து கூரிய நகங்களோடு, வெட்ட வெட்ட வளரும் சதைத் தோற்றங்களாய் அவளையும் வளைத்ததுண்டு.

ஒவ்வொரு உறக்கத்திலும் . . . . . .

தூரத்தில் முணுமுணுப்பாய்ப் பிறந்து, பின் ஓங்காரமாய் எழும் கோவில் மணியின் பின்னணியில் தட்டுத் தடுமாறி நடக்கையில், இருளைக் கரங்களால் துளைத்துக்கொண்டு முன்னேறுகையில் . . . "அது" வரும். ஓநாய்க் கண்களோடு, கண்களின் ரத்தம் அவள்மேல் பாய்வது போல், முகத்தில் நாகப் பழம் நாகப்பழமாய் கட்டிகளோடு, கரங்களை விரித்துப் பார்வையை அவள் மேல் ஒழுகவிட்டு வரும். உடலெல்லாம் ஜில்லிக்கும். மூச்சு அடிவயிற்றில் இறங்கி உறைந்துபோகும். மரத்தன்மை மேலே கவிந்து, கால்கள் நடக்க மறுத்து, "அது" இன்னும் ஓரடி மேலே வரும்போது . . .

"ஆ . . ." என்ற வீறல். அவள் விழித்துக்கொள்வாள். சுற்றி யுள்ள இருளில் "அது" நெருங்கி வந்தவாறே இருக்கும்.

எல்லாவித பயங்கர ரூபங்களோடும். ஐந்து வயதில் ஏத்மானூரில் பார்த்த எலி கடித்த முகமாய், அம்மை வடுக்களின் பாளங்களோடு வெறியுடன் துரத்திய காமுகனின் தடித்த உதடுகளாய் "எனக்கும் மென்மை உணர்ச்சிகள் உண்டு" என்று ஆத்திரமாய்க் கத்தியவாறே அவளை அறைய வந்த அப்பாவின் மயிர் அடர்ந்த பாம்புக் கரமாய்... வேர்வை கொட்ட, போர்வையை உதறி எழுந்து விளக்கைப் போடுவாள்.

அப்பாவின் கடிதத்தைப் பிரித்தாள்.

கண் வலி...... பெரியப்பா பிள்ளை பி.ஏ. படித்த பெண் கேட்டு ஸ்கூல் ஃபைனலை மணந்த காதை ...... எவர்ஸில்வர் பாத்திரம், சீர் கணக்கு...... ராம நவமிக் கச்சேரி...... என்னது?

ம்ருத்யஞ்ச ஹோமமா?

அவள் வர வேண்டுமாம். பிரம்மாண்ட ஹோமமாம். சாவை எதிர் கொள்ளும் நாளை ஒத்திப்போட, நக்கித் தின்னும் நாயாய் மிச்ச வாழ்வை பயமில்லாமல், கல்லடி விழும் என்ற தியானம் இல்லாமல் நக்க.

அப்பாவின் ஜனனம் எப்போது உண்டாயிற்று?

ரத்தக் குழம்பில் முழுகி, நாபிக் கொடி அறுக்கப்பட்டு, ஒரு விதவையின் கடைசி நெருக்கத்தின் சின்னமாய் உதித்த ஜனனம் அல்ல. அவரைச் சுற்றியும் உள்ள வாழ்வுக்கு அவர் எடுத்த ஜனனம். நீலப் பச்சையாய், பழுப்பாய், பனி மலையாய்ச் சுற்றியுள்ள மலைத்தொடர்களுக்கு, ரஸ குண்டாய்ப் பூக்கும் ரோஜாக்களுக்கு, காலை வேளையின் கடமையாய் அவர் பார்க்கும் நெருப்புச் சுடரின் மென் சிவப்புக்கு, காப்பித் தோட்ட கணக்கு வழக்கைப் பார்க்கப் போகும்போது வெண் துகிலாய்ப் பூத்துக் கிடக்கும் காப்பிப் பூக்களுக்கு...... இதற்கெல்லாம் அப்பா ஜனனம் எடுத்தாரா?

"அப்பா, மலையைப் பாத்தியா அப்பா? ஒரே பச்சை. மனசை என்னமோ பண்றதுப்பா. பிரம்மாண்டமா, ஒரே வீச்சுலே வளர்ந்த மாதிரி, மானத்தை முட்டிண்டு, நான் என்னமோ சின்னதாயிண்டே போய் இல்லாமலே போயிடற மாதிரி தோணறதுப்பா. மலைமேல நடக்கலாமாப்பா?"

"அதெல்லாம் வேண்டாம்மா. விழுந்தா எலும்பே கெடைக்காது. உள்ளே போயிடு. மலையைப் பாத்தாச்சு இல்லியா? உள்ளே போய் ஹோம் வர்க் பண்ணு."

ராத்திரி வேளை.

ஐந்து முனைகளை நீட்டிக்கொண்டு, வெள்ளிச் சதங்கை மணிகளாய்ப் பூத்த தாரகைகள் படர்ந்த வானம். மெல்ல, மிக மெல்ல,

அந்த வெண் பஞ்சு இடையில் ஊர்கிறது. அந்தக் கருநீலமும், வெள்ளியும், வெண்மையும் உள்ளெல்லாம் ஊடுருவிப் பாய்கிறது. கண்களில் நீர் பொங்குகிறது.

"குழந்தை ராத்திரியைப் பாத்து பயந்துட்டா. அழறா பாரு. இருட்டோல்லியோ? என்ன இருட்டு பாரு சுடுகாடு மாதிரி."

மலையடிவாரத்தில் ஒரு பஸ் ஸ்டாப்பில் இரவு பஸ்ஸுக்காக அப்பா, அம்மா, அவள் மூவரும் நின்றுகொண்டிருந்தபோது இது நடந்தது.

"எனக்கே பயமா இருக்குடி. எங்கேயோ, இந்த ஜயில் மாதிரி இருக்கற மலை நடுவிலே, இருட்டுலே இந்தப் பனியிலே செத்து வெச்சா என்ன ஆகும்?"

"சும்மா இருங்கோ நீங்க."

எல்லாவற்றையும் தத்தம் செய்துவிட்ட துறவிகள்போல, அகல விரிந்து நீண்டு மஹா சுதந்திரத்தோடு படுத்துக் கிடந்த மலை ஒன்றின் உச்சியில், அதன் கபாலப் பிளவில் அவள் ஒரு முறை ஜனித்தாள்.

அந்தச் சிறு பள்ளியில் அவள் ஆசிரியையான புதிது. இதுவரை தடை செய்யப்பட்ட மலையின் மேல் அவள் ஏறினாள். "விழுந்தால் எலும்புகூட கிடைக்காது ..." அப்பாவின் குரலும் மலை ஏறியது அவளுடன்.

அந்தத் தனிமையில் துக்கங்களும், அவமானங்களும் ஏக்கங்களும் துணை வந்தன. அவள் எவ்வளவு சோகித்துப் போயிருக்கிறாள்!

"ரங்கா... மலை மேல் என்னைத் துரத்துகிறாயா......?" என்று கேட்டுக் கொண்டாள். கையில் ஒரு மோதிரம் ஏற்றின ரங்கா.

"இந்த அனுபவத்தை வெறும் வார்த்தையா ஆக்காதே லீலு."

"எனக்கு மலை ஏறப் பிடிக்கும். உனக்கு ரங்கா?"

"எனக்கு உன் கண்ணைப் பார்க்கப் பிடிக்கும். மலை, கடல் எல்லாம் அதிலியே இருக்கு"

பிறகு மௌனம். நீண்ட, மெத்தென்ற மௌனம்.

"ரங்கா, உன்னைப் பார்த்து ரொம்ப நாளாச்சே? வெளியூர் போயிருந்தியா என்ன?"

"ம்? ஆமாம். ராத்திரி வரயா?"

"ஓ"

"ரங்கா"

"உஷ். மெள்ளப் பேசு. பக்கத்து ரூமிலே இருக்கற பையன் கேப்பான்."

"ரங்கா, எவ்வளவு பேசணம் தெரியுமா?"

மோதிரத்தால் அவன் கன்னத்தை வருடினாள்.

மிக நெருக்கம்.

"ம் ஹூம் ரங்கா. இன்னிக்கு முடியாது. உடம்பு சரியில்லே."

ஒரு உதறல்.

"அப்படீன்னா போ. எனக்குப் பேச ஒன்னுமில்லே."

மெல்ல குறட்டை கேட்டது.

வெறும் உடம்போடு, முதல் முதல் நெருக்கம் ஏற்பட்ட மலைகளுக்கு நடுவேயே அநாதையாய்த் தள்ளி எறியப்பட்டவள் போல நின்றாள். உடம்பு நடுங்கியது. மலைகள் பொடிந்து, கல்லும் மண்ணும் புழுதியுமாய் அவள் மேல் சரிய, குருதியும், கண்ணீரும், சீழும் வடிய வெகு நேரம் நின்றாள். பிறகு சென்றாள்.

மீண்டும் வரவில்லை.

"ரங்கா... என் மனத்திலிருந்து போய்விடு..." மலைமேல் ஏறுவது ஒரு புது அனுபவமாக இருந்தது.

ஒரு பேய் அறை. அப்பா ஒரு முறை அறைந்தார்.

அவள் அவரைக் கேட்டே விட்டாள்.

"பூரணமா, எல்லா ஆவேசத்தோடயும் ப்ரளயம் மாறி வர அன்போடயும் எதையாவது நீ செஞ்சிருக்கியா அப்பா? அம்மா பக்கத்துலே படுத்துண்டபோது கூட நீ என்னத்தை எல்லாம் நெனச்சே? ஜாஸ்தியா சாப்பிட்டுட்ட அப்பளத்தையும், அதனாலே வயத்துலே கோளாறு வந்தா என்ன ஆகுமோன்னும், பீரோவிலே இருக்கற பணத்தையும். கொல்லைக் கதவு மூடியிருக்கான்னும, லைட் எல்லாம் அணைச்சாச்சான்னும், பால் பொறை குத்தியாச்சான்னும் ஒண்ணொன்னா நினைச்சிண்டேதானே நீ படுத்துண்டே? ரெண்டு உடம்புகள் கூடிண்டதுலே நான் பொறந்தேம்பா, உற்பத்திக் கருவி எல்லாம் பொருத்தின ரெண்டு மெஷின்களாலே தான் பொறந்தேன். ஒனக்கு மென்மை உணர்ச்சி உண்டாப்பா?"

ஓங்கி ஒரு அறை.

அந்த அறை, வலி, கண்ணீர், வீட்டை விட்டு வெளியேற்றம் எல்லாம் கூடவே வந்தன.

மலை உச்சி. விடிகாலை வேளை. பனியும், குளிருமாய் இருந்தது. திடீரென தீத்தட்டு ஒன்று, பூவைப் போன்ற மென்மையான ஜ்வாலையோடு எதிரே பிறந்தது. அமானுஷ்யமான ப்ரதேசத்தில், வெகு உயரே, வலியோ ரத்தமோ இல்லாமல் அடி வயிற்றிலிருந்து நாபியில் ஏறிப் பின் தலைவரை ஓடிய ஒரு பேரமைதியில் அவள் ஜனித்தாள்.

ஜனிப்பிலேயே மரித்தாள். சிறு குழந்தையில் நடந்த அடக்குமுறையில் பிறந்த ஏக்கங்களுக்கு, மலைகளைச் சிறையாகக் கண்ட அப்பாவுக்கு, அவர் அடித்த வலிக்கு, ரங்காவின் சொற்களுக்கு, மோதிரத்துக்கு, ஒரு இரவின் தனிமையில் நேர்ந்த அவமானத்திற்கு, அந்த இரவுக்கு முன் பலமுறை பிறந்த குழைவுகளுக்கு, உறக்கத்தில் துரத்திய பயங்களுக்கு, எல்லாவற்றுக்கும் மரித்துப் பின் ஜனித்து அவள் தங்கக் கிரணங்களில் நீராட்டப்பட்டு கீழே இறங்கி வந்தாள்.

அப்பா ஜனித்திருக்கிறாரா?

பாலக்காட்டில் சிறு கிராமம். ஒரு விதவையின் ஐந்தாவது பிள்ளையாக அப்பா பிறந்தார். அவர் அம்மாவுக்குத் தன் கணவனின் சாவை நித்யம் நெஞ்சில் ரணமாய்க் கிளறும் ரூபத்தோடு பிறந்தார். யாரும் தோளில் தூக்கிக் கூத்தாடும் அளவு சாமர்த்தியசாலியாக இல்லாமல், சாதாரண ஒரு குடுமிப் பையனாய்ப் படித்தார். பின்பு ஒரு குமாஸ்தா. அவர் ஃபைல்களை நன்றாகவே படித்திருப்பார். ஓர் அரசாங்க உண்மை ஊழியனாகவே இருந்திருப்பார். ஆங்கிலேய ஆபீஸரின் வாயில் பிறக்கும் சொல்லுக்குக் கும்பிடு போட்ட ஒரு நல்ல பிராமண அடிமையாக இருந்திருப்பார். அவர் நாணயஸ்தனாகவும் இருந்திருப்பார்; பிடிபடுவோமோ என்ற பயத்தில்.

ஒரு நல்ல சுப வேளையில், ஒரு பெண்ணை மணந்துகொண்டார். குழந்தைகளையும் பெற்றுக்கொண்டார். அவை எல்லாம் செய்ய வேண்டியவை. செய்துவிட்டார். பதவி உயர்வு. சே, அப்பா வாழ்ந்திருக்கிறாரா?

ஜீவ ரஸத்தைக் குருதியில் கலக்கவிட்டு, பொங்கும் கடலாய், கீழ் கடல் அமைதியாய், வர்ஷிக்கும் மழையாய், பரவும் தீயாய், தெள்ளிய ஓடையாய், உலகத்தையே தன்னுள் ஈர்த்துக்கொண்ட ஒரு மனிதனாக அவர் வாழ்ந்திருக்கிறாரா?

வாழவே தெரியாதவருக்கு சாக எப்படி முடியும்?

எத்தனை பயங்கள், பயமுறுத்தல்கள்?

"லீலு, பொய் சொன்னயா? அப்பறமா நரகத்துலே கொதிக்கக், கொதிக்க எண்ணெய்க் கொப்பரையிலே போடுவான்."

"ஏம்பா?"

"எதிர்த்துப் பேசினா அடிப்பேன்."

"செத்துப் போறதுனா என்னப்பா?"

நீட்டிப்படுத்துக்கொள்வார். கண்கள் வெறிக்கும். வாய் பிளக்கும் கோணலாய். தலை தொய்ந்து விழும்.

"எழுந்திருப்பா, வேண்டாம்பா. பயமா இருக்குப்பா."

அப்பாவுக்கு ஜுரம்.

அம்மாவின் தோளில் சாய்ந்திருந்தார். இரவு வேளை. பச்சைப் புடவை உடுத்திக் கொண்டு பளிச்சென்று இருந்தாள் அம்மா. கதவிடுக்கு வழியாகத் தெரிந்தது.

"காமு, போயிடுவேனாடி? பயமா இருக்குடீ, தெருவைக் கடக்கற போதும் வண்டீலே போறபோதும் மலைலே ஏறற போதும் ஜாக்கிரதையாப் பாத்துண்ட உசிருடீ. இந்த ஜுரம் எடுத்துண்டு போயிடுமோ?" சாவை நினைத்து ஒவ்வொரு கணத்தையும் பறி கொடுத்த அப்பாவுக்கு, அந்தக் கடைசித் துயிலுக்கு அர்ப்பணிக்க என்ன இருக்கிறது?

மெல்லக் கையைப் பிடித்து, மலையடிவாரத்தில் அப்பாவை நடத்திப் போனாள் ஒரு முறை. தூரத்தில் பாட்டின் ஓசையும், திடீர் திடீரென வண்ணக் குவியல்களும் பிறந்தன. வண்ணான்கள் துணிகளை உலர்த்திக்கொண்டிருந்தார்கள். அங்கும் இங்கும் பச்சைக் கனவுகளாய்க் கிளிகள் பறந்துகொண்டிருந்தன. அந்த அமைதி அடிவயிற்றில் ஒரு சிலிர்ப்பை ஏற்படுத்தியது.

"இதையெல்லாம் பாருப்பா"

"சோன்னு யாருமே இல்லாத பிரதேசமா இருக்கே குழந்தை. பயமா இல்லியா?"

வண்ணான்கள் விரிக்கும் வர்ணத் துணிகளாய், பறக்கும் கிளிகளாய், சூரிய கிரணங்களாய், வெய்யிலில் ஊதா நிறமாய் மாறும் மலைகளாய் அவள் உருவெடுக்கும்போது, "அவள்" என்ற ஒன்றே மறையும்போது, என்ன தனிமை, என்ன பயம்?

சொன்னால் அப்பாவுக்குப் புரியாது.

"பயம் என்னப்பா? எவ்வளவு அழகா இருக்கு பாரேன்."

"ஆமாம் குழந்தே. இவ்வளவு அழகையும் விட்டுட்டுப் பாவி மனுஷன் ஒரு நாள் சாகப் போறான் இல்லியா?"

அவள் மௌனமாய் அப்பாவின் நரம்பு புடைத்த கரத்தை நீவினாள். அந்த அருமையான கணத்தை அப்பா இழந்துவிட்டார்.

ஊருக்குப் போனாள்.

ம்ருத்யஞ்ச ஹோமம் நடந்தது, பிரம்மாண்டமாய், கோஷங்களோடு, அதீத மரியாதையோடு, கம்பீரமாய் நடந்தது. பட்டு வேஷ்டி உடுத்து, சுருங்கிய உடலோடு அப்பா நன்றாகவே இருந்தார். அவளுக்குத்தான் கண்கள் சரியாகத் தெரியவில்லை.

ஹோமத்தீ படமெடுத்து, அப்பாவின் கரம் நீண்டு அதில் நெய்யை வார்த்தபோது, திடீரென்று, அத்தீயின் முன் சதையெல்லாம் அறு பட்ட ஒரு எலும்புக் கூடு அமர்ந்திருப்பது போல் தோன்றியது. தீயின் நடுவே, நீண்ட ஒரு எலும்புக் கை சமர்ப்பித்த நெய்யில் பிணவாடை அடித்தது.

'கணையாழி' ஜூலை 1974

ஸஞ்சாரி

அவன் ஒரு நல்ல பிராமணப் பையன்.

மீன் வறுவல் மணத்திலும், பூணூலை எரித்துவிட்ட வீரத்தி லும், ஸிகரெட் புகையிலும் தன் பிராமணத்தனம் மடிந்து தான் தன் வகுப்பிலிருந்து விடுதலை அடைந்துவிட்டதாக அவன் எண்ணினான்.

அப்படியும் அவன் ஒரு பிராமணப் பையனே.

இதை அவன் அடிக்கடி நிரூபித்தான்.

அவனுக்குச் சில சுணக்கங்கள் ஏற்படுவதுண்டு.

"இன்னிக்கு புத்த விஹார் போலாமா?"

"வேண்டாமே, ரங்கா. வயத்து வலி."

" 'அந்த' வலியா?"

"ம்"

தன்னை அறியாமல் அவன் ஓரடி விலகிவிடுவான். பிறகு அவளுடன் பிணையும் விரல்களில் ஒரு கூச்சம் இருப்பதாக அவளுக்குத் தோன்றும். அவன் வீட்டுக்குப் போய்க் குளிப் பானோ? தன்னைச் சுத்தப்படுத்திக்கொள்வானோ? அதெல் லாம் செய்யாவிட்டாலும் அந்த மூன்று நாட்களும் மர விரல் களால் தன்னைத் தொடுவானோ? சபிக்கப்பட்டவளைப் போல் பார்ப்பானோ?

"என்ன யோசனை?"

"ம்? ஒண்ணுமில்லையே."

நீ ஒரு பிராமணன். வைதீக வேஷங்களைத் துறந்துவிட்டாலும், நீ ஒரு பிராமணன். என்னை இப்போது என் உடைகள் இல்லாமல் உன்னால் பார்க்க முடியுமோ? என் வயிறை, இதமாகத் தடவ முடியுமோ? தடவிப் பின் ஏதோ ஒரு உணர்வில் நீ கையை அலம்பிக் கொள்வாயோ?

"பேசாமலே வரயே?"

"என்ன பேசறது"

"ஏதாவது சொல்லேன்"

"நீ ஒரு பிராமணன்."

"என்ன உளர்றே?"

"நிஜம்தான். பிராமணனோட அத்தனை அலங்காரங்களையும் ஒதறியுட்டு நீ அம்மணமா நின்னாலும் அது பொடரிலே ஏறி உக்காந்துண்டு உன்னை வெரட்டும்!"

"கெடையவே கிடையாது. பிராமணனுக்கு ஸெக்ஸ்ங்கறது ஒரு பாவம். நான் ஒரு புரட்சிகரமானவன். எனக்கு ஸெக்ஸ்ங்கறது ஒரு அழகான, வாழ்க்கையோட ஒரு அம்சம்."

சிரிப்பு.

"ஏன் சிரிக்கறே?"

"ஆடம்லேந்து இன்னிவரை எல்லாரும்தான் ஸெக்ஸை அனுப விச்சுண்டு வரா. இதுலே என்ன புரட்சி இருக்கு? பார்க்கப்போனா ஸெக்ஸ் வேண்டாங்கறது வேணா ஒரு புரட்சி."

"அப்படியில்லே. இவ்வளவு சுதந்திரமா, வெளிப்படையா. . . . . ."

"எங்க வீட்டு நாய் டைகர் மாதிரி."

"ருக்மா, இன்ஸல்ட் பண்றதுக்கும் ஒரு லிமிட் உண்டு."

மௌனம்.

டேய் ரங்கா, வெளிப்படையா எனக்கும் வாழ்க்கையில் ஸெக்ஸ் உண்டு என்பதா சுதந்திரம்? அதை இருட்டில், ரகசியமாய், அவமானத் துடன் செய்துவிட்டு, வெளிச்சத்தில் என்னைப் பார்த்ததும் என் கண்களைச் சந்திக்காமல் பேசுகிறாயே, நீயா புரட்சிகரமானவன்? காலமெல்லாம் ஒரு பெண்ணைத் திருப்தி செய்ய முடியுமோ என்றும் உன் பௌருஷத்தையும் சந்தேகிக்கும் நீ படுக்கையில்கூட என்ன புரட்சி செய்துவிடப் போகிறாய்? செய்துவிட்டாய்? உனக்கு

ஸெக்ஸ்ங்கறது விளக்கில்லா வேளையில் விளையும் ஒரு பசி மட்டுமே! நீல ஆகாசத்தின் அடியே, சூரியனின் இதமான வெளிச்சத்தில் பசிய மரங்களின் கீழ், அல்லது அலைகள் மோதும் மணலில் உடலின் மற்றும் மனத்தின் அழகுகள் எல்லாம் பீரிட உன்னால் ஒருத்தியைப் புணர முடியுமா? உன்னால் பஸ்ஸில் போகும் போது, எதிரே வரும் பெண்ணை ஒரு உடலாய் மதிக்காமல் பார்க்க முடியுமோ? அவள் மாரை வெறிக்காமல் இருக்க முடியுமோ? அப்படிப் பார்த்தாலும், அதை ரஸனையோடு செய்ய முடியுமோ? அடேய் பிராமணா... ... நீ என்ன புரட்சியைச் செய்யப் போகிறாய்?

"பேச மாட்டியா?"

"பேசலாமே."

பேச்சு வேறு பாதைகளில் ஓடியது.

"ருக்மா, நீ அடிக்கடி குமாரோட பேசறதும், பழகறதும் எனக்குப் பிடிக்கலே."

கட்டாயம் உன் அப்பாவுக்கு அவர் மனைவி வேற ஆம்பளையைப் பார்த்திருந்தால் பிடித்திருக்காது. அவர் அப்பாவுக்கும் அப்படியே. அவர் அப்பாவின் அப்பாவுக்கும்...

"கேட்ட கேள்விக்குப் பதில் கெடையாதா, ருக்மா?"

"ரங்கா, நீ என்னைப் பத்தி என்ன நெனக்கறே?"

அவன் யோசித்தான்.

எப்படிச் சொல்வது? உன் உடம்பில் ஒரு மிருக அழகு இருக்கிறது. உன் வாழ்வில் எத்தனை மேடு பள்ளங்கள்? நீ என்னை ஏன் விரும்பு கிறாய்? நான் ஏமாந்தவனா? நினைத்தாலே ரத்தம் கொதிக்கிறது. குமா ரோடு நீ பேசுவது என்னை உன் பின்னால் ஓடி வரவைக்கவா? நான் என்ன உன் செல்ல நாயா? நீ ஒரு கர்வி. உன் உடம்பில் வெறியூட்டும் ஒன்று இருக்கிறது. நீ சற்றே நாணமுடையவளாக, வார்த்தைகளில் தாகத்தைக் கொட்டாமல் அடக்குபவளாக, நான் பெண் என்று நினைக்கும் அம்சங்களை உடையவளாக இருந்தால் எவ்வளவு நன்றாக இருக்கும்! நீ நேரில் வந்து "ரங்கா, மழை பேயறது பாரேன். மரம் எல்லாம் சொட்டச் சொட்ட நனைஞ்சு, பூவெல்லாம் குளிச் சுண்டிருக்கற இப்போதான் எனக்கு நீ வேணும்" அப்படீன்னு சொல்லி என் கண்ணுக்குள்ளே அம்பு மாதிரி தொளச்சுண்டு பார்க் கறச்சே, முதுகுத்தண்டு சிலிர்த்து எனக்கே கூசுகிறது. நீ ஒரு பிட்ச்.

"சொல்லேன், ரங்கா."

"ஐ லவ் யூ ருக்மா."

அவள் தன் கரத்தை அவன் கரத்துடன் பிணைத்தாள்.

இது உண்மையா ரங்கா? லவ் என்றால் என்ன? நமக்குத் தெரியுமோ? நீ சொல்லும் சில சொற்கள் அடிவயிற்றில் சீறிப்பாய்ந்து நெஞ்சை முட்டுகிறதே. இதுவும் லவ்வா? நான் உன் உடைமைப் பொருளா? நீ அரசோச்சும் ராஜ்யமா? ஒரு முறை உன்னிடமிருந்து எதையோ கோபத்துடன் பிடுங்க வந்தபோது, என்னைக் கீழே தள்ளி விட்டுப் பார்த்தாயே, அப்போது குதற வரும் நாயின் பைத்தியக்கார வெறி உன் கண்களில் எனக்குத் தெரிந்தது. இதுவும் காதலா? என்னை நீ மதிக்கிறாயா?

"டூ யூ லவ் மீ, ருக்மா?"

"ம்? ஆமாம். அப்படித்தான் நினைக்கிறேன்."

"அப்புறம் என்ன 'உம்'முன்னு மூஞ்சியை வெச்சுண்டு?"

"சரி, கனாட் ப்ளேஸ் போலாம். வெளக்கெல்லாம் பளிச்சுன்னு எரிஞ்சிண்டிருக்கும். அந்த வட்டத்துலே இருக்கிற பார்க்லே உட்காந்துக்கலாம்."

ஸல்மாவுக்கு வயது முப்பத்தைந்தாம். அவளே சொன்னாள். "ருக்மா, உன்னை ஒருத்தன் காதலிக்கிறான் என்றால் அவனை விட்டுடாதே. என் வயதில் தனிமை கொல்லும் அப்புறம். யாரை யென்றுதான் சாப்பிடக் கூப்பிடுவது தினமும்? அப்புறம் ஒருநாள் திடீர்னு மேஜை மேல் சப்பாத்தியும் ஆலுவும் உன்னை முறைச்சுப் பார்க்கும். பாதுகாப்பு அவசியம், ருக்மா. ஆண் பொண் ரெண்டு பேருக்குமே" என்றாள்.

உண்மையாகவா? எது பாதுகாப்பு? ரங்கா இப்படிக் கூட நடந்து வருவதா? இரவில் கையை மேலே போடுவதா? தான் ஆக்ரமித்த ஒரு கோட்டையைப் போல அவளை நடத்துவதா?

"கட்டாயம் அதுக்காக சில தியாகங்கள் செய்யணும்" – ஸல்மா சொன்னாள்.

அந்தத் தியாகங்களுக்கு உரியதா அந்தப் பாதுகாப்பு? அவன் என்னை ஆக்ரமிக்க விட்டு, நான் அவனை ஆக்ரமித்து, நெஞ்சைக் குடையக்குடைய நிகழ்ச்சிகள் நடக்கும்போதே, அதையெல்லாம் ஒரு தீவிரமான அன்பு என்று நினைத்து, ஏமாற்றிக்கொள்வதா அந்தப் பாதுகாப்பு? இரு அன்பு செலுத்தும் உள்ளங்கள் ஒரே கூரையின் கீழ் வாழ்வது எவ்வளவு பெரிய கொடுமை? காலையில் எழுந்தது முதல், இரவு கண்மூடும் வரை அவன் தன் வீட்டிலேயே தன்னுடனே இருந்தால், ஒரு நாள் இரவு அவள் வீரிட்டுவிடுவாளோ? அப்படி இருவர் சேர்ந்து வாழ்வது – திருமணம் செய்துகொண்டோ, செய்து கொள்ளாமலோ – ஒருவரை ஒருவர் திருப்தி செய்துகொள்ளும் ஒரு ஏற்பாடு அல்லாமல் வேறு என்ன?

ரங்காவுக்கு எத்தகைய அன்பு பிடிக்கும்? அவன் பேசப்பேச அவள் கேட்டு, அவன் மற்றவருடன் பழகுவதைச் சகியாமல் பொறாமைப்

பட்டு, கோஸ்லரைப் பற்றி விவாதித்து, பூரண 'சுதந்திரத்தைப்' புரிந்து கொண்டு இருப்பதுதான் அவன் அன்பு.

"ருக்மா, நாம ரெண்டு பேரும் ரொம்பவே சந்தோஷமா இருக்கப் போகிறோம். இல்லையா?"

"ஆமாம்."

அவள் த்வனியில் இருந்த அசிரத்தையில் அவனுக்குச் சுணக்கம் ஏற்பட்டது. அவன் அன்புதான் எவ்வளவு உயர்ந்தது! இவள் அதற்கு உரியவளா? இவள் மற்ற பெண்களை விட வித்தியாசமானவள்தான். அதுவே சில சமயம் உறுத்தியது. அவனுக்கு அவள் தைரியமும் மதர்ப்பும் வெளிப்படையான பேச்சும் அவன் கற்பனை செய்த பெண்ணின் குணங்களோடு பொருந்தவில்லை. மானைக் கண்டால் மிரளும் பெண்ணாக இல்லாவிட்டாலும், பெண் என்றால் கொஞ்சம் பயப்பட வேண்டும் என்றே தோன்றியது, "பிராணேசா, நீயே கதி," என்று சொல்லாவிட்டாலும், அவன் இல்லாவிட்டால் அவள் வாழ்வில் சூன்யம் கவியும் என்ற நம்பிக்கை அவனுக்குத் தன் மேலேயே ஒரு உறுதி பிறக்க வைக்கும் என்று தோன்றியது. அதே சமயம் அவன் சுதந்திரம் அவனுக்குப் பிடித்த ஒன்று. முதல் முறை ஏதோ ஒரு உணர்ச்சிகள் மீறிய கட்டத்தில் அவன் அவளைப் பிரிந்தபோது, "நீ போனால் என் மனத்தில் ஒரு பெரிய மரம் வேரோடு சாயும்," என்று அவள் எழுதியபோது கொஞ்சம் பெருமிதமாகவே இருந்தது. அதே சமயம் அவள் அவனை விலங்கிடுவது போல தோன்றியது. அவன் சுதந்திரத்தின் தத்துவத்தை அவளுக்கு போதித்தான்.

"ருக்மா, இன்னிக்கு நாம அந்த பாரதியாரின் கவிதைக்கு மெட்டு போட்டு, நாட்டியத்துக்கு அமைப்பு தரலாமா?

"சரி, குமார்."

குமார் மிருதங்கம் வாசிப்பவன். தாளம் அவன் விரல் நுனிகளில் கட்டுண்டு கிடக்கும் ஒன்று.

"மழை" கவிதை.

திககுகள் எட்டும் சிதறி — தக்கத்

தீம்தரிகிட தீம்தரிகிட தீம்தரிகிட தீம்தரிகிட.

திஸ்ர நடையில், நாட்டை ராகத்தில் அமைத்தான் குமார்.

"மழை வருவதுபோல் தாளம் இருக்கணும் ருக்மா. பாவத்தில் ஒண்ணும் இல்லை. ஆடிண்டே வரப்போ மழை 'சோ'ன்னு கொட்டற மாதிரி இருக்கணம். உன் மூஞ்சியை மறந்துடணும் பார்க்கறவா இந்த நாட்டியத்துலே. நீதான் மழை, உனக்கு முகம், கண், வாய் கெடையாது. சத்தமும், அதுலே இருக்கற புல்லரிப்பும்தான்."

இரண்டு மணி நாழிகை மழையாய்ப் பெய்தாள். முடிந்தபோது பிறந்த திருப்தியில் நெஞ்சை ஒரு அழுகை கவ்விக்கொண்டது.

மொட்டை மாடியில் அடித்த ஜில்லென்ற காற்றில் வியர்வையோடு நின்றபோது, அவளே காற்றாய் மாறிப் பறப்பது போலத் தோன்றியது.

"ருக்மா"

"என்ன, குமார்"

"நீ நன்னா ஆடினே."

"தாங்க்யூ. நீ தாளம் போட்டதுதான் எனக்கு ஆதாரம், குமார்."

"கேன் ஐ கிஸ் யூ குட் நைட்டு ஷோ மை அப்ரீஸியேஷன்?"

அந்த அருமையான மாலைப் போதுக்கு அது ஒரு பொருத்தமான முடிவாகவே பட்டது.

அவள் தனிமையின் காரணமே உடல் சுதந்திரத்துக்காக என்று நினைத்து, அவளைப் படுக்கை ஒன்றிலேயே கற்பனை செய்பவன் அல்ல குமார். அவன் ஒரு கலைஞன்.

"ம்."

பின்பக்கமாய் வந்து பின் அவளைத் தன்புறம் திருப்பி, வியர்வை வழியும் கன்னங்களை இருபுறமும் பற்றி, இன்னமும் நாட்டை ராகத்தை முனகும் இதழ்களை முத்தமிட்டான் குமார்.

"என்ன ருக்மா இவ்வளவு நேரம்?"

"ஆடிண்டிருந்தேன், ரங்கா, போது போறதே தெரியலே."

"என்னை விடவா நாட்டியம் முக்கியம்?"

"அப்படீன்னா?"

"எது மேலேயும் உணர்ச்சி பூர்வமா சார்ந்து இருக்கக் கூடாது ருக்மா. கலை உன்னை அடிமையாக்கக் கூடாது. நீ சுதந்திரமா, எல்லா விலங்குகளையும் உதறிவிட்டு..."

"உறவுகள் விலங்கு இல்லையா, ரங்கா? நான் ஆடறது உனக்குப் பொறாமையா இல்லே? பொறாமை ஒரு விலங்கு இல்லையா?"

அவனுக்கு அந்தக் கேள்வி பிடிக்கவில்லை.

நீ என்ன ஆடுவாய் ருக்மா? உனக்கு எந்தப் போராட்டமும் இல்லாத அமைதி பற்றி தெரியுமோ? உலகத்தையே பகிஷ்காரம் செய்யத் தெரியுமோ? உனக்கு நான் இல்லாவிட்டால் குமார். அவனும் இல்லா விட்டால் வேறு ஒருத்தன். நீ உடம்பால் ஜீவிப்பவள். நீ என்னை அணைச்சுக்கறபோது வேறு யார்யார் அணைப்பை நினைத்துப் பார்க்கிறாய்?

"சொல்லு, ரங்கா."

"எல்லாமே விலங்குதான். நான் உன்னை விரும்பறதா சொன்னேனோ இல்லையோ, அதுவே விலங்குதான். அதனாலேதானே என்னை அலைக்கழிக்கறே?"

"கோவமா, ரங்கா ?"

அவள் அவன் தோள்களைப் பற்றினாள்.

"இன்னிக்கு ஒண்ணு நடந்தது."

"சொல்லு."

"குமார் என்னிக்குமே உணர்ச்சிவசப்பட மாட்டான். இன்னிக்கு ஆடின ஆட்டம் அப்படி. அவனே கனிஞ்சுபோயிட்டான். என்னைக் கிஸ் பண்ணினான்."

இந்த உதடுகளையா? அவனுக்கு உரியவற்றையா? இதை ஏன் என்னிடம் சொல்லுகிறாய்? என்னைப் பொறாமைப்பட வைக்கவா? ஏங்க வைக்கவா? உன் பாபுலாரிடியை வெளியிடவா? நான் ஏமாந்தவனா? நீ ஊரை எல்லாம் மேய்ந்துவிட்டு வந்தால் ஏற்றுக்கொள்ளும் சோடை போனவனா? நீ என்னதான் நினைக்கிறாய் என்னைப் பற்றி? உன் சுதந்திரம் எல்லாம் நினைத்தவனை முத்தமிட்டுப் படுக்கையில் சாயவா? கேவலம் உடம்பிலா உன் சுதந்திரம்?

"என்ன ரங்கா, ஏதாவது சொல்லேன்"

"சுதந்திரமா இருன்னா கண்டவனைப் போய் முத்தம் குடுக்கணம்னு அவசியம் இல்லே."

"இதுக்கு ஏன் இவ்வளவு இம்பார்டன்ஸ் தரே, ரங்கா? இதைப் பெரிசா மதிச்சு ராத்தூக்கத்தைக் கெடுத்துக்கறதும், ஒண்ணுமே இல்லேன்னு சந்நியாசியா போய் தப்பிச்சுக்கறதும், ரெண்டுமே ஸெக்ஸ்ங் கறதுக்கு அதுக்கு மீறின பவிஷைத் தரதுனாலதானே ?"

நீ பேசுகிறாயா? நீ அறிவுஜீவி என்பதைக் காட்டவா? ருக்மா, மனிதர்கள் எல்லாவற்றையும் பயன்படுத்திக்கொள்கிறார்கள். நான் சுதந்திரத்தைப் பற்றிச் சொல்லப்போக நீ அந்த விளக்கத்தை எனக்கே செல்கிறாயா? யூ பிட்ச்.

"பேச மாட்டியா, ரங்கா ?"

"சுதந்திரத்தைப் பத்தி உன்னாலே புரிஞ்சுக்க முடியாது, ருக்மா. நீ அவ்வளவு நீசமானவ."

"சுதந்திரம்னா என்ன ரங்கா, உன் டிக்ஷனரியிலே? அது உனக்கே இருக்கற ஏகபோக உரிமையா ?"

"அதைப் பத்தித் தெரிஞ்சுக்க நீ உன்னை சுத்தீகரிச்சுக்கணம், ருக்மா. உன்னோட மிருக உடம்போடு அலையக்கூடாது."

அவள் உரக்கக் கத்தினாள்.

"நீ ஒரு நாத்தமெடுத்த, சாக்கடையிலே ஊறிப்போன பிராமணன். உன் அப்பா உங்க அம்மாவைச் சந்தேகிச்சு வீட்டிலே பூட்டிண்டு போய் அவ ஒருநாள் தலையை விரிச்சுண்டு பைத்தியமா நின்னா இல்லையா? நீ அதே அப்பாவோட பிள்ளைதான். பாஸ்டர்ட்."

பேசி முடித்ததும் மூச்சு வாங்கியது.

முதல் சண்டை, அதனால் முதல் கூடலும் சற்றுத் தீவிரமாகவே இருந்தது.

"ருக்மா, சுதந்திரம் எதுவா வேணும்னா இருந்துட்டுப்போகட்டும். அதுக்காக நாம்ப சண்டை போடறதுலே அர்த்தம் இல்லை."

"ஆமாம், ரங்கா"

"நம்ப ரெண்டுபேரும் ஒரு அபூர்வ ஜோடி, ருக்மா. நாம்ப பிரியவே கூடாது."

"வெளியிலே போலாமா?"

"ம். நீ புடவை கட்டிண்டு வாயேன். இந்த லுங்கியிலே நீ வந்தா எல்லாரும் பார்ப்பா உன்னையே."

ஒரு நிமிடம் பிடரி சிலிர்த்தது.

"சரி, புடவையே கட்டிக்கறேன் – உனக்காக."

இந்தப் புடவை கட்டுவதில் கூடவா நீ குறுக்கிடுவாய், ரங்கா? தலைப்பு சற்றே தழைந்துவிட்டால், ரங்கா, நீ காதருகில் "தலைப்பு" எனும்போது, நீயே மாமியார், மாமனார், நாத்தனார் போன்ற பயங்கரமாய் வர்ணிக்கப்படும் சகல ரூபங்களோடும் காட்சியளிக்கிறாய்.

"ருக்மா, நான் பெங்களூருக்குப் பத்து நாள் போகணம்."

"போயேன்"

"நான் ஒண்ணு சொன்னா கோவிச்சிப்பியா?"

"ம்ஹூம்."

"நான் போனா, நீ இங்கே யாரோடயாவது...... படுத்துப்பியா?"

அவள் நிமிர்ந்து அவனைப் பார்த்தாள்.

"என்னைப் பத்தி என்னதான் நினைக்கறே?"

"நீ பதில் சொல்லு."

கோபம் பொங்கியது.

"ஆமாம், பத்து நாளும் பத்து பேருக்கு ரிஸர்வ் பண்ணி வெச்சிருக்கேன்."

"நீ என்னைக் கஷ்டப்படுத்தறே, ருக்மா."

"யூ ஆஸ்க்ட் ஃபார் இட்."

"எனக்கு நீ ப்ராமிஸ் பண்ணு, அப்படிப் பண்ண மாட்டேன்னு."

"அந்த ப்ராமிஸ் இல்லாட்டா நான் ஊரை மேய்வேன்னுதானே நினைக்கறே? அந்த ப்ராமிஸ் கேவலமானது."

"ருக்மா, நான் உன்னை ரொம்ப லவ் பண்றேன். உன் நல்லதுக்குத் தான் நான் சொல்றேன். மத்தவா உன்னை உபயோகிக்கப் பார்ப்பா. அப்பறமா நீ மனசு கஷ்டப்படுவே. உனக்குத் துக்கமே வராம நான் உன்னைப் பாதுகாக்கணம்னு ஆசைப்படறேன்."

"எனக்கு என்னைப் பாதுகாத்துக்கத் தெரியும்."

"அந்த லட்சணம்தான் தெரியறதே!"

அறையின் முனைக்கு விடுவிடுவென்று நடந்து போனவள், கதவை அடையும் முன்பே, வெடித்துப் பொங்கிச் சரிந்தாள்.

தரையில் மார்பு அமுங்கிப் போக அழுகை வெடித்தது.

"ஏய் ருக்மா, ஏன் அழறே?"

அவளைத் தரையிலிருந்து தூக்கி எடுத்து அணைத்தான்.

பதிலே கூறாமல் அழுதாள் ருக்மிணி.

"நான் சொன்னது தப்பா?"

தலையை ஆட்டினாள்.

"அப்படீன்னா ஏன் அழறே?"

"தெரியலே."

"தெரியாம ஒரு அழுகையா?"

நான் எதுக்காக அழறேன்? ஒருநாள் நடனம் ஆடிவிட்டு வந்ததும் சதங்கையைத் தூக்கி எறிந்துவிட்டு, நிலைப்படியை அடைத்துக் கொண்டு நின்ற அப்பா உதிர்த்த சொற்களுக்கா இன்று அழுகிறேன்? மயிர் அடர்ந்த மார்பைத் தட்டி, "நீ என் பெண்ணா அல்லது கூத்தியா?" என்று அப்பா சொன்னதா இன்று வலிக்கிறது? கூடவே படித்த பையன், திருமணமானதும் மனைவியை என்னுடன் அறி முகப்படுத்தாமல் போன புறக்கணிப்புக்காகவா அழுகிறேன்? ஒவ் வொரு குளிர்காலத்திலும் கை வலிக்கவலிக்க ஸ்வெட்டர் பின்னித் தந்து, பின்னர் திருமணத்துக்கு எல்லா ஏற்பாடும் செய்த பின்னர், "கூடப் படுக்கும் பெண்ணையெல்லாம் மணக்க வேண்டும் என்று கட்டாயமா?" என்று கேட்ட ராஜனிடம் கொண்ட குழந்தைத்தன மான காதல் முறிவுக்கா? ரங்கா என்னை அவமதிப்பதாலா? எதற்கென்று அழுகிறேன்?

"சொல்லும்மா, ருக்மா. அழக்கூடாது."

உடனே எழுந்து கண்ணைத் துடைத்துக்கொண்டாள்.

"நான் அழலையே!"

"நான் பெங்களூர் போறேன். பத்ரமா இரு."

"சரி ரங்கா."

ருக்மா, நீ அழுதுவிட்டாய். இதெல்லாம் ஒரு பெண்ணின் ஸாகஸங்கள். நீ கெட்டிக்காரி. ப்ராமிஸ் தரவில்லை. பூரண சுதந்திரத்துடன் என்ன செய்வாய்? குமாருடன் போவாயா? இல்லை, அந்த தேவனோடா? நான் உன்னை நம்பவில்லை.

"ஆக்ரா போலாமா, ரங்கா?"

"பெங்களூர்லேந்து இப்போதானே வந்தேன். உடனேயா?"

"போலாமே, நாளைக்கு ராத்திரி பௌர்ணமி."

"சரி"

"இங்கேயெல்லாம் வந்தா உனக்குப் பழைய ஞாபகம் எல்லாம் வருமா, ருக்மா?"

"இல்லியே."

"வந்தாக்கூட நான் புரிஞ்சுப்பேன். என்ன இருந்தாலும் மறக்க முடியாது, இல்லியா? ராஜனோட நீ வந்தப்போ இதே தாஜ்மகாலைப் பார்த்திருப்பே. அவன் அழகா பேசியிருப்பான். அணைச்சுக்கூட இருக்கலாம். பூச்செடிக்குப் பின்னாலே போனா முத்தம் கூட... ..."

"ஸ்டாப் இட், ரங்கா"

"கோச்சுக்காதே ருக்மா. நான் புரிஞ்சுக்கறேன். இப்படிச் 'சள்னு' விழாதே. என்ன இருந்தாலும் பழைய ஞாபகங்கள் வரும் இல்லையா?"

பௌர்ணமிச் சந்திரன் வீணாகப் போயிற்று.

"அன்புள்ள ரங்கா.

நான் இரண்டு நாட்கள் வேறு இடத்தில் இருப்பேன்; அப்புறம் சந்திக்கலாம்.

உன்

ருக்மா"

சீட்டு, கதவின் தாழ்ப்பாளில் ஏறிக்கொண்டது.

யமுனை மந்தகதியில் ஓடும் அந்த இடத்தின் அமைதி அவளுக்குத் தேவை.

ஒரு சிறு படகில் இருவர் ஏறிப்போனார்கள் – காதலர்கள். அக்கரைக்குப் போய் அமர்வார்கள்; பேசுவார்கள்; திட்டம் போடுவார்கள்; தங்கள் வாழ்க்கைகளை இவர்கள் வரையறுத்து வைத்துவிடுவார்கள்; ஒரு நல்ல ஏற்பாட்டைச் செய்துகொள்வார்கள்.

அவள் செய்யக் கூடியவை:

சமையல்

அன்பு செலுத்தல்

அம்மாவாதல்

அவனையே காதலித்தல்

அவனையே அடுத்த பிறப்பிலும் அடைய வேண்டிக்கொள்ளல்

அப்படி இல்லையென்றால் எல்லாவற்றையும் சகித்துக்கொள்ளல் – அல்லது

இன்னொருவன்; கிடைத்தால்.

அவன் செய்வான் என்று எதிர்பார்ப்பவை:

சம்பாதித்தல்

குலத்தை நசிக்காமல் வளர்த்தல்

அன்பு செலுத்துதல் –

எப்போதெல்லால் அவள் உரியவள் என்று

எண்ணுகிறானோ

அப்போது

அவள் பிடாரியாகப் போனால் இவன்

சகித்துக்கொள்ளல் – அல்லது

மற்றொருத்தி.

எழுதாத இந்தச் சட்டங்களோடு இவர்கள் ஏற்பாடு செய்துகொள்வார்கள். ஒருவேளை இந்த மண்ணோடு வாசனை மீறியவர்களானால், அவன் ராமன்தான்; அவள் சீதைதான். மாறி அமைந்துவிட்டால் இவர்களை ரட்சிக்கவே சில மத விற்பன்னர்கள் உண்டு. ஒரு சிக்கலும் சிக்கலாக நின்றுவிடாத மண் இது. சப்பைக் கட்டு கட்டி, அதை தெய்வீகமாக்க சில யாக சாலைகள் நடத்தும் வியாபாரிகள் உண்டு.

ருக்மணி புன்னகைத்தாள். தனக்குக் கோபம் ரொம்ப வருகிறது என்று நினைத்துக் கொண்டாள்.

யமுனை அங்கே அழுக்காகத்தான் ஓடும். ஆனாலும் அதில் ஒரு நளினம்.

லேசாகத் தூறியது. யமுனைக் கரையோடு நடந்து போனால் அந்தச் சுடுகாடு வரும். போலாமா?

மெல்ல எழுந்து கரையோரமாக நடந்தாள்.

இங்கே பெண்கள் வரக்கூடாதாம். சற்று தூரத்தே ஒரு பாடை போயிற்று. அங்கேயே நின்றுகொண்டாள்.

மழை நின்று மண் வாசனை அடித்தது, சிறிது நேரத்தில் தூரத்தே தீப்பொறி பறந்தது. ஓர் உடம்பு எரிகிறது.

தீ ஜ்வாலை நீலமாயும் ஊதாவாயும் மேலெழுந்தது. ஈரத் தரையில் உட்கார்ந்து கொண்டாள்.

அவளும் அத்தீயும் மட்டுமே அங்கு எதிரும்புதிருமாக வீற்றிருப்பது போல் தோன்றியது. அத்தீயினுள் விழிகளைத் துளைத்துப் பார்த்த போது, அம்மாவின் நீண்ட முடியும், அப்பாவின் கனத்த உடம்பும், ராஜனின் அன்புக் கண்களும், ரங்காவின் மென் உதடுகளும், குமாரின் தாளம் சொட்டும் விரல்களும் விசுவரூபமெடுத்து வந்தன. வந்த வேகத்திலேயே நீலத் தீயில் கரைந்து போயின. எல்லாம் போய் தீயும் அவளும் மட்டுமே எஞ்சியதுபோல் தோன்றியது. பாடையில் உள்ள முகம் தெரியவில்லை. ரொம்ப உற்று நோக்கியபோது, சுருண்ட முடியுடன், கருப்பில் பொட்டிட்ட புடவையோடு அங்கே படுத்திருந் தது, யார்? அவளேவா? 'ஜிவ்'வென்று ஒரு வேகம் நாபியைத் தாக்கியது.

எழுந்து வந்தபோது மீண்டும் தூறல் தொடங்கியது. எல்லா ஜ்வாலையும் குளிர்ந்துபோய் விட்டது. மழைச் சொட்டுக்களுடன் அவளும் ஒரு மழைத்துளியாய், யமுனை நதியுடன் ஓடும் மழைநீராய். மழைக்குப் பின் தோன்றிய வானவில்லில் கண்ணைப் பதித்து, அதனுடன் உலகத்தையே ஸஞ்சாரம் செய்யும் வர்ணக்கலவையாய் தான் மாறுவது போல் உணர்ந்தாள்.

அவள் பந்தம் அவளைச் சுற்றி பல ரூபங்களோடு விரிந்த வாழ்க்கை யுடன்தான். சிவப்புத் தோல் உரியக் கிடக்கும் பச்சைக் குழந்தை, சுழித்து ஓடும் யமுனை, எங்கோ கதறும் ஒரு சோகம், இதழ் விரிக்கும் புன்னகை, வானத்தில் ஓலமிடும் இடி என்று வியாபிக்கும் வாழ்க்கை யுடன்தான் அவள் பிணைப்பு; எந்தத் தனி மனிதனிடமும் இல்லை. இதுதானோ சுதந்திரம்?

இருக்கலாம். சுதந்திரம் என்பது என்ன, அதன் விளக்கம் என்ன என்பதல்ல அவள் கண்டுகொண்டது. அவள் நரம்புகளில் ஊடுருவிப் பாயும் ஒரு உணர்ச்சியை, வானில் கரும்புள்ளியாய்ப் பறக்கும் பறவையின் சிறகுகளை அவள் மாட்டிக் கொண்டு வேலிகளற்ற பெருவெளியில் ஸஞ்சாரம் செய்ய விரும்பும் வேகத்தை, அன்று அவள் இனம் கண்டுகொண்டாள்.

நீ புரிந்துகொள்வாயோ, ரங்கா? உனக்குச் சுதந்திரம் என்பது ஒரு விளக்கம். நீ அடையவேண்டிய ஒரு எல்லை. அந்த எல்லையே உன் விலங்கு.

மீண்டும் யமுனை நதி ஓரம் உள்ள படிக்கட்டில் அமர்ந்தபோது, மழை வலுக்கத் துவங்கியது. ஒவ்வொரு மழைத் துளியும் அமிர்த தாரையாய் வர்ஷித்து அவளை நனைத்தது.

ரங்கா, உனக்கு அறிவுஜீவியான, ஆனால் ஓர் எல்லைக்குட்பட்ட, சுதந்திரமான, ஆனால் உனக்குக் கட்டுப்பட்ட மனைவி வாய்ப்பாள். நீ சந்தோஷமாகவே இருப்பாய். ஏனென்றால் நீ ஒரு நல்ல பிராமணப் பையன் மட்டுமே.

யமுனையின் பழுப்பு நீரோடு வெளேரென்று மழை நீர் சேர்ந்து கொண்டது. புடவை ரவிக்கையெல்லாம் உடம்போடு ஒட்டிக் கொள்ள, முகம், வாய், கண்களற்ற ஒரு பெரும் மழையில் ஐக்கியமாகி மேகத்தையெல்லாம் பிளந்துகொண்டு தான் பொழிவதாக ருக்மிணி நினைத்தாள்.

'கணையாழி' நவம்பர் 1974

வல்லூறுகள்

மொட்டை மாடியில் படுத்து அண்ணாந்து தாரகைகளைப் பார்த்தவாறே அம்மா சொல்கிறாள்:

“ஒவ்வொரு நட்சத்திரமும் பிணம் தின்னிக் கழுகோட மூக்கு மாதிரி கொடூரமா மின்னறது பாரு ஷைலு. திடீர்னு ஒரு நாள் பாரு, நட்சத்திரங்களுக்குப் பதிலா ரக்கைகளை விரிச்சுண்டு மானத்தை அடைச்சிண்டு வெறும் வல்லூறுகளே இருக்கும். கீழே எல்லாம் பிணங்கள், பிணங்கள், பிணங்கள்தான்!”

“அம்மா, போதுமே! இது என்ன கற்பனை?”

“இது உண்மைடீ” என்கிறாள்.

“ராமு தாதா கார்த்தாலே வந்தாரே, பார்த்தாயா? தொடைச் சதை எல்லாம் சுருங்கி முகத்திலே பாளம் பாளமாகத் தோல் வெடிச்சு, கை எலும்பு துருத்திண்டு. வந்து உங்க அப்பாகிட்டே பலகீனமான குரல்லே ‘ஷர்மா பாபு, நிஜமாவே கடையிலே அரிசியோ, கோதுமையே இல்லையா? என் பொண்ணுக்கு இது பிரசவ சமயம். வெறும் வயிறுதான் உடம்பிலே தெரியறது. சாப்பிட ஒண்ணும் இல்லை’ என்றார். பீஹார்லே உங்க அப்பா பெரிய மனிதர். எனக்கு அவர் வெறும் பிணம் தின்னிக் கழுகு தான். மாமிசத்தைக் கொத்தித் தின்னு பசியாறும் வல்லூறு தான். அவர் கண், மூக்கு, ரக்கை மாதிரி இரு கைகள்... ஐயோ! எல்லாம் மாமிசம் ஒட்டிண்டு இருக்கற உறுப்புக்கள்தான்...”

இது தினம் நடப்பதுதான். மொட்டை மாடியில் அம்மா நிறையப் பேசுவாள். நான் இருந்தால் என்னிடம். ப்ரமரா இருந்தால் அவளிடம். இல்லாவிட்டால் தனக்குத்தானே.

அவளுக்குப் பேசியாக வேண்டும். ஒவ்வொரு முறை விடுமுறைக்கு வந்து டெல்லி திரும்பும்போதும் சொல்வாள்:

"உனக்குத் தப்பிக்க ஓர் இடம் இருக்கு." நிலைப் படியில் சாய்ந்து கொண்டு, கூந்தலை இடுப்பு வரை, பின்னாமல், அவிழ்த்துவிட்டு, உணர்ச்சிகள் பொங்கும் கண்களை மற்றவர் மேல் ஓடவிட்டு அவள் நிற்கும் போது, அப்பாவின் கைதியாய் அவளை நினைத்துப் பார்ப்பது கஷ்டமாகவே இருக்கும். இவளை யாரால் கைப்பற்ற முடியும்? யாரால் ஆக்கிரமிக்க முடியும்? யாரால் அடக்க முடியும்?

"என் படிப்பு முடிந்து வேலை கிடைத்ததும் நீ என்னோட இரேன் அம்மா."

'பளிச்' சென்று சிரிப்பாள்.

"அதற்குள் பிணம் தின்னிக் கழுகுகள் என்னைச் சாப்பிட்டுவிடும்."

"ஏன் இப்படி அசிங்கமாய்க் கற்பனை செய்யறே?"

"இதுதான் உண்மை. டெல்லியிலே உட்கார்ந்துண்டு இதைப் பார்க்க முடியாது."

சில சமயம் அவளுக்கு மூளை சரியில்லை என்று தோன்றும். மனத்தை அதிர வைக்கும் காட்சிகளைக் கற்பனை செய்து கூசாமல் சொல்வாள். சில சம்பவங்களை மறக்க முடியவில்லை.

அப்போது ப்ரமரா பிறந்திருக்கவில்லை. கோபால் பாபு வீட்டுக்கு வந்திருந்தார்.

"ஷைலு, நீ விளையாடப் போ" என்று அம்மா அனுப்பிவிட்டாள்.

நிலைப்படியின் கீழ் சென்று ஒளிந்துகொண்டேன். அவர்கள் இருவரும் பேசினார்கள். பேச்சை நினைவு வைத்துக்கொள்ளும் வயதில்லை. முகமெல்லாம் சிரிப்பு வழிய அம்மா பேசினாள். எதற்கோ அவள் தலையைப் பின்னால் சாய்த்து வாய்விட்டு சிரிக்கும்போது, அப்பா கதவருகே வந்தார். நிலைப்படிக்குக் கீழே என் அடிவயிறு பயத்தில் ஒட்டிக்கொண்டது.

அப்பா ஏதும் சொல்லும் முன் கோபால் பாபு வெளியே போனார்.

பூஜை அறைக்குப் போய்க் கங்கைச் சொம்பை எடுத்துவந்தார் அப்பா.

என்ன கேட்டார் என்று அப்போது புரியவில்லை. பிறகு அம்மா சொல்லித் தெரியும் அப்பா அம்மாவிடம் கங்கை ஜலத்தின் மேல் கை வைத்து, தான் புனிதமானவள் என்று நிரூபிக்கச் சொன்னாராம். சத்தியம் செய்யச் சொன்னாராம்.

கங்கைச் சொம்பை அவர் கையிலிருந்து வாங்கி வீசி எறிந்தாள் அம்மா அன்று. அவள் உடம்பெல்லாம் நடுங்கியது. அடிவயிற்றி

சிறகுகள் முறியும்

லிருந்து ஓர் அவல ஓசையை எழுப்பியவாறே எச்சிலைக் காறி உமிழ்ந் தாள், அவர் முகத்தில். அவள் முகம் சிவந்து கண்கள் நெருப்பைக் கக்கிக்கொண்டிருந்தன.

ஒரு கணம் பின்வாங்கிப் பின் தடித்தடியாய் விரல்கள் உள்ள கையை ஓங்கி அம்மாவின் முகத்தில் அடித்தார் அப்பா. அம்மா தடுத்துக்கொள்ளாமல் அப்படியே நின்றாள். மீண்டும் இருமுறைகள் முகத்திலேயே அடித்துப் பின் அம்மாவை அப்படியே தூக்கிச்சென் றார் தன் அறைக்கு.

அதன் பின் அம்மாவின் குரலில் ஓர் உலோகத் தன்மை வந்துவிட் டது போல் தோன்றியது. அவள் குரல் ஏற்றத்தாழ்வின்றி, இரும்புத் துண்டு தரையில் ‘லொட்’ டென்று விழுவது போல் உயிரற்று ஒலித்தது. அதன் பின் ப்ரமரா பிறந்தாள்.

இன்னொரு நிகழ்ச்சியும் மறக்கவில்லை. காலேஜ் போக ஆரம்பித் தாகிவிட்டது நான். அப்பா இன்னும் கடை திறக்கவில்லை. வேலை யில் இருந்தார். வீட்டின் பின் பக்கம் பெரிய தோட்டம், தென்னை, வாழை, கொய்யா, மா மரம் என்று நீண்டு கொண்டே போகும். தோட்டத்தின் மூலையில் ஒரு ஷெட்; பெட்டிகள் எல்லாம் போட்டு வைத்திருந்த ஷெட்.

இரவு பதினொரு மணி அளவில் அம்மா ஒருநாள் எழுந்தாள். அலமாரியைத் திறந்து டார்ச்சை வெளியே எடுத்தாள். நான் தூங்கு கிறேனா என்று ஒரு முறை பார்த்தாள். அவள் சென்ற பின் நான் மெல் லப் பின்தொடர்ந்தேன். இருட்டில், பின் பக்கப் படிகளில் ஓசைப் படாமல் இறங்கி ஷெட்டை நோக்கி நடந்தாள் அம்மா.

ஷெட்டின் பூட்டைத் திறந்துகொண்டு உள்ளே போனாள். ஓரத் தில் இருந்த கிழிசல் பாயைத் தரையில் விரித்துக் குப்புறப் படுத்தாள். கிளைகள் முறியும் ஓசை போல் விம்மல்கள் எழுந்தன அவளிட மிருந்து. அந்த இரவில் கள்ளிப் பெட்டிகள் நிறைந்த அந்த உக்கிராண அறையில் அவள் பெருத்த ஓசையுடன் அழுதது மனத்தை என்னவோ செய்தது. அம்மா அழுது பார்த்ததில்லை. அவள் பிடிவாதக்காரி. அப்பாவின் ஆண்மையையும், கணவன் என்ற பெருமிதத்தையும் வெறும் மௌனத்தாலேயே கொன்றவள்.

ப்ரமராவுக்குப் பின் அவள் அப்பாவின் அறைக்குச் செல்ல வில்லை. அப்பாவின் குணத்துக்கும், அகந்தைக்கும், ஊரை ஏய்க்கும் நரித்தனத்துக்கும் அவள் அந்த வீட்டுக்குள் இருந்துகொண்டே தண் டனை தந்தாள். ஒரு நபர் என்ற முறையில் கூட அவரை மதிக்காமல் இருந்தாள். அவரை உடைகள் இல்லாமல் நிர்வாணமாய்க் காண்பது போல் ஏளனத்துடன் பார்த்தாள். அவளைச் சிறைப்படுத்திய அவர் தான் கைதியைப் போல் தவித்தார். அப்படிப்பட்டவள் அந்தக் கிழிந்த பாயில் எல்லாவற்றையும் இழந்தவள்போல அழுதுகொண்டி

ருந்தாள். அரை மணி நாழிகை அழுதிருப்பாள். அவள் எழுவதற்கு முன் வந்து படுத்துவிட்டேன். திரும்பி வந்த அம்மா புரண்டுபுரண்டு படுத்தாள்.

மறுநாள் விடிகாலையில் செய்தி வந்தது, கோபால் பாபு இறந்து விட்டார் என்று. அம்மாவின் முகத்தில் எந்தச் சலனமும் இல்லை.

விடுமுறை முடிய இன்னும் ஒரு வாரம் இருந்தது. வீட்டை விட்டு அதிகம் வெளியே போவதில்லை அம்மா. ஒரு நாள் மாலை, "டெல்லியிலிருந்து கொண்டு உன் கிராமத்தைப் பார்க்காதே. என்னோட வா" என்று அழைத்துப் போனாள். முதலில் டாக்டர் வீட்டுக்கு அழைத்துப் போய் அம்மைத் தடுப்புக்காக அம்மை குத்தினாள் எனக்கு. பின்பு பரந்து கிடந்த எங்கள் நிலங்களைத் தாண்டிச் சென்றோம். முதலில் ஓடுகள் வேய்ந்த அந்தச் சின்ன வீடு வந்தது; காலு சரணின் வீடு.

"காலு, ஏ காலூ!" என்று அம்மா அழைத்தாள்.

காலு வெளியே வந்தான். காலுவா அது? அவன் முகம் திருஷ்டி பரிகாரம்போலப் பயங்கரமாகச் சோபையற்று இருந்தது.

"என்ன மாஜீ?"

"ஷைலஜா வந்திருக்கிறாள் பார்!" காலு கண்களின் மேல் கை வைத்து என்னைப் பார்த்தான்.

"டெல்லியில் சாப்பாடு எல்லாம் எப்படி ஷைலு?" என்றான். தூக்கிவாரிப்போட்டது. பசி என்ற ஒன்றை அறியாத குற்றவாளியாக அவன் முன் நின்றேன். அவர்கள் சாப்பாட்டுக்காகத் துடிப்பவர்கள். வாழ்க்கையே ஒரு தவிப்புத்தான் அவர்களுக்கு. இந்த ஆத்மார்த்த மான, அடிப்படைத் துடிப்பை நான் உணராத வரையில் படிப்பி னால் நான் என்ன அறிய முடியும் என்று ஓர் அவமான உணர்ச்சி தோன்றியது. அம்மா என்னையே பார்த்துக்கொண்டிருந்தாள்.

"எங்களோடு வா காலூ" என்றாள்.

கதவைப் பூட்டிவிட்டு வந்தான் காலு.

"வயல் பக்கமாகப் போகலாம்."

"வேண்டாம் மாஜீ. ஷைலு பயப்படுவாள்."

"பயப்படட்டும்."

இருவரும் என்னுடன் நடந்தனர்.

"ஷைலூ, பேப்பரில் மட்டும் படித்தால் போதாது. பார்" என்றாள்.

அந்தி வேளையில், கொலை செய்து போடப்பட்ட உடல் போல், செத்துக் கிடந்தது நிலம். மங்கிய சிவப்பு ஒளியில் நிலத்தின் மேல் வெடிப்புக்கள், அகன்ற தாகம் உள்ள உதடுகள் போல் தென்பட்டன. நிலத்தின் ஒரு மூலையில்...

“அம்மா... அது என்ன?”

“காலுவின் மாடு” என்றாள் அம்மா; “நேற்று இறந்தது.” சிறிது நேரத்துக்குப் பின் சொன்னாள்; “சாப்பிட ஒன்றும் இல்லாமல் செத்தது.”

நட்சத்திரங்கள் மெல்ல உதிக்கும் வரை அம்மா என்னுடன் நடந்தாள். பத்திரிகைகள் சொல்லாதவற்றைக் கண்டேன். திரும்பக் காலுவை அவன் வீட்டில் விட்டுவிட்டு நடந்தோம்.

“அம்மா, காலுவின் மனைவி, குழந்தைகள் எங்கே?”

“யாரும் இப்போ இல்லை.”

“ஏன்?”

“அம்மையில் போய்விட்டார்கள்.”

அடித்தது போல் இருந்தது பதில்.

பேசாமல் நடந்தோம்.

“மாஜீ, ராமு தாதா கூப்பிட்டனுப்பினார்” என்று வந்தான் ரபீந்தர்.

ராமு தாதாவின் சிறு வீட்டில் ஓர் அழுக்கு மெத்தை மேல் அவர் மகள் பத்மா படுத்திருந்தாள். ஈர்க்குச்சிபோல் கை கால்கள். பாறாங் கல் போல் பெருத்த வயிறு. அவள் முகம் வெளுத்திருந்தது. அம்மா அவள் அருகில் அமர்ந்து அவள் கையை நீவிவிட்ட உடனேயே அவள் ஒரு பயங்கர ஓலத்துடன் துள்ளினாள். நான் என்ன என்று உணரும் முன்பே மெத்தை எல்லாம் ரத்தம் ஊறியது. அழாத, உயிரற்ற, சரி யாக உருப்பெறாத ஒரு பிண்டம் அவள் கால்களிடையே கிடந்தது. பத்மாவின் வாய் பிளந்து போயிற்று.

ராமு தாதா அவள் தலைமாட்டருகே அழாமல் உட்கார்ந்திருந் தார். அம்மாவின் முகத்தில் நெருப்பு உக்கிரமாக எரியும்போது ஏற் படும் ஓர் ஊதா நிற ஜ்வாலை பரவியது. அறையைச் சுத்தப்படுத்தி னாள் மௌனமாக மற்ற பெண்களுடன். பின்பு என்னுடன் கிளம்பி னாள்.

சாப்பாடு மௌனமாகவே நடைபெற்றது. மொட்டை மாடியில் நானும் அம்மாவும் படுத்தோம். நன்றாகத் தூங்கிவிட்டேன். அம்மா எழுந்துகொள்ளும் ஓசை கேட்டது. கறுப்புப் போர்வையால் தன்னைப் போர்த்திக்கொண்டாள்.

“அம்மா!...”

“என் பின்னால் வா, வேணுமானால்.”

கீழே கூடத்தில் இருந்த அலமாரியைத் திறந்து டார்ச்சை எடுத் தாள். அதை ஏற்றாமல் அப்பாவின் அறையினுள் ஓசைப்படுத்தாமல் போனாள். மெல்ல அவர் தலையணையின் கீழ் கையை விட்டு ஒரு பெரிய சாவியை எடுத்தாள்.

பின் பக்கக் கதவை ஓசையின்றித் திறந்தாள். மடமடவென்று ஷெட்டை நோக்கி நடந்தாள். அவளுடன் அத்தனை வேகமாக நடக்க முடியவில்லை.

ஷெட்டை அடைந்ததும் அங்கே தொங்கிய பெரிய பூட்டைச் சாவியால் திறந்தாள். தடாலென்ற ஓசையுடன் ஷெட்டின் கதவு திறந்தது. முன்பிருந்த ஷெட் இல்லை அது. கள்ளிப் பெட்டிகளுக்குப் பதிலாக ஆயிரம் ஆயிரம் மூட்டைகள் அங்கே கிடந்தன. மூலையில் செருகியிருந்த அரிவாளால் வெறி கொண்டவள் போல் மூட்டை களை அம்மா கீறிக் கிழித்தாள். அரிசியும், கோதுமையும் வெளியில் கொட்டின.

"குரல் கொடு ஷைலூ" என்றாள்; "எல்லாரும் வரட்டும்." நாவடைத் துப் போனேன். தூரத்தே அப்பாவின் உறுமல் கேட்டது. நொடியில் அப்பாவைப் போன்ற மற்றவர்கள் ஓடி வந்தனர். அரிவாளுடன் அம்மா திரும்பி, "எத்தனை நாள்தான் பதுக்குவீர்கள்?" என்றாள்.

என்ன நடக்கும் என்று நான் கற்பனை செய்யும் முன் ராம் ஷர்மா வின் வேலைக்காரன் அம்மாவின் மீது பாய்ந்தான். நிலவொளியில் என்ன நடந்தது என்று புரியவில்லை. 'மளக்' கென்று அம்மா சரிந்து விழுந்தாள். கறுப்புப் போர்வை விலகியது. கழுத்திலெல்லாம் ரத்தம். அவள் நீண்ட கூந்தலில் சிவப்புப் பரவியது.

"அம்மா!" என்று கூவ நினைத்தேன். ஓசையே கிளம்பவில்லை. அப்பாவும் மற்றவர்களும் கீழே கிடந்தவளைப் பார்த்தவாறு நின்றனர், கலவரத்துடன்.

அரிசி கொட்டி வழியும் அந்தப் பின்னணியில் மரங்கள் செறிந்த அந்த இடத்தில் அம்மா இறந்து கிடந்தாள். திடீரென்று விழுந்து கிடந் தது பத்மா போல் தோன்றியது. காலு சரணின் மாடு போல் தோன்றி யது. இறந்துபோன காலு சரணின் மனைவி, குழந்தைகள் போல் தோன்றியது. வெடித்துக் கிடந்த நிலமாக அம்மா மாறுவது போல் தோன்றியது. சுற்றியும், இறக்கைகளை அடக்கிக்கொண்டு, மூக்கைத் தீட்டிக் கொண்டு பிணத்தை நோக்கும் வல்லூறுகள் நின்றனர்.

வானத்தைப் பார்த்தேன். நிஜமாகவே வல்லூறுகளின் மாமிசம் தின்று ஒளிரும் மூக்குகள் பளபளத்தன.

குரல் எழும்பியது. வீரிட்டு அலறியவாறே வீட்டை நோக்கி ஓடினேன்.

'கலைமகள்' தீபாவளி இதழ் 1974

சிறகுகள் முறியும் . . .

ஆண்கள் உடம்பெல்லாம் வயிறாக, மார்புச் சதை தொங்க ஊதக்கூடாது என்று ஒரு சட்டம் கொண்டு வரவேண்டும் என்று எண்ணிக்கொண்டாள் சாயா.

இப்படி மனத்தளவில் பல சட்டங்களைச் சாயா உருவாக்கி யிருக்கிறாள்.

1. ரோமம் இல்லாத வழவழத்த மார்பு உள்ள ஆண்கள் மணக்கக் கூடாது என்றொரு சட்டம்.
2. வெற்றிலை சாப்பிட்டுச்சாப்பிட்டுத் தகரம்போல் நசுங்கிக் கிடக்கும் பற்களை உடைய ஆண் முத்தமிடக் கூடாது என்றொரு சட்டம்.
3. ஆவலுடன் மனைவியின் கண்கள் ஒரு பொருளின்மீது படியும்போது பர்ஸைக் கெட்டியாக மூடிக் கொள்ளும் கணவனின் பர்ஸ் பறிமுதல் செய்யப்பட வேண்டும் என் றொரு சட்டம்.

இப்படி எத்தனையோ.

அத்தனை சட்டங்களும் அமுலாக்கப்படும் பட்சத்தில் வெகு வாகப் பாதிக்கப்படப்போகும் ஒருவன் அவள் முன் அமர்ந்து, மலைமாதிரி உடம்பில் வேர்வை பெருக, "ரஸம் ஒரே சூடு" என்று முணுமுணுத்துக்கொண்டிருந்தான்.

"நிதானமா சாப்பிடலாமே என்ன அவசரம்?" என்றாள் சாயா.

"என்னது?" என்று அந்த "எ...ன்...ன..து"வை வாயில் அரைத்தவாறே அவன் கேட்டான்.

ஒதுங்கிப் போகும் பெண் நாயைப் பார்த்து உறுமும் ஆண் நாயின் உறுமலில்கூட இன்னும் மென்மை இருக்கும் என்று நினைத்தாள் சாயா.

"அம்மா, சாதம் ஜாஸ்திம்மா" என்று சிணுங்கினான் சேகர்.

"என்னடா ஜாஸ்தி ராஸ்கல்? அரிசி என்ன விலை விக்கறது? உதை விழும். சாப்பிடுடா."

சேகரின் கன்னங்கள் இரண்டும் அழுகையை அடக்கியதால் பிதுங்கின. சாயா மனத்தில் அவசரச் சட்டம் ஒன்றைத் தீர்மானித் தாள்.

மென்மையே இல்லாத ஆண்களுக்குக் குழந்தையே பிறக்கக் கூடாது என்று கட்டாய வாஸக்டமி செய்துவிடவேண்டும். பாஸ்கரன் பெண் பார்க்க வரும்போதே பருமன்தான். தமிழ்ப்பட 'ஹீரோ' க் களைப் பார்த்துப்பார்த்துப் பழகிவிட்டதாலோ என்னவோ சற்றே ஸ்தூல சரீரம் ஆண்மைக்கு அழகு என்றொரு கற்பனை சாயாவுக்கு.

அம்மா மெல்ல சொன்னாள்: "மாப்பிள்ளைக்கு நல்ல வேலை. ஆனால் கொஞ்சம் ஸ்தூல சரீரம். நம்ப சாயா கொடி மாதிரி ஒல்லி. பொருத்தம் இல்லையே?" என்று இழுத்தாள்.

சந்துரு மாமாவுக்குக் கோபம் வந்துவிட்டது.

"என்ன அத்திம்பேர், இவள் உளர்றா? நல்ல ஆரோக்கியமா இருக் கான் பையன். ஜுரத்திலே அடிபட்டவன் மாதிரியா ஆம்பிளை இருப் பான்? இவள் மட்டும் என்ன? பிள்ளை கிள்ளை பெத்தா பருத்து டுவா" என்று கத்தினார்.

சாயாவுக்குப் பரிபூரண சம்மதம்.

அவள் மனத்தில் பாஸ்கரன் ஸ்டைலாக தொந்தி குலுங்க நடந்து, காதல் டூயட் பாடிக்கொண்டிருந்தான்.

சாயா-பாஸ்கரன் – என்ன பெயர்ப் பொருத்தம்!

அகத்து சாஸ்திரிகள் சொன்னார்: "ஹாங்! பெயர்ப் பொருத்தத் தைப் பார்த்தேளா? ராமர் ஸீதை ஜோடீன்னா இது!"

"சாயா, அந்த மாங்காய் ஊறுகாய் போடேன். ஒரு மாசமா போட்டுக்கவே இல்லை."

மாங்காய் ஜாடியைத் திறந்தாள். பஞ்சுப்படுக்கை விரித்தாற் போல் பூஞ்சைக் காளான் பூத்துக் கிடந்தது.

"ஐயையோ..."

"என்ன? கெட்டுப் போயிடுத்தா?" என்றான் பாஸ்கரன்.

தலை அசைத்தாள்.

"பணத்தைக் கொட்டி வாங்கினது. உனக்கு ஆனாலும் கவனம் போறாது."

உதட்டைக் கடித்துக்கொண்டாள் சாயா. அவள் தவறுதான். ஜாடியைக் குலுக்கிவிட வேண்டும் என்று ஞாபகமே இல்லை. "அத்தனை உப்பும், காரமும் எண்ணெய்யும் வீண். பணத்தோட அருமை தெரிஞ்சால்தானே?" என்று கத்திவிட்டுக் கை அலம்பப் போய்விட்டான் பாஸ்கரன்.

உப்பும், காரமும், எண்ணெய்யும்... ஹூம்! எங்கேயும் போய்விட வில்லை. அத்தனை உப்பும் காரமும் சேர்ந்துதான் நெஞ்சில் பற்றிக் கொண்டு எரிகிறதே? எண்ணெய் முகத்தில் வழிகிறதே?

"அம்மா, எனக்கு ஸ்கூலுக்குப் போகக் காசு குடும்மா."

"உன்னை மறந்தே போயிட்டேண்டா கண்ணா. இந்தா, சமத்தா போ, என்ன?"

சாப்பிட்ட இடத்தைச் சுத்தம் செய்யும்போது, பாஸ்கரன் உடை மாற்றிக் கொண்டிருந்தான். இஸ்திரி போட்ட மடிப்பெல்லாம் மறைந்து போய் தொளதொளத்த பான்ட்தான் ஒரு வாரமாய். ஸ்தூல தேகத்துக்கு இன்னும் இத்தனை ஒழுங்கில்லாமல் காட்டியது.

"வேற பான்ட்டே இல்லையாக்கும்?"

"எல்லாம் இது போறும். எத்தனைன்னு வண்ணானுக்கு அழறது?"

சட்டம்: கருமிகளுக்குக் கல்யாணமே ஆகக்...

"ப்ளாஸ்கில் காப்பி விட்டாச்சா?"

சட்டத்தைப் பாதியில் நிறுத்தி "ம்" என்றாள்.

"டிபன் கட்டியாச்சா?"

"ம்."

எல்லாவற்றையும் சுமந்து கொண்டுபோக வேண்டும்.

அங்கே ஹோட்டலில் வாங்கிச் சாப்பிட்டால் செலவுதானே?

முதலில் அவள் பெருமைப்பட்டாள். என் கை ருசி அவருக்கு விசேஷம் என்று காரியாலயத்திலிருந்து வந்ததும் கேட்பாள்:

"வெண் பொங்கல் பிடிச்சுதா?"

"ம்."

"இன்னிக்குச் சக்கரைப் பொங்கல் எப்படி? எதிர்வீட்டு மாமிக்குக் கூட வாசனை அடிச்சுதாம்."

"நன்னாத்தான் இருந்தது. நெய் ஜாஸ்தி. பார்த்து செலவு பண்ணு."

எல்லோருக்குமேவா புகழ வந்துவிடுகிறது? அப்படித்தான் அவள் நினைத்தாள்.

ஒரு நாள் அவனிடம் கேட்டேவிட்டாள்.

இரவு இதமாய் அந்தரங்கங்களைத் திறந்த வெளியில் காட்ட வாய்ப்பைத் தந்தது. திறந்திருந்த ஜன்னல் வழியாகக் காற்றின் சுகத்தோடு, பல சுகந்தங்களும் வீசி மனத்தைப் பஞ்சாக்கிப் பறக்க வைத்தது.

மெல்ல அவனை நெருங்கி, அவன்மேல் சாய்ந்துகொண்டு அவன் சுருள் முடியில் – எண்ணெய் வழியும் அதில். ஒருவனைப் பிடித்துவிட்டால் எண்ணெய்த் தலைமயிர்கூடப் பரவாயில்லையோ? பிடிக்காவிட்டால் இரு பற்களிடையே இருக்கும் இடுக்குகூட குகை வாயாய்த் தெரிகிறது – கைகளை அலையவிட்டாறே அவன் காதோடு அவள் ரகஸியமாய்க் கேட்டாள்.

“நான் ஒன்னு கேட்கட்டுமா?”

அவனுக்கு அரைத் தூக்கம். நெஞ்சைச் சுண்ட வைக்கும் “எ... ன்... ன... து?” கூட அன்று கேட்கவில்லை.

அவன் தோளில் கன்னத்தைப் பதியவைத்துக்கொண்டு அவள் குழறினாள்.

“நான் பண்ணித் தர டிபன்னா உங்களுக்கு ரொம்பப் பிடிக்கும். இல்லையா? ஆபீஸிலே யாரும் கேலி பண்ணறது இல்லையா?”

அவன் சுருக்கமாகப் பதில் சொன்னான்.

“நீ நன்னாத்தான் சமைக்கறே. சாமானை வீணடிச்சுடறே. இருந்தாலும் ஹோட்டல்லே சாப்பிடறதைவிட இது லாபம்தான்.”

அவள் தோள் நெருப்பாய் எரிந்தது. கேசத்தில் விளையாடிய கைகள் துண்டிக்கப்பட்டவை போல் வலித்தன.

அவள் நகர்ந்து அவள் படுக்கையில் படுத்துக்கொண்டாள். அந்த மாதிரி சமயங்களில் விசித்திரக் கற்பனைகள் அவளுக்கு வருவதுண்டு.

சிவாஜி கணேசன் இதையே சரோஜாதேவியிடம் ஒரு படத்தில் கூறினால் அவள் என்ன செய்வாள்? ஜன்னல் அருகே போய் “வில்லம்பு பட்ட புண்” என்று ஒரு பாட்டுப் பாடுவாள். தனக்கோ “மீனாக்ஷி மேமுதம்” என்று கீர்த்தனைகள்தான் வரும். ஆனந்த பைரவி ஆலாபனை செய்யலாம். சோகம் ஒழுகும். சிரிப்பு வந்துவிடும் கற்பனையிலேயே.

கற்பனைக்கு நன்றி.

எத்தனை சட்டங்களை ஆணித்தரமாயும், அழுத்தமாயும் படைக்க முடிகிறது?

“நான் கிளம்பறேன் சாயா.”

“ம்.”

“அந்த மாங்காய் முழுசும் கெட்டுப் போயிடுத்தான்னு பார். இல்லாட்டா மேலாக அலம்பி எடுத்துடு.”

“சரி.”

அவன் சென்றுவிட்டான்.

சாயா சாப்பிட உட்கார்ந்தாள். சேகர் மீதம் வைத்த சாதத்துடன் கொஞ்சம் சாதம் விட்டுப் பிசைந்தாள். வற்றல் குழம்பில் பிசைந்து கொண்டபோது அம்மா ஞாபகம்தான் வந்தது. என்னமாய்ப் படுத்தி யிருக்கிறாள் அவளை!

வற்றல் குழம்பு தட்டில் விழுந்தாலே, தட்டு பறந்து முற்றத்தில் போய் விழும். கையை உதறிக்கொண்டு எழுந்துவிடுவாள். “எனக்குப் பிடிக்காததை நீ எப்படிச் சமைக்கலாம்?” என்று கத்துவாள்.

பிடிக்காதது!

சிறையில் கைதிக்குக் கஞ்சி விடும்போது “ஆஹா, எங்கே கத்தரிக் காய் பஜ்ஜி? வெறும் கஞ்சி பிடிக்காதே” என்றானாம்!

அம்மாவை அலைக்கழித்ததற்குத்தான் இந்த தண்டனையோ?

ஒருதடவை பள்ளியிலிருந்து வந்ததும் “என்னம்மா டிபன்” என்று கத்தினாள்.

“இட்லி.”

தட்டில் இட்லி விழுந்ததும் “மிளகாய்ப் பொடி” என்றாள்.

மிளகாய்ப் பொடி வரவில்லை. சட்னி வந்தது.

“மிளகாய்ப் பொடி இல்லை” என்றாள் அம்மா.

பாவாடையை உதறிக்கொண்டு எழுந்துவிட்டாள் சாயா.

அப்புறம் அரை மணிக்குள் அம்மா வறுத்து இடித்துவிட்டாள்.

“இதை அப்பவே இடிச்சுத் தொலைக்கறதுதானே?”

“இடிச்சிருக்கலாம். இன்னிக்கு என்னவோ ஒரே மார் வலி.” ‘குபுக்’ கென்று நெஞ்சை அடைத்தது சாதம். அம்மா! கரகரவென்று கண்களில் நீர் பெருகியது. எச்சிற் கையோடு உட்கார்ந்துகொண்டே இருந்தாள். நெஞ்சம் கேவியது. கல்யாணம் நிச்சயமானதும் எவ்வளவு கற்பனைகள் அவள் செய்தாள்!

எச்சிற் கையை உதறிக்கொண்டு எழுந்தாள்.

அரிவாள்மணையில் காய்கறி நறுக்கும்போது கையை வெட்டிக் கொள்வது போல் ஒரு கற்பனை. அவன் ஒரு முறுவலுடன் பாண்டேஜ் கட்டுவான். அவன் பளாரென்று ஒரு நாள் அறைவான் கன்னத்தில். சீ, சீ, கன்னம் வேண்டாம். முகம் அசிங்கமாகிவிடும். அறைவது முதுகில். இவள் தப்பே ஒன்றும் இருக்காது. பிறகு அவள் விம்மிவிம்மி அழுவாள். அவன் "இந்தக் கையா உன்னை அடித்தது?..." இத்யாதி இத்யாதி. இப்படி ஒரு கற்பனை. எல்லாவற்றிலும் அவள் அவனுக் காகக் கஷ்டப்படுவது போலும், அவன் உருகுவது போலும். ஒரு ஹிந்துப் பெண்ணுக்கு எவ்வளவெல்லாம் கற்பனை செய்ய அனுமதிக்கிறதோ அவ்வளவு மட்டுமே அவள் கற்பனை செய்தாள். அண்ணா வாங்கித் தந்திருந்த சில புத்தகங்களில் இருந்த பிரகாரம் அவள் கற்பனை போனபோதுகூட அவன் பருத்த வயிறு எவ்வளவு அருவருப்பாகத் தோன்றலாம் என்று அவள் எண்ணவில்லை. குஷ்டரோகியுடனேயே வாழ்க்கை நடத்திய ஹிந்துப் பெண்குலத் தோன்றல் அல்லவா அவள்? கையை அலம்பும்போது அவள் மனம் ஒரு சட்டத்தைப் பிறப்பித்தது. சட்டம்: 'காம சூத்ரா' படிக்காத பெண்கள் கல்யாணம் செய்து கொள்ளக் கூடாது.

வாசற்கதவு தட்டப்படும் சத்தம் கேட்டது.

கதவைத் திறந்தாள்.

அடுத்த தெரு மாலதி நின்றுகொண்டிருந்தாள். வெய்யிலில் வந்ததால் வேர்வை பரவ நின்றாள்.

"என்ன மாமி, உள்ளே கூப்பிடமாட்டீங்களா?"

"கூப்பிடாம என்ன? இப்படி வெய்யில்லேயா வரது? அதுவும் இப்படி இருக்கறபோது? என்ன விஷயம்?"

"ரெண்டு ப்ளவுஸ் தைக்கணும் மாமி."

மென்மையான, உயர்ந்த வேலைப்பாடு செய்த ரவிக்கைத் துண்டு களைத் தந்தாள் மாலதி.

"விலை ஜாஸ்தி இருக்குமே?"

"பத்தொம்பது ரூபாய் மீட்டர். வேண்டாம்னா அவர் கேட்கிற தில்லை. சீமந்தத்துக்குப் பட்டு ரவிக்கை போட்டுண்டா உடம்பு கசகசத்துப் போய்விடுமாம்."

"அப்படீன்னா அடுத்த வாரத்துக்குள்ளே வேணும்னு சொல்லு."

"ஆமாம். தையல் கூலி வழக்கம் போல ரெண்டு ரூபாய்தானே?"

"கூலிக்கு என்ன இப்போ?" என்று மெல்லச் சொல்லிவிட்டு ரவிக்கைத் துண்டுகளை மீண்டும் அழகு பார்த்தாள்.

"நூல் விலையெல்லாம் ஏறிப் போயிடுத்து. நாலரை வித்த நூல் கண்டு இப்போ எட்டணா. அடுத்த வாரமே வேணும்னு வேற சொல்றாய்."

"அப்படீன்னா மூணு ரூபாய் தந்துடறேனே மாமி. வரட்டுமா?"

"செய். உடம்பு ஜாக்கிரதை."

மாலதி போய்விட்டாள்.

மூன்று ரூபாய் அதிகமோ? இருக்கட்டுமே, அவளால் தர முடியாதா என்ன? "சாயா மாமி மூன்று ரூபாய் கேட்டார்" என்று போய்ச் சொல்லுவாளோ? சொல்லட்டுமே! வேலைக்குக் கூலி. தையற்கார னிடம் கொடுத்தால் ஐந்து ரூபாய் கறந்துவிடுவான்.

மூன்றும் மூன்றும் ஆறு ரூபாய். அந்தத் தமிழ்ப் படம் பார்க்கலாம். அதில்தான் கதாநாயகன் சாகிறான். செத்துத் தொலையட்டும் பாவி! வாழ்ந்து என்ன ஆகப் போகிறது?

விதம் விதமாய்த் தைப்பது என்றாலே சாயாவுக்குத் தனி ஆர்வம். திராக்ஷைக்குலையைத் தலையில் கவிழ்த்தாற்போல் கரிய கேசச் சுருள்களோடு மூன்று பெண்கள் அவள் நாத்தனாருக்கு.

"சரோஜா, என்கிட்டே தாயேன். நான் தைச்சுத்தரேன் குழந்தை களுக்கு."

"தைத்துக்கொடேன் மன்னி. உனக்கும் சீக்கிரம் பெண் பிறக்கும்".

பிறக்குமா? பூச்செண்டுபோல் ஐந்தாறு குழந்தைகள் வேண்டு மென்று அவளுக்கு ஆசை.

"அம்மா, எனக்கு அரை டஜன் குந்தையாவது வேணும்மா."

"போடீ, அசடே" என்பாள் அம்மா.

பத்து வருஷங்களில் அவளுக்கு சேகர் மட்டும்தான். அதில்கூடச் சிக்கனமோ?

கடையில் வரும் பத்திரிகைகளில் உள்ள மாதிரிகளையெல்லாம் பார்த்து அவள் தைத்தாள் அந்தக் குழந்தைகளுக்கு.

பாஸ்கரன் காரியாலயத்திலிருந்து வரும்போது ஒரு நாள் மாலை தைத்துக் கொண்டிருந்தாள்.

"யாருக்கு இவ்வளவும்?" என்றான்.

"சரோஜா குழந்தைகளுக்கு. அழகா இல்லை?"

"சும்மாத்தானே தைக்கிறே?"

"ஆமாம். என் ஆசைக்கு."

அடுத்த மாதம் வீட்டுச் செலவுக்கென்று வந்த ரூபாயில் பத்து ரூபாய்த் துண்டு. அவள் விழிகளை உயர்த்தி அவனைப் பார்த்தாள்.

"நூல் ஊசின்னு வீண் செலவு பண்ணுவாய். அதுதான் குறைச்சுத் தந்தேன்."

இன்னொரு முறை சரோஜா துணிகளைத் தந்தபோது ‘நேரமே இல்லேடி!’ என்றாள்.

“போ மன்னி, புளுகாதே, மத்தியானமெல்லாம் என்ன செய்யறா யாம்?”

“சரி. தைக்கறேன். ஆமாம், சரோஜா இதைத் தையற்காரன்கிட்டே தந்தா எவ்வளவு கேப்பான்?”

“அஞ்சு ரூபாய்க்குக் குறையாது. ஏன் மன்னி?”

“அப்போ அதிலே பாதி எனக்குத் தந்துடேன். நான் தைக்கறேன். நூல் செலவு ஆறது பார்.”

‘சடக்’ கென்று தலையை நிமிர்த்தி அவளைக் கூர்ந்து பார்த்தாள் சரோஜா. பெரிய ஆபீஸரின் மனைவிக்கு ஏன் இந்தச் சின்னத்தனம் என்று நினைத்தாளோ? அந்தப் பார்வையின் தாக்குதலை இன்னும் சாயா மறக்கவில்லை. விழிகளை விரித்து, உதடுகள் சற்றே பிரிய, புருவங்களை உயர்த்தி “இவ்வளவுதானா நீ?” என்பது போல் ஒரு பார்வை. அதன் பின் ரத்தினச் சுருக்கமாய்ப் பதில்.

“சரி, தரேன் மன்னி.”

அன்றிலிருந்து அவள் காசு வாங்கிக்கொண்டு தைத்தாள். மாலதி தந்த துணியை அலமாரியைத் திறந்து அதனுள் வைத்தாள். மறுநாளே தரவேண்டிய ரவிக்கைகள் இரண்டும், குழந்தைச் சட்டைகள் இரண்டும் இருந்தன. தையல் மிஷினைத் திறந்து தைக்க உட்கார்ந்தாள்.

ரவிக்கைகள் இரண்டும் எதிர்வீட்டு ரஞ்சிதத்துடையவை. மாதம் இரண்டு ரவிக்கைகளாவது தைக்க வேண்டும் அவளுக்கு, “உடுத்திக்கவும், சாப்பிடவும்தானே மாமி உழைக்கிறோம்?” என்பாள் அடிக்கடி.

தான்?

அவளுக்கே தெரியவில்லை. அவள் எதற்காக, யாருக்காக வாழ்கிறாள்? நினைத்தவுடன் சட்டையைக் கழற்றிப் போடுவது போல், உயிரை எடுத்துவிட முடியாத இயலாமையினால்தான் அவள் வாழ்வு தொடருகிறதா?

புடவை, நகையில் அவளுக்கு இருந்த ஆர்வம் எல்லாம் மறைந்து பத்து வருடங்களாகிவிட்டன. எந்தப் புடவையைப் பார்த்தாலும் சரிகையின் அழகும், வண்ணச் சேர்க்கையின் நயமும் கண்ணில் படுவதில்லை. அவளையும் அறியாமல் கை, விலைச் சீட்டைத்தான் தேடுகிறது.

ஆனாலும் வருடா வருடம் தீபாவளிக்குப் பட்டுப் புடவை வாங்காமல் அவள் விடமாட்டாள். புடவையின் மீது உள்ள ஆர்வத்தினால் அல்ல அது.

"பட்டுப்புடவை வேணுமா?" என்பான் அரை மனத்தோடு பாஸ்கரன்.

"ஆமாம்".

இருப்பதிலேயே விலை உயர்ந்த புடவையை எடுத்துவிட்டுத் திரும்பும் வழியில், பர்ஸில் உள்ள பணத்தை எண்ணி, செலவழித்த பணத்துக்காக அவனை ஏங்கவைக்கும் அந்தக் கேவலமான பழி வாங்குதலுக்காகவே அவள் பட்டுப்புடவை வாங்கினாள். "வேண்டும்" என்று கேட்டு வாங்கும் அளவு தன்மானம் தனக்குச் செத்துவிட்டதா என்று தன் மனத்தின் குறுகலை எண்ணி அவள் வியந்ததுண்டு. ஆனால், அவன் காசை பலவந்தமாகச் செலவழிக்க வைத்துவிட்ட குரூரமான மகிழ்ச்சி அந்த எண்ணத்தை அடித்துவிடும்.

"நாக்கு நீளம் சாப்பாட்டு விஷயத்தில்" என்று அம்மாவிடம் குட்டுப்பட்டவள்தான்.

கல்யாணமான புதிதில் சேலத்துக்கு வேலை விஷயமாகப் போனான் பாஸ்கரன். அப்போது மாம்பழக்காலம். மாம்பழத்தை நறுக்காமல், கையில் அதன் ரஸம் ஒழுக, சதைப்பகுதியில் பற்கள் அழுத்திப் பதித்து வெண்ணெய்க் கட்டியாய் மாம்பழம் வாயில் போகும்படி சாப்பிடுவதில் அவளுக்கு அலாதிப் பிரியம்.

"வரும்போது கட்டாயம் மாம்பழம். ம்?"

அவன் திரும்பி வரும்போது முகமெல்லாம் ஆர்வம் கொப்பளிக்க, "எங்கே நான் கேட்டது?" என்றாள்.

"ரொம்ப விலை ஜாஸ்தி. வாங்கலை."

அன்றைக்குத் தன் நாக்கை அவள் அறுத்து எறிந்துவிட்டாள்.

சரோஜாவே அவளிடம் கேட்டதுண்டு.

"ஒண்ணுலேயும் ஆர்வமே இல்லாம இருக்கியே மன்னி. எதுக்காகத் தான் நீ இருக்காய்?"

"இருக்கணுமே அதுக்காக. இதைவிட வேற காரணம் என்னடி இருக்கு?"

எல்லாவற்றையும் தைத்து முடிக்கும்போது மணி நாலாகிவிட்டது. சேகர் பள்ளியிலிருந்து வரும் நேரம்.

எல்லாவற்றையும் எடுத்து வைக்கும்போது சேகர் வந்தான்.

வழக்கம்போல் ஆயிரம் செய்திகள்.

"மோகன் தமிழ்லே பஃஸ்டு வந்தானோ இல்லையோ, அவனுக்கு மூணு சக்கர சைக்கிளாம்மா."

"உனக்கும் வேணுமாடா?"

"சீ, சீ."

"என்னாடா சீ, சீ?"

"போம்மா. நான் பெரிய பையன். எனக்கு ரெண்டு சக்கர சைக்கிள்தான்."

"வேணுமா?"

பாக்கெட்டில் கைவிட்டு இரண்டு பத்து பைசாக்களை எடுத்தான்.

"பாரு நான் காசு சேர்த்திருக்கேன். எல்லாம் என் காசு."

பாவி! அப்பா மாதிரியே பேசுகிறான்!

"நிஜமா சைக்கிள் வேணுமாடா? வாங்கித்தரலாமா?"

"அதெல்லாம் ஜாஸ்தி வெலை. இல்லம்மா?"

அவள் மனம் ஓலமிட்டது. சைக்கிள் வேண்டுமென்று கீழே விழுந்து புரண்டு அவன் அழுதிருந்தால் அவள் மனம் சாந்தி அடைந்திருக்கும். உதட்டைச் சிறுக மூடிக்கொண்டு பதில் பெரிய மனுஷத்தனமாகச் சொல்வது அவளை வாட்டியது. தனக்குக் கிடைக்காது என்பதை இவ்வளவு ஆர்ப்பாட்டம் இல்லாமல் அவன் ஏற்றுக் கொண்டதை அவள் மனத்தால் தாங்க முடியவில்லை.

குழந்தைத்தனம் என்பது இப்போதெல்லாம் இல்லையா?

ஏன் எல்லாருமே பெரியவர்கள் மாதிரி நடந்துகொள்கிறார்கள்? சனியன், ஒரு குரல் அழக்கூடாதா? அவன் ஒருவன்தான் அந்த வீட்டில் இயற்கையாக நடந்து கொள்கிறான் என்று சமாதானப் படலாமே.

"போடா, வெளையாடப் போ. மண்ணுலே விளையாடாதே."

சிறிது நேரத்திற்குப் பிறகு பாஸ்கரன் வந்தான்.

"சாயா, அந்த கோபாலன் பையனுக்குப் பூணூலாம். நீ போயிட்டு வந்துடு. நான் பகல்லேயே போயிடுவேன்."

"சரி."

"நாளைக்குச் சமைக்க வேண்டாம். அங்கேயேதான் சாப்பாடு."

"என்ன ப்ரஸண்ட் தரப் போறேள்?"

"பூணூலுக்கெல்லாம் ஒண்ணும் தரவேண்டாம்."

"சாப்பிட மட்டும் போலாமாக்கும்?"

"என் சிநேகிதன் பிள்ளை பூணூலுக்குச் சாப்பிடாம வேற எங்கே சாப்பிடறது?"

"நீங்க போங்கோ. நான் வரலை."

"சரி. வரல்லைன்னா வேண்டாம்."

அவ்வளவுதான். பஸ் காசாவது மிச்சம். அவன் இன்னொரு முறை கூப்பிட மாட்டான்.

அவளே மீண்டும் கேட்டாள்.

"அப்படின்னா நீங்க மாத்திரம் போறேளா?"

"நீதான் வரமாட்டேன்கிறாயே?"

"ப்ரஸன்ட் இல்லாம எப்படிப் போறது?"

"குடேன், நீயும்தான் தைச்சு சம்பாதிக்கிறாயே, அது மட்டும் பணம் இல்லையா?"

கேள்வியைக் கேட்டு அவள் அதிர்ந்துவிட்டாள். சரியான கேள்வி தான். அதை உபயோகிக்கலாம் என்று அவளுக்கு ஏன் ஒருநாளும் தோன்றவில்லை? இப்போது கூட அதிலிருந்து எடுக்க மனமில்லை. அவள் உடல் வெடவெடவென்று நடுங்கியது. அவள் மனதார வெறுக் கும் குணம் அவளிடம், அவளையும் மீறித் தொற்றிக் கொண்டுவிட் டதா என்ன? சேகர் சைக்கிள் கேட்டபோதுகூட அவள் அதைப் பற்றி எண்ணவே இல்லையே? சில்லிட்டுப் போன கைகளால் பக்கத் தில் இருந்த நாற்காலியை அவள் பற்றிக்கொண்டாள்.

"என்ன சத்தத்தையே காணோம்?"

"ஒண்ணுமில்லை."

ரவிக்கைக்கு நல்ல மாதிரி தேட ஒரு டிசைன் புத்தகத்தை வைத்துக் கொண்டு உட்கார்ந்தாள்.

செய்தித்தாளைப் புரட்டிக்கொண்டு உட்கார்ந்திருந்த அவனிடம் திடீரென்று "சேகருக்கு சைக்கிள் வேணுமாம்" என்றாள். "அவன் ஆயிரம் சாமான் வேணும்பான். எல்லாமே வாங்க முடியுமா? ரெண்டு வருஷம் போனால் வீணாப் போயிடும்." புத்தகத்தை மடியில் பிரித்துப் போட்டுக்கொண்டு ஒரு பக்கத்தைக் கையால் தடவியவாறே அவள் மெதுவாகக் கேட்டாள்.

"எதுதான் இப்போ அவசியம்?"

பாஸ்கரன் அவளை ஆச்சரியத்துடன் பார்த்தவாறே "என்ன வந்துடுத்து உனக்கு இன்னிக்கு?" என்றான்.

"ஒண்ணும் இல்லை. எனக்கு ரொம்ப அவசியமா ஒண்ணு தேவை. அதை உங்களாலே தர முடியாது."

"என்னது?"

"மனசிலே நிம்மதி" என்று விட்டுப் புத்தகத்தைப் 'பட்' டென்று மூடினாள்.

"சைக்கிள் வாங்கித் தராட்டா மனசுலே நிம்மதி போயிடுமா? யாராவது கேட்டால் சிரிப்பா."

"நீங்களே சிரிக்கிறபோது, மற்றவா ஏன் சிரிக்கமாட்டா?"

"அவ்வளவு தூரம் ஆசையா இருந்தா, நீ வாங்கித்தரதுதானே?"

"வாங்கித் தரத்தான் போறேன்." அடித்துச் சொன்னாள் அவள். தான் கருமி இல்லை என்பதை அவளுக்கே அவள் நிரூபித்துக்கொள் ளவா அப்படி ஒரு அழுத்தம் சொற்களில்? மஞ்சள் காமாலை வந்த வன் தன் பார்வையில் ஏற்பட்ட நிறக் குழப்பத்தை ஏற்றுக்கொள்ள முடியாமல், "எல்லாம் சரியாகத்தான் இருக்கிறது. மஞ்சள் மாதிரி தெரிகிறது. அவ்வளவுதான்" என்று தனக்குத் தானே செய்து கொள் ளும் சமாதானமாய், அடிபட்டுக்கொண்ட சிறுவன் நொண்டிக் கொண்டே, "அடி பலமில்லை. நன்றாக ஓடி விளையாடலாம்" என்று தன்னையே ஆசுவாசப் படுத்திக்கொள்ளும் முயற்சியாய் அவள் திரும்பச் சொன்னாள்.

"கட்டாயமா வாங்கித் தருவேன்."

"அதற்கு என்னைக் கேட்பானேன்?"

"உங்களிடம் கேட்டுப் பார்த்து நீங்க இல்லைன்னா நான் வாங்கித் தரதா இருந்தேன்."

"பேஷ்! அப்படியாவது என்னிடமிருந்து கறந்துடலாம்னு பார்த்தாய்."

"கறக்கறதுக்கு நான் என்ன பால் வியாபாரமா செய்யறேன்."

"பால் வியாபாரமோ, பாக்கு வியாபாரமோ! உன் பணத்தைப் பத்தி நினைச்சுப் பார்த்தியா?"

"உன் பணம் என் பணம்னு என்ன வித்தியாஸம்? குழந்தை நம்ப ளோடுதானே? இல்லை, அதுவும் சந்தேகமோ?"

"சீ, வாயை மூடு."

அவள் பேசவில்லை.

இரவுச் சாப்பாடு மௌனமாக நடந்தது. அவள் சமையலறையைச் சுத்தம் செய்துவிட்டு வருவதற்குள் சேகர் கதவோரமாய்த் தூங்கி வழிந்துகொண்டிருந்தான். அவனைத் தூக்கிக் கட்டிலில் போட்டாள். விளக்கை அணைத்துவிட்டுப் படுக்கையில் சாயும்போது, கதவோர மாகத் திரும்பிப் படுத்துக்கொண்டு நிச்சிந்தையாகத் தூங்கும் அவன் மேல் அவளுக்குக் கோபம் வந்தது. கத்தியால் கீறிய ரத்தக் கட்டி

களாய்க் கேள்விகளை வீசிவிட்டு என்ன தூக்கம்! அவன் ஏன் தூங்க மாட்டான்? அதற்கு விலை இல்லையே? தூங்கிவிட்டு விழித்தால் யாரும் 'பில்' லை நீட்டப்போவதில்லையே?

"என்னை எவ்வளவு ஈனமாக எண்ணிவிட்டார் இவர்! எனக்கா செலவழிக்க மனமில்லை?" என்று மனம் பொருமியது.

அவள் கல்யாணம் நிச்சயமானதும் எத்தனை தோழிகளுக்குக் கடற்கரை சினிமா என்று அவள் செலவழித்தாள்?

அவள் மனத்தில் கம்பளிப் பூச்சிபோல் ஒன்று நெளிந்து அரித்தது. பின்பு அவள் ஏன் சேர்த்துவைத்த பணத்திலிருந்து வாங்கிக் கொடுக்க வேண்டும் என்று நினைக்க வில்லை? யாருக்காக அதை அவள் சேர்த்தாள்?

ஒரு அவசரத் தேவைக்கு...

எது அவசரம்? எது தேவை? யாருடைய தேவைக்கு? எப்படிப் பட்ட தேவைக்கு?

மின்னல் வெளிச்சத்தில் உயிர் பெற்றுச் சில நிமிஷங்கள் ஒளிரும் இரவின் தோற்றங்களாய் மன இருட்டிலிருந்து சில உணர்வுகள் உதறிக் கொண்டு வெளி வந்தன.

பாங்க் பாஸ் புத்தகத்தைப் பிரித்து அதிலிருக்கும் தொகையைப் பார்ப்பதில் அவளுக்கு ஏன் இந்தத் திருப்தி? உணர்வுகளே கரும் பூதங்களாய் ஆள்காட்டி விரலை அவளை நோக்கிச் சுட்டிக்காட்டி "நீயும்தான் அப்படி" என்று கொக்கரித்தன. அவள் விலக்கித்தள்ளி னாள். அவை போர்வையாய் மேலே கவிந்துகொண்டன. போர்வை அவளை இறுக்கியது. தொண்டைக்கு அடியே நெஞ்சம் வறண்டது. எச்சில் விழுங்கினால் புண்மீது மருந்து தடவியதுபோல் எரிந்தது. கண்கள் கசிந்தன.

"அழறயா என்ன?"

அவளுக்குத் தூக்கிப்போட்டது. அவள் அழுதிருக்கிறாள்.

"எதுக்கு இப்போ ராத்திரி அழுகை?"

அது ஒன்றில்தானே தாராளமாக இருக்க முடியும்...

அவனுடைய கரங்கள் அவளை அணைத்தன.

சட்டம்: வேண்டாத வேளையில் நெருங்கும் கணவன்...

அவன் கரங்களில் அவள் துவண்டாள். அந்த நெகிழ்ச்சிக்கு முர ணாக ஒரு எண்ணம் நெஞ்சில் விவஸ்தை இல்லாமல் ஓடியது – பணம் கொடுக்காமல் அடைய முடியும் என்பதாலேயே இவர் என்னை நாடுகிறாரோ?

எண்ணத்தின் முரண்பாடே நெஞ்சத்தில் நெருப்புக் கங்குகளை உருட்டியது. அவளைத் தகித்த நெருப்பின் ஜ்வாலையில் அவள் வதங்கி வாடினாள்.

அவன் கரங்கள் அவளை இறுகத் தழுவின. சூடான காப்பியைக் குடிக்க ஆத்திரப்படும் ஒருவனின் அவசரத்தோடு அவன் முகம் அவளை நோக்கி நெருங்கியது.

சட்டம், சட்டம், சட்டம்! இப்படி நிர்ப்பந்திக்கும் கணவன்மார் களுக்கு ரெட் லைட் ஏரியாவில் நிரந்தரமாக வீடு தர வேண்டும்...

அவள் அழுகை நெஞ்சக் கதவுகளில் மௌனமாக மோதிக் கொண்டது.

○

“ஸார், போஸ்ட்.”

“சாயா, உனக்கு லெட்டர் வந்திருக்கு பார்.”

இடுப்பில் செருகியிருந்த துண்டில் கையைத் துடைத்துவிட்டுக் கையை நீட்டினாள் சாயா.

கடிதம் உடனே கிடைக்கவில்லை.

வாய்விட்டு அதை முணுமுணுப்பாய்ப் படித்துக்கொண்டிருந் தான் பாஸ்கரன்.

நீண்ட கையை மடக்கி, கோபத்தில் கடிதத்தைப் பிடுங்கத் துடிக்கும் விரல்களை முஷ்டியாய்க் குறுக்கிக்கொண்டாள்.

எப்போழுதோ யாரோ தோழி இருபது ரூபாய் கடன் கேட்டு எழுத இவள் அனுப்பி விட்டாள். கல்யாணமான ஆரம்பம். இப்போது நினைத்தால் அவளுக்கு வியப்பாக இருக்கிறது. பட்டினி கிடப்பவன் சோற்றைக் கண்டால் நாக்கைச் சப்புக்கொட்டிக்கொள்வதைப்போல் பத்து ரூபாய் நோட்டைக் கண்டால் உள்ளம் விரியும் அவள் எப்படி இருபது ரூபாய் அனுப்பினாள் என்று. அதிலிருந்து அவள் கடிதங்கள் பரிசீலனை செய்யப்பட்டு அவளை அடைந்தன.

“உன் அம்மா எழுதியிருக்கா.”

“நீங்கதான் படிச்சாச்சே? விஷயத்தைச் சொல்லுங்கோ.”

சின்ன வயதில் எல்லாம் என் பாவாடை, என் பலப்பம், என் புஸ்தகம். என் ரிப்பன் என்று தன்னுடையதையெல்லாம் அவள் பகிர்ந்துகொள்ள முடியாத சுயநலத்தோடு பாதுகாப்பாள். ஏன், அவள் தட்டில் யாராவது சாப்பிட்டாலே பேயாட்டம் ஆடுவாள்.

புளியங்கொட்டையைக்கூடச் சேர்த்து வைக்கும் அவளைப் பார்த்து ஓவென்று கோணாமாண பற்கள் தெரியச் சிரிப்பாள் சித்தி.

"நீ கெட்டிக்காரிடீ."

தன் புளியங்கொட்டைக்குச் சண்டை பிடித்த சாயா தன் கடிதத்தை – வரிக்கு வரி பாசம் சொட்ட அம்மா எழுதிய கடிதத்தை – பாலைவனச் சுடு மணலில் பாலை ஊற்றினாற்போல் அவன் மனத் தில் பொசுங்கிப்போகவிடுகிறாள். தன் கடிதத்தை அவன் படித்த பிறகு அவள் படிக்க விரும்புவதில்லை. அதில் உள்ள சுவையையே அவன் ஈரமற்ற கண்கள் வறள வைத்தாற் போல் அவளுக்குத் தோன்றும்.

"விஷயம் என்ன? நீயே படியேன். உன் தங்கையைப் பெண் பார்க்க வராளாம். உன்னை வரச்சொல்லி இருக்கா. நேரிலே வந்து சொன்னா என்ன? வேப்பேரியிலேந்து தில்லக்கேணிக்குக் கடிதம் என்ன?"

"நிஜமாவா? தாங்கோ லெட்டரை."

பூனைக்குட்டியைத் தடவுவது போல் மெதுவாய்க் கடிதத்தை வாங்கினாள்.

அது அம்மாவின் கடிதம்.

"அன்புள்ள என் கண்மணி சாயாவுக்கு..."

கடிதத்தைப் படித்து முடிந்ததும் "என்ன?" என்றாள் பாஸ்கர னிடம். எனக்கென்ன தெரியும்? ஆயிரம் பேர் பெண் பார்க்க வருவா. ஒவ்வொரு தடவையும் நீ போக முடியுமா?

அந்த நாக்கு!

"ஏதோ எழுதியிருக்காளே அம்மா..." என்றாள்.

அவன் தீர்மானமாய் ஒன்றும் சொல்லாமல் போய்விட்டான். அந்தக் கணம் ஒரு ஹிந்துப் பெண்ணுக்குத் தோன்றக்கூடாது என்று காலம்காலமாய் எல்லோரும் சொல்லும் ஓர் எண்ணம் அவளுக்குத் தோன்றியது. அவனை விட்டுப் போய்விட வேண்டும் என்று அவள் நினைத்தாள். பத்து வருஷங்களாய் இழுக்க இழுக்க நீளும் ரப்பர் துண்டாய் வளைந்து கொடுத்த மனம் அன்று 'கல்' லென்று உடைந்தது. மனம் நினைத்த மறுவினாடியே, எதிர்காலத்திட்டங்கள் நீண்டு அவள் தீர்மானமே செய்துவிட்டாள்.

உடம்பிலிருந்து ஏதோ கழன்று விழுந்து லேசாகிவிட்டதைப் போல் அவள் உணர்ந்தாள். அவள் படித்தவள், (ஹா, எத்தனை நாட் கள் கழித்து இந்த விவரம் நினைவுக்கு வருகிறது!) அவளுக்குச் சம்பாதிக்கத் தெரியும். பின்பு ஏன் இந்தச் சிறை? கல்லானாலும் கணவனைக் கட்டிக்கொண்டு அழுபவர்கள் அழட்டும். அவள் சிந்திக்கத் தெரிந்தவள்.

நல்லது என்பதும் கெட்டது என்பதும் இதுதான், அதுதான் என்று குறிப்பிட்டுச் சொல்லக்கூடியவை அல்ல. தன் மனத்துக்கு, தன் சிந்தனைகளுக்கு எது இதம் அளிக்கிறதோ அதுதான் நல்லது. இரவு

உடம்பை நன்றாக நீட்டி மின்சாரத்துக்குப் பணம் கட்டவேண்டும் என்ற மனக்குத்தல் இல்லாமல் விசிறியைப் போட்டுக் கொண்டு விச்ராந்தியாய்த் தூங்கும் நிலைமையை எது தருகிறதோ அதுதான் நல்லது.

அவள் சிறகுகளை விரித்து அவள் பறக்க வேண்டும். விசும்பின் நிச்சலனமான அமைதியில் அவள் சிறகுகள் அசைய வேண்டும். அதுதான் வாழ்க்கை.

அவள் ஏதாவது வேலை தேடிக் கொள்வாள். அன்று ஒருநாள்கூட பக்கத்து ஸ்கூல் தலைமையாசிரியை "எங்க ஸ்கூல்லே தையல் டீச்சர் இல்லை. தற்காலிகமாய் நீங்க வந்துவிடுங்களேன்" என்று கூப்பிடவில்லையா? அதைப் போய் விசாரித்தால் தெரிந்துவிடுகிறது. அது இல்லை என்றாலும் கவலை இல்லை. தையல் மிஷின் அம்மா வாங்கித் தந்ததுதான். அதை வைத்தே பிழைத்துவிடலாம். ஒரு ரவிக்கைக்கு இரண்டு ரூபாய். ஆ, அந்த வாழ்க்கை எப்படி இருக்கும்? அவளும், சேகரும் மட்டுமே. சின்ன வீடு ஒன்று, இரண்டு அறைகள் போதும். முதல் அறையில் மடக்கு நாற்காலிகள் இரண்டு; மூலையில் தையல் மிஷின்; இன்னொரு மூலையில் சின்ன மேஜை, நாற்காலி சேகர் படிக்க. அவள் தினம் தைப்பாள். சேகர் ஸ்கூலுக்குப் போவான். மாலையில் இருவருமாய் மயிலாப்பூருக்குக் காய்கறி வாங்கப் போகலாம்.

சேகர் பிறந்தநாள் வரும். அவன் தோழர்களை எல்லாம் அவள் சாப்பிடக் கூப்பிடுவாள். தித்திப்புப் பண்டம் செய்வாள் – சர்க்கரை என்ன விலை விற்றாலும்.

இரவு அவள் உடம்பை நன்றாக நீட்டிப் படுக்கையில் புரளலாம். ரோமமில்லாத மார்பில் சாய வேண்டாம். மென்மையற்ற கைகளால் அணைக்கப்பட வேண்டாம். படுக்கை முழுவதும் அவள் மட்டுமே.

புகை மண்டலங்களாய் அவளுடைய நினைவுகள் – கனவுகள் – மேலெழுந்தன.

"அம்மா..." சேகரின் அழைப்பு காதில் விழுந்தது.

மலையிலிருந்து கீழே குதித்துவிட்ட அதிர்ச்சியுடன் உடலைச் சிலிர்த்துக் கொண்டு, "என்னடா?" என்றாள்.

அந்தக் குரல் நாளங்களின் அசைவே பெருங்காற்றாய்ப் புகை மண்டலங்களை ஊதித் தள்ளியது. அகன்ற கைகளாய் நீண்டு, விரித்த சிறகுகளை ஒடுக்கியது. தான் அப்படி நினைத்தோமா என்ற ஐயமே அவளுக்கு ஏற்பட்டது. அதீத வெறியில் கொலை செய்து விட்டுக் கத்தியும், கையுமாய்த் தான் செய்துவிட்ட செயலை நம்ப முடியாமல் நிற்கும் கொலைகாரன் நிலைமையில் அவள் இருந்தாள்.

தான் நினைத்தது சரியா தவறா என்ற சிந்தனை அவளுக்கு ஏற்படவில்லை. சரி, தவறு என்பதெல்லாம் ஒரு குறிப்பிட்ட சட்டதிட்டங்களுக்கு அடங்கியவை அல்ல.

அவள் அப்போது நினைத்து ஆச்சரியப்பட்டது எல்லாம் தனக்கா அப்படி ஒரு சுதந்திர உணர்ச்சி தோன்றியது என்றுதான். மூன்றாம் மனுஷி ஒருத்தியைப் பார்ப்பது போல் தன்னையே பார்த்துக் கொண்டபோது இப்படி ஒரு எண்ணம் அவள் மனத்தில் இவ்வளவு நாள் இருந்தது அவளுக்கே எப்படித் தெரியாமல் போய் விட்டது என்று அவள் வியப்புற்றாள். தேங்காயை உடைத்தால் சளசளவென்று கொட்டும் இளநீரைப் போல் அல்லவா அவள் எண்ணங்கள் வெளிப் பட்டு விட்டன!

பண்ணக்கூடாதது என்று அவள் நினைக்காவிட்டாலும், பண்ணிப் பயனில்லை என்ற முடிவுக்கு அவள் வந்துவிட்ட பிறகும்கூட அந்த எண்ணங்கள் வெளிப்பட்ட வேகம் அவளைத் தடுமாற வைத்தது. தளைகளை அறுத்துக்கொண்டு ஓட வேண்டுமென்ற உந்துதல் தனக்குக்கூட – பத்து வருடங்களில் கொஞ்சம் கொஞ்சமாய் மனம் வெறுத்து, எதையுமே நிலையற்றது என்று கருதும் மனநிலைக்கு வந்துவிட்ட அவளுக்குக்கூட – ஏற்பட்டதுதான் வேடிக்கையாக இருந்தது.

சேகரிடம் போனாள்.

"என்னடா கூப்பிட்டே?"

"பந்து விளையாடறச்சே இது விழுந்துடுத்தும்மா!"

கண்ணாடி உடைந்த புகைப்படம்.

அது, அவள், பாஸ்கரன், சேகர் மூவருமாய் எடுத்துக்கொண்டது.

சேகர் பிடிவாதம் பிடித்ததால் எடுத்துக் கொண்டது.

அவள் – ஊதாவில் ரோஜாநிறக் கரைபோட்ட புடவை.

சேகர் – கட்டம் போட்ட சட்டையும், பான்ட்டும்.

பாஸ்கரன் – சாபமிடப்பட்ட நளன்...?

மீண்டும் இப்போது அதைப் பார்த்தபோது அவளுக்குப் பரிதாபமாய் இருந்தது, "ட்ரெஸ்ஸிலே ஒண்ணுமில்லே, மனசுதான் பெரிசு" என்று அவள் பிறந்த வீட்டில் பாஸ்கரனின் அலங்கோலத்துக்குக் காரணம் கற்பித்திருந்தாள். ஆனால் உண்மையில் அதன் அர்த்தம் கூட அவனுக்குப் புரியாது என்பது அவளுக்குத்தான் தெரியும். நன்றாக உடை உடுப்பதின் அவசியத்தை உணராதது மட்டுமல்ல, அதற்காகச் செலவிடும் பணத்தின் ஆசையை உணர்ந்ததும்தான் இதற்குக் காரணம் என்பதை அவள் அறிவாள்.

ஆரம்பத்தில் அண்ணாகூட, "உனக்கு உன் கணவனைப் பேசி மாத்தத் தெரியலைன்னா அது உன் தோல்விதான்" என்றபோது அவள் இடிந்து போய்விட்டாள். இரு நபர்கள் எவ்வளவுதான் இணைந்தாலும் தனிப்பட்ட முறையில் ஒவ்வொருவருக்கும் சுதந்திரம் உண்டு; அந்தச் சுதந்திரத்தை இருவருமே பழிக்கலாகாது என்பது அவள் கொள்கை. அவனை அவள் ஏன் மாற்ற முயல வேண்டும்? அவன் குணத்தின் கோணலை அவன் உணராதபோது – ஏன் அந்தக் குணம்தான் சிறந்தது என்று அவன் கருதும்போது – மாற்ற முயற்சி செய்வது மடமை என்று அவள் எண்ணினாள். அப்படி இருக்க அவனுக்குச் சுதந்திரம் உண்டு – இப்படித்தான் வாழ்க்கை அமைய வேண்டும் என்று இருக்கும்போது, வீணாக எதிர்த்துப் போராடுவதில் அர்த்தம் இருப்பதாக அவளுக்குப் படவில்லை. இருந்தும் அண்ணா தோல்வி என்று குறிப்பிட்டதும் முயற்சி செய்யாதது தவறோ என்று அவள் எண்ணத் தொடங்கினாள்.

கணவனை மாற்றிவிடும் ஆரம்ப உற்சாகத்துடன் அவள் செல வழிக்கத் தொடங்கினாள். அடிக்கடி அவன் காதுபட, "பணம் இன்னிக்கு வரும் நாளைக்குப் போகும். சந்தோஷம் அப்படி இல்லையே?" என்று சொல்லிக்கொண்டேயிருந்தாள். அவனுக்கு அது புரியவும் இல்லை. அவள் செலவழிப்பதன் நோக்கத்தை அவன் புரிந்துகொள்ளவும் முயற்சி செய்யவில்லை. இந்தக் கல்யாண வாழ்க் கைக்கான செலவுத் திட்டங்களைக் கூட முன்பே குறித்து வைத்துவிட் டதைப் போல் அவன் திட்டமாய்ச் செலவு செய்தான்.

சில நாட்கள் அவள் பேசாமல்கூட இருந்தாள். பிறகு அவன் அந்த மௌனத்தைக் கவனிக்காமலேயே இருந்துவிட்டதால் அவள் கைவிட்டாள்.

"அஞ்சு நாளா ஏன் பேசலை தெரியுமோ?" என்றாள் இரவில்.

"பேசலையா என்ன?" என்றான் அவன்.

பிறகு சிக்கனமாய் இருக்க வேண்டியதன் அவசியத்தை விளக்கி னான். அப்போது அவனை அவள் வெறுக்கவில்லை. மெதுவாகச் சொன்னாள்: "நீங்கள் சின்ன வயசிலே ரொம்பக் கஷ்டப்பட்டேள். ஒவ்வொருத்தர் வீட்டுலே சாப்பிட்டுண்டு படிச்சிருக்கேள். கிணற் றிலே ஜலம் எடுத்து வீடு வீடா ஊற்றியிருக்கேள். பணம் இல்லாம கஷ்டப்பட்டதால் பணமே பிரதானம்னு நினைக்கறேள். இப்போ அப்படி இல்லையே? என்னைவிடப் பெரிசா பணம்?"

கணவனை அனலைஸ் செய்வதுபோல் ஒரு முட்டாள்தனம் வேறு கிடையாது என்று இப்போது தோன்றியது. அவள் அவனுக்குத் தானம் செய்யப்பட்டவள். அவன் வயதில் பெரியவன். சரீரத்தில் பலம் வாய்ந்தவன். ஸோபா ஸெட் போல் அவள் அவன் சொத்து. அவன் இறந்து போனால் இவள் மேல் திரையை மூடி "த எண்ட்"

என்று எழுதிவிடுவார்கள். இதில் இவள் ஃப்ராய்டு எல்லாம் படித்து மனதைக் குழப்பிக்கொண்டு, அவன் நடத்தைக்குக் காரணம் கற்பித்து என்ன பயன்? தான் ஆளப்பிறந்தவன் என்ற உரிமையைவிட வேறு எந்த உணர்வு அவனை இப்படி பலசாலியாக்க முடியும்?

சாயா பாஸ்கரனை வெகு அழகாக அனலைஸ் செய்தாள்.

"என்ன பேசறே நீ?" என்று கடகடவென்று சிரித்தான் அவன். அவன் சிறு வயதில் குடம்குடமாய் கிணற்றிலிருந்து தண்ணீரை மட்டும் இறைக்கவில்லை. தன் நெஞ்சிலிருந்து மென்மை உணர்வு களையும் எடுத்து ஊற்றிவிட்டான் என்று அவள் தெரிந்துகொண் டாள் அன்று.

புகைப்படத்தில் ஒழுங்கில்லா ஆடையுடன் காட்சியளித்தான் அவன். அந்தப் படத்தில் தான் நன்றாக வந்திருப்பதாக அவன் அடிக்கடி கூறிக்கொள்வான். மற்றவர்கள் ஏளனமாய்ச் சிரிப்பதைப் பொருட்படுத்தாமலோ, புரிந்து கொள்ளாமலோ "ஜோரா இல்லை?" என்ற கேட்டுப் பெருமைப்படும் அவனைப் பார்த்து அவள் பரிதா பப்படுவாள். அப்போது கேலிக்குரிய பொருளான அவனை ஆதரிக்க வேண்டும்; விட்டுக்கொடுத்துவிடக் கூடாது என்ற மனிதனுக்கு மனிதன் தோன்றும் இரக்க உணர்வே அவளை அவனிடம் நெருங்க வைத்தது.

கணவன்-மனைவி உறவின் ரஸவாதங்களே அற்றுப் போய், மூன்றாம் மனிதனுக்குக் காண்பிக்கும் மரியாதைகளும் உபசாரங் களுமே எஞ்சினபோல் அவளுக்குத் தோன்றியது. தன் கணவன் என்பதால் அவள் அவனுக்குப் பரிவுடன் உணவு படைக்கவில்லை; மழையில் நனைந்து வந்தால் பதட்டப்படவில்லை; உடம்பு சரியில்லா மல் போனால் சிசுருஷை செய்யவில்லை; அவன் ஒரு மனிதன் – எந்த மனிதனுக்கும் அவள் அதைச் செய்வாள் ஒரு பண்பட்ட முழுமை அடைந்த மனத்தை உடையவள் என்ற முறையில்.

சில சமயம், பக்கத்து வீட்டு நாய் லக்கி மழையில் நனைந்து நடுங்கியபோது, அவள் மனம் கனிந்து, அதைத் துடைத்து, கனத்த சாக்கைப் போட்டுப் படுக்க வைத்தபோது ஏற்பட்ட இரக்க உணர்வுக்கும், தன் கணவனிடம் தனக்கு ஏற்படும் இரக்க உணர்வுக்கும் என்ன வித்தியாசம் என்று அவள் எண்ணுவதுண்டு.

"அம்மா, அப்பா திட்டுவாரம்மா?"

"மாட்டார்டா கண்ணா, இனிமே உள்ளே பந்தாடாதே,"

"சீக்கிரம் கண்ணாடி போட்டுடலாம்மா. இதிலே நீ அழ. . .கா இருக்கேம்மா."

அவளுக்கு அந்த நிமிடம் ஏற்பட்ட சந்தோஷத்தை எண்ணி அவளே வெட்கப்பட்டாள். என்ன மனம் இது, பாழும் மனம்!

எதற்குத்தான் சந்தோஷப்படுவது என்று நியதி கிடையாதா? இத்தனை சின்ன வாண்டுப் பயல் அவளை அழகு என்று விட்டால் இப்படியா மனம் துள்ளுவது?

மகிழ்ச்சிக்கிடையே நெஞ்சம் வலித்தது. இந்த ஒரு வாக்கியம் எப்படி உள்ளத்தைக் குளிர்விக்கிறது? இதை அவள் ஓர் ஆணின் வாயால் கேட்டதில்லை என்பதாலோ என்னவோ அவள் மகனே சொன்னபோது அவளுக்கு அது இனித்தது.

“அம்மா, நீ அழகா இருக்கேம்மா...”

சேகர் அவன் மனைவியிடம் “நீ அழகா இருக்காய்” என்பான் ஒரு நாள்.

இந்த எண்ணம் வந்தபோதுதான் தன் கணவன் தன்னிடம் ஒரு முறைகூட அப்படிச் சொல்லாதது தனக்கு எவ்வளவு குறையாக இருந்திருக்கிறது என்பதை அவள் உணர்ந்தாள். வாழ்க்கையின் அவசியமான உணர்வுகளைத் தணித்துக் கொள்ளவும், தனக்கு மற்ற உதவிகளைச் செய்யவும் மட்டுமே அவன் அவளை வைத்துக் கொண்டிருந்தான். இரு வேறு உடலங்கள் ஒருமித்து, இணைவதற்கு இனி இதைவிட அதிகமாக ஒன்றுமில்லை என்பதுபோல், அன்பின் சங்கமத்தில் வந்து நின்றபோதுகூட அவன் அதைச் சொன்னதில்லை. இயந்திரகதியில் ஏற்பட்ட அந்த நெருக்கம் சில சமயம் அவளை அந்த நெருக்கத்தை வெறுக்க வைத்திருக்கிறது. வாய்விட்டுச் சொன்னால் மற்றவர்கள் பாபம் என்று எண்ணும் (அம்மாவிடம் சொன்னால் செம்மண் தேய்த்துக் குளிக்கச் சொல்லுவாள்!) ஒரு நினைப்புகூட அவளுக்கு அடிக்கடி தோன்றும். காசு வாங்கிக்கொண்டு உடலைத் தரும் பெண்ணைவிடத் தான் மோசம் என்று. அவளாவது பணத்துக் காகச் செய்கிறாள். தன்னுடைய இந்த நெருக்கம் எதற்காக? கடமை யைச் செய்யும் பதிவிரதையா அவள்? அப்படித்தான் சொல்லும் உலகம், அவள் நிலையை உணர்ந்தால். தன்னை அவள் பரிபூர்ணச் சுத்தமாய் வைத்துக்கொண்டு, அன்பில்லாக் கணவனுக்காகத் தன்னை அர்ப்பணித்துக்கொண்டுவிட்டதாகச் சொல்லும்.

வேஷதாரிகள் எல்லாம் பதிவிரதைகள் என்றால் நானும் அப்படித் தான் என்று அவள் அலுத்துக்கொள்வாள். தன் மகிழ்ச்சியை அடை யப் பொங்கி எழாமல். தன்னையே பொசுக்கிக்கொள்ளும், தன்னைப் பெரிய தியாகியாக பாவித்துக் கொண்டு (சட்டம் : பெண்ணைத் தியாகம் செய்ய வைத்துத் தமிழ்ப்படம் எடுப்பவர்கள் மேல் சட்ட நடவடிக்கை எடுக்கப்பட வேண்டும்) தன்னையே ஏய்த்துக் கொள் ளும் ஆத்ம துரோகம்தான் எல்லோர் கண்களுக்கும் பெண்மையின் பெருமையாகப் படுகிறது.

இல்லாத தெய்வீகப் பெருமைகளுக்காக வாழ வேண்டுமாம்! “எனக்கு இப்போது என் உடம்பை ஓர் ஓவியத்தை ரஸிப்பது போல்

ரஸித்து உடன் படுப்பதே ஒரு அமைதியான அழகு என்ற உணர்வைத் தோன்றவைக்கும் ஓர் ஆணின் துணை தேவை. ஆ! நினைத்து விட்டேன்! என்ன ஆகிவிடும்? எரிந்துவிடுமோ பாரதநாடு?" என்று சிலிர்த்துக்கொள்வாள் சில சமயம். உண்மை என்பதே தற்கொலை செய்து கொண்ட பிறகு, பழம் பெருமை என்ன, பாரதம் என்ன வேண்டியிருக்கிறது?

"நான் போறேம்மா" என்று போய்விட்டான் சேகர். எண்ண ஓட்டத்தில் கையிலிருந்து கீழே நழுவி விழுந்துவிட்ட கடிதத்தைக் குனிந்து எடுத்தாள்.

இந்த ஒரு கடிதம் இவ்வளவு மனக் குமுறலை வெளியே கொண்டு வருமானால், அவள் அம்மா வீட்டுக்குப் போக எவ்வளவு விரும்பி யிருக்க வேண்டும்? அந்த ஆவலை ஏன் அந்த மரக்கட்டையால் புரிந்துகொள்ள முடியவில்லை?

பூமாவுக்கு இன்றைய நாள் எவ்வளவு சுவையானதாக இருக்கும் என்று அவளுக்குத் தெரியும். பூமா அவளுக்குத் தங்கை மட்டுமல்ல. தோழிகூட. அவளிடம் எதையும் மறைத்ததில்லை. தன் மன வேதனை களை மட்டும்தான் அவள் இருதயம் முட்டமுட்ட தாங்கிக்கொண் டாள். மற்ற எல்லா விஷயங்களிலும் பூமாவுக்குப் பங்கு உண்டு.

பூமாவைப் பார்க்க வருபவன் யார், என்ன வேலை, எப்படிப் பட்டவன் என்றெல்லாம் அறிய மனம் துடித்தது. அடிக்கடி பூமா கல்லூரியிலிருந்து வரும்போது ஈஸ்வரன் என்பவனோடு வருவாள். நல்ல பையன். அப்பாவை நைச்சியம் செய்து அவனையே முடித்துக் கொண்டுவிட்டாளோ!

அவள் எண்ணப்போக்கு அவளுக்கே வேடிக்கையாக இருந்தது. தன்னுடையது, பெற்றோர் பார்த்து நிச்சயம் செய்த கல்யாணம் என்பதாலேயே, அவள் மனம் அதை எதிர்த்து, தங்கைக்கு வேறு வகையில் திருமணம் நடத்த வேண்டும் என்று விழைகிறதோ? தலையைக் குலுக்கிக்கொண்டாள்.

இன்று என்னவோ ஆராய்ச்சி அதிகமாகிவிட்டது. தன் சிந்தனை பெரிய புரட்சியை உண்டாக்கிவிடுவதைப் போல்தான் எண்ணம் என்று அலுத்துக் கொண்டாள்.

அன்று வேப்பேரிக்குப் போக வேண்டும் என்று மனத்தில் தோன்றி விட்டது.

பாஸ்கரன் பணம் ஒன்றும் கொடுத்துவிட்டுப் போகவில்லை என்று நின்னவு வந்தது. மணி 12.30. பாங்குக்குப் போகக்கூட நேரமில்லை. சமையலறைக்குச் சென்று சில்லறை டப்பாவைக் குடைந்தாள். இரண்டு ரூபாயும் சில்லறையும் கிடைத்தது.

அலமாரியைத் திறந்து, கத்தரிப்பூ நிறத்தில் சரிகைப் பொட்டிட்ட சேலையை பூமாவுக்கு எடுத்துக்கொண்டாள்.

சேகர் உள்ளே வந்தான்.

"அம்மா, பாட்டியாத்துக்காம்மா?"

"ஆமாம். நீயும் வா."

"நீ என்னம்மா கட்டிக்கப் போறே?"

தன் உடையைப் பற்றிக் கவலைப்பட ஒரு ஜீவன் இருந்தது அவளுக்குப் பெருத்த ஆறுதலாய் இருந்தது.

சேகர் சொன்ன புடவையைக் கட்டிக்கொண்டிருந்தபோதே சேகர் ரோஜாப்பூவுடன் உள்ளே வந்தான்.

"ஏதுடா பூ?"

"காசு கொடுத்து வாங்கலேம்மா. எதிராத்து மாமி தந்தா."

முதல் வாக்கியம் சுட்டது.

"காசு கொடுத்து அம்மாவுக்குப் பூ வாங்கமாட்டயாடா சேகர்?"

சேகர் என்ன பதில் சொல்வது என்று தெரியாமல் விழித்தான்.

"நிறைய செலவு பண்ணணும்டா மடையா" என்று செல்லமாக அவன் தலையை வருடிவிட்டாள்.

குட்டி பாஸ்கரனாக இருக்கிறானே!

சேகர் சிரித்துக்கொண்டே "ஓ" என்று தலையாட்டினான்.

அவளைப் பார்த்ததும் அம்மாவின் முகம் விகசித்துவிட்டது.

"எனக்குத் தெரியும் நீ வருவேன்னு. நீ இல்லாட்டா பூமாவுக்குக் காலும் ஓடாது. கையும் ஓடாது. வாடா பயலே. சித்திக்குக் கல்யாணம் தெரியுமா?"

"பையன் யாரும்மா? ஒண்ணுமே எழுதாம இருந்துவிட்டாயே? தெரிந்த பையனா?"

" அதெல்லாம் ஒண்ணுமில்லை. ஏதோ காலேஜிலே லெக்சரராம். வருவான். பாரேன். மத்ததை பூமாகிட்டே கேளேன். அவளுக்கும் அவள் அப்பாவுக்கும்தான் எல்லா விவரமும் தலைகீழ் பாடம்."

"உன் பெண் இல்லையோ? உனக்கும் தெரிய வேண்டாமோ?"

"எல்லாம் என் பொண்ணுதான். ஆனால் உன் அப்பா என்னைக் கேட்டா செய்கிறார்?"

அம்மாவுக்கு அது என்றுமே குறைதான். அவளிடம் எதையுமே சொல்லமாட்டார் அப்பா. அவள் அபிப்பிராயத்தையும் கேட்கமாட்

டார். பாஸ்கரனைப் பொறுத்தவரை அவளுக்குத் திருப்தியே இருக்க வில்லை.

சாயாவுக்கு மறக்கவில்லை இன்னும்.

கல்யாணப் புகைப்படங்கள் எல்லாம் பெரிய ஆல்பத்தில் ஒட்டி அப்பா எடுத்துக் கொண்டு வந்தார். அம்மா மடியில் வைத்துக் கொண்டு ஒவ்வொன்றாகப் பார்த்தாள். சாயாவும், பூமாவும் இரண்டு பக்கமும் உட்கார்ந்துகொண்டு பார்த்தனர்.

அடிக்கடி அம்மா கண்களைத் துடைத்துக்கொண்டாள். சாயா வுக்கு எல்லாப் புகைப்படங்களுமே பிடித்திருந்தன.

பூமாவும் அவளும் சண்டை போட்டுக்கொண்டு எல்லாவற்றை யும் மீண்டும் பார்க்க ஆரம்பிக்கும் முன் அம்மா எழுந்து போய்விட் டாள்.

பார்த்து முடிந்த பிறகு, அம்மாவைத் தேடிக்கொண்டு சாயா சென்றாள்.

"என்னம்மா, ஒண்ணுமே சொல்லாம வந்துட்டே?" என்று கேட்க வாயைத் திறந்தவள் சமையலறை மூலையில் உட்கார்ந்துகொண்டு, விட்டத்தை வெறிக்கப் பார்த்துக்கொண்டிருந்த அம்மாவைப் பார்த்த தும், "என்னம்மா?" என்றாள்.

"ஒண்ணுமில்லையே. சும்மா தலையைச் சுத்தித்து" என்று உடனே எழுந்து கொண்டாள் அம்மா.

"போம்மா. எல்லாம் எப்படி வந்திருக்குன்னு சொல்லவே இல்லையே?"

"இருக்கிறபடி வந்திருக்கு. மாலையும் கழுத்துமாய் திருஷ்டி படற மாதிரி விழுந்திருக்காய்."

"அவர். . .?"

"மாப்பிள்ளையா?" என்று கேட்டுவிட்டு அடுப்பைப் பற்ற வைக்க முனைந்தாள் அம்மா. "மடமடன்னு பாத்திரத்துலே தண்ணி பிடி பார்க்கலாம். காப்பி போட நேரமாச்சு."

"ஏம்மா, கண்ணிலே ஜலம் வரது?"

"புகைடீ. அடுப்புப் புகை. அந்தப் பக்கம் போய் சொன்ன வேலை யைக் கவனி" என்றாள்.

அவளுக்கு அன்று இருந்த மகிழ்ச்சியில் அந்த நிகழ்ச்சியின் முக்கியத்துவம் அவள் மனத்தில் ஒட்டவில்லை. சில நாட்களுக்குப் பிறகுதான் அம்மா பதில் சொல்லாமல் இருந்துவிட்டதும், புகைமேல் பழிபோட்டதும் நினைவில் உறுத்தியது.

அம்மாவிடம் போய்ச் சண்டை போட்டாள்.

"ஏன் உனக்கு இந்த எண்ணம்? என் மனசுக்குப் பிடிச்சப்பறம் நீ ஏன் அழணும்? உன் பெண் சந்தோஷப்பட்டா உனக்குப் பொறுக்கலை. என்னிக்கும் நீ இப்படித்தான். அவர் காதில் விழுந்தால் எவ்வளவு கஷ்டப்படுவார்?"

"மன்னிச்சுக்கோடீம்மா. தப்புத்தான்" என்று 'நறுக்' கென்று வாழை இலையைக் கிழிப்பதுபோல் பதில் சொல்லிவிட்டு அம்மா அமர்த்தலாய் இருந்துவிட்டாள்.

மணமான புதிதில் இருந்த திறந்த மனத்துடன் பாஸ்கரனிடமே இதைப் பற்றிச் சொன்னாள் சாயா. "அவள் என்ன நினைச்சாலும் நெனச்சுக்கட்டும். எனக்கு உங்களைப் பிடிக்கிறது" என்றாள்.

"உப்பு பெறாத விஷயம்" என்றுவிட்டான் பாஸ்கரன்.

தனக்கு அவனைப் பிடிக்கிறது என்று அவள் அழுத்திச் சொன்னது கூட உப்புப் பெறாத விஷயமா என்று அவள் எண்ணிக்கொண்டாள்.

பிறகு பல நாட்கள் இந்தச் சம்பவத்தைப் பற்றி அவள் எண்ணியதுண்டு. சமையலறையின் இருட்டு மூலையில் அமர்ந்துகொண்டு தலைக்கு மேலே வெறித்த கண்களுடன் பார்த்துக்கொண்டிருக்கும் அம்மாவின் உருவம் உறங்கக் கண் மூடும் முன்போ, நடுப்பகல் தனிமையில் உட்கார்ந்துகொண்டு தைக்கும்போதோ மனக்கண் முன் திடீரென்று தோன்றும்.

பூமாவைத் தேடிக்கொண்டு சென்றாள். பூமா அவள் அறையில் படித்துக் கொண்டிருந்தாள்.

"என்ன பூமா, படிப்பா, பாவனையா?"

"பாவனை என்ன மண்ணாங்கட்டி!"

"எங்கே விஷயம் எல்லாம் வெளிலே வரட்டும் பார்க்கலாம்?"

"என்ன பிரமாத விஷயம்? சாயங்காலம் வரப் போறார் பாரேன்."

"வரப் போறது யாரு? எனக்குத் தெரிஞ்சவரா, தெரியாதவரா?"

"உனக்குத் தெரிஞ்சவர். அப்பா அம்மாவுக்குத் தெரியாதவர்."

"ஈஸ்வரனா?"

பூமா தலை அசைத்தாள்.

"அடி பாவி! நில்லு, நில்லு எல்லாத்தையும் சொல்லியுடறேன்."

"ஏன்? நானாவது சந்தோஷமா இருக்கப்படாதா?"

சிரித்துக்கொண்டேயிருந்த சாயாவின் முகம் கணத்தில் வாடிவிட்டது.

சிறகுகள் முறியும் 103

"என்ன சொன்னே பூமா?"

"சும்மா கலாட்டா பண்ணினேன்டீ."

சாயாவும் சிரிக்க முயற்சி செய்தாள். பூமா வேடிக்கைக்காகச் சொல்லவில்லை என்று ஏதோ அவள் மனதில் சொல்லியது.

"சாயா இங்கே கொஞ்சம் வாயேன். கூடமாட ஏதாவது செய்யலாம்."

அம்மா அழைத்தாள்.

மைசூர் பாகு கிளற கடலை மாவு எடுத்து, மற்ற சில்லறை வேலைகளைச் சாயா கவனித்துக்கொண்டிருந்தபோதுதான் சேகர் உள்ளே ஓடிவந்தான், ஐந்தாறு தோழர்களுடன்.

"அம்மா, ஐஸ்க்ரீம் வண்டி வரதும்மா. வாங்கித்தாயேன்."

"ஐஸ்க்ரீம் எல்லாம் தின்கக் கூடாது. போ."

"குழந்தை ஆசையாக் கேக்கறான். வாங்கித்தாயேன்" என்றாள் அம்மா.

"நீ சும்மா இரும்மா. அவனுக்கு மட்டும் வாங்கினா போறுமா? எல்லாருக்கும் வாங்க வேண்டாமா?" என்று சிடுசிடுத்தாள் சாயா. அவளுக்கு அன்று காரணமில்லாமல் ஆத்திரமும் அழுகையும் வந்தன.

அம்மா குனிந்து கிளறிக்கொண்டிருந்தவள் தலையை நிமிர்த்தி ஒருமுறை விழித்தாள். கரண்டியை அவள் கையில் தந்து விடுவிடு வென்று அலமாரிப் பக்கம் போய், டப்பாவில் வைத்திருந்த ஐந்து ரூபாய் நோட்டை எடுத்து சேகர் கையில் தந்தாள். "போடா, நீயும் வாங்கிண்டு எல்லாருக்கும் வாங்கித்தா. போ."

சேகர் அம்மாவைப் பார்த்தான்.

"வாங்கிண்டு போயேன். பக்கி ஜன்மம். எதைப் பார்த்தாலும் தின்கணும். உடம்பெல்லாம் வயிறுதான். போ. தொலை. கொட்டிக்கோ."

சேகர் ஐந்து ரூபாய்த் தாளைக் கீழே போட்டுவிட்டு. "திட்டாதேம்மா" என்றான் ஏக்கத்துடன். அழுகையின் ஆரம்ப கட்டத்தில் அவன் இருந்தான்.

"என்ன பேச்சடி சாயா இது! குழந்தையை இன்னதுதான் சொல்றதுன்னு கிடையாதா? வாங்கிக்கச் சொல்லு ரூபாயை."

சாயா பதில் சொல்லவில்லை.

"இந்தாடா சேகர், அம்மா வேலையா இருக்கா. நீ வாங்கிக்கோ. திட்டமாட்டாள். ஜில் ஐஸ்க்ரீம் தின்னுட்டு பாட்டியை வந்து தொடு பார்க்கலாம். பாட்டிக்கு ஆசையா இருக்கு. போடா"

சேகர் போனான்.

“வர வர உனக்கு என்ன ஆயிடுத்து? இருப்பது அருமையா ஒரு பிள்ளை. அவனை சந்தோஷமா வச்சிக்க தெரியலை. என்ன பெண்ணோ நீ.”

“எல்லாம் நான் வளர்க்கிறபடி எல்லாரும் வளர்த்தால் போறும். உபதேசம் என்ன, எல்லாரும் செய்வேள். என் கஷ்டம் எனக்குத் தெரியும்.”

அதற்கு மேல் அம்மா பேசவில்லை.

சாயாவிடம் கோபமில்லை என்று காட்ட எதை எதையோ பேசினாள். சாயாவின் வாடிய முகம் வாடியதுதான். கடைசியில் அம்மாவுக்குப் பொறுக்கவில்லை.

“இந்தா சாயா, இங்கே எப்போதோ வராய். அப்பவும் முகத்தைத் தூக்காதே. கோவமா இருக்கிறபோதும் அழகாத்தான் இருக்காய்.”

“போம்மா நீ” என்று விட்டுச் சிரித்துவிட்டாள் சாயா.

“போய் பூமாவை நல்ல புடவை கட்டிக்கச் சொல்லு. நேரமா யிடுத்து பார்.”

சாயா எழுந்து போனாள்.

பூமாவுக்கு அலங்காரம் செய்த பிறகு சாயா முகம் கழுவப் பின் பக்கம் போனாள்.

வாசலில் பால்காரனோ, தயிர்க்காரனோ குரல் கொடுப்பது காதில் விழுந்தது.

முகத்தை நன்றாகப் பச்சை ஜலத்தில் களைப்புத்தீர அலம்பிவிட்டு வீட்டுக்குள் வந்தாள். பூமா அறையில் இருந்த துண்டை எடுக்கப் போனபோது, அம்மாவும் பூமாவும் ஏதோ பேசிக்கொள்வது கேட்டது. அவள் பெயரும் அடிபடவே வெளியேயே நின்றாள்.

“என்னடி பூமா, குப்பு கடன் கேட்கறானே? அப்பா சாவியை எடுத்துண்டு போயிட்டார். சாயாகிட்டே இருக்கான்னு கேட்கட்டுமா?”

“போம்மா. ஐஸ்க்ரீம் வாங்கவே அவள் பிரமாதமாய்க் கத்தினாள். நான் இங்கேருந்து கேட்டுண்டுதான் இருந்தேன். அவள் பழைய சாயா இல்லை. மாறிப்போயிட்டாள். அவனை நாளைக்கு வரச் சொல்லு.”

வெளியே நின்றுகொண்டிருந்த சாயாவின் கால்கள் நடுங்கின. பூமாவா பேசுகிறாள்?

முகத்தை நனைத்த தண்ணீர்த் துளிகளோடு வியர்வைத் துளிகளும் பெருகிக் கலந்தன. அம்மா வெளியே வரும் முன் புடவையிலேயே முகத்தைத் துடைத்துக் கொண்டு சமையலறைக்கு விரைந்தாள்.

சாமான் அறையிலிருந்த உடைந்த சின்னக் கண்ணாடியை வைத்துக்கொண்டு தலையை வெறுமனே வாராமல் பின்னிக்கொண்டாள். ஸ்வாமி முன் வைத்த குங்குமத்தை இட்டுக்கொண்டாள்.

அம்மா உள்ளே வந்து, "சாயா நீ வேறு உடுத்திக்கலையா? நேரமாச்சே?" என்றாள்.

"எனக்கு இது போறும்மா. என்னையா பெண்பார்க்க வரா" என்றுவிட்டாள் சாயா.

அவளும் நன்றாக உடை அணிந்துகொண்டு பூமாவின் மனம் கவர்ந்தவனிடம் கேள்விகள் கேட்டு அவனைத் திணற அடிக்கவேண்டும் என்று எண்ணியதெல்லாம் அவளுக்குப் புளித்துவிட்டது. அவளுடைய பூமா இல்லை இது.

அப்பாவின் பேச்சுச் சத்தம் வாசலில் கேட்டது. அவர்கள் எல்லோரும் வந்துவிட்டனர் போலும்.

சமையலறை ஜன்னல் வழியாக எட்டிப் பார்த்தாள். அவள் முன்பே பார்த்திருக்கும் ஈஸ்வரன்தான். இன்று ஏனோ அவன் புதுக்களையுடன் காட்சியளித்தான். பூமாவையும் அவனையும் இணைத்துப் பார்த்தபோது, அந்த ஜோடிப் பொருத்தம் அவளை அசந்துபோக வைத்தது. அவளையும் அறியாமல் அவள் மனம் சேகர் உடைத்த அந்தப் புகைப்படத்தை எண்ணிக்கொண்டது. தனக்கு அருகே அதில் பருத்த சரீரத்தோடு நிற்கும் பாஸ்கரனையும், இந்த ஈஸ்வரனையும் மனம் ஒரு முறை ஒப்பிட்டுப் பார்த்தது. சமையலறையின் இருட்டில் அம்மாவின் வெறித்த பார்வை நெஞ்சு மூலையில் சித்திரமாய்த் தோன்றியது. தலை வலிக்க ஆரம்பித்தது. இவளைப் பார்த்த அப்பா, கூப்பிட்டு எல்லோருக்கும் அறிமுகம் செய்து வைத்தார். மரியாதைக்காகக் கொஞ்ச நேரம் அமர்ந்துவிட்டு எழுந்து வந்துவிட்டாள். தலைவலி அதிகமாகிவிட்டதுபோல் தோன்றியது. ஜில்லென்று காற்றுப் பட்டால் சரியாகப் போகும் என்று எண்ணியவளாய் மெல்லப் பின்பக்கம் சென்று தோய்க்கும் கல்லின் மீது அமர்ந்துகொண்டாள். தலையைச் சுற்றிக்கொண்டு வந்தது. இருட்டு மெல்லக் கவியத் தொடங்கிய வேளையில் குல்லென்று படர்ந்து கிடக்கும் அரளிச் செடி, மணம் சிந்த ஆரம்பித்து விட்ட பவள மல்லிகை, பூத்து அலுத்துவிட்ட காசித் தும்பை இவற்றின் மேல் கண்கள் அயர்வோடு ஓடி, குலை தள்ளிய வாழையின் மேல் நிலைத்த போது அவளை அந்தகாரம் சூழ்ந்துகொண்டது.

மூடிய விழிகளின் இருட்டினுள், வால் நட்சத்திரம் போல் ஒன்று வேகமாகச் சுழன்றது. சிவப்பும் பச்சையும் நீலமுமாய் மத்தாப்புச் சுடர்கள் அதனின்றும் கொட்டின. அதன் ஒளி பிரகாசமாய் இருந்ததே ஒழிய, அவள் கண்ணினுள் அது தகிக்கவில்லை. பூவின் இதழ்களாய் அவை மெத்தென்று விழுந்தன. மென்மை இதழ்கள். சிறு குழந்தையின்

சிறகுகள் முறியும்

ஸ்பரிசம் போல் இதமாக இருந்தன அவை. பஞ்சால் ஆனவை போல் அவை எல்லாம் அங்கும் இங்கும் பறந்து பிறகு சேர்ந்துகொண் டன. அந்தக் குவியலின் ஒளிக்கு இடையே திடீரென இரு கருநீல விழிகள் தோன்றின. பிறகு அவை மறைந்து ஸெலுலாயிட் பொம்மை யுடையதைப் போல் குண்டு குண்டாக இரு கைகளும், வெண் சங்கைப் போல் அழகுத் தொப்பையுமாய் ஒரு வடிவம் தோன்றியது. மீண்டும் வால் நட்சத்திரம் சுழல ஆரம்பித்தது.

"போறும், போறும். எனக்குத் தாங்க முடியலை" என்று அவள் வாய் அரற்றியது.

"சாயா..." எங்கோ வெகுதூரத்தில் அம்மாவின் குரல் வெறும் காற்றின் ஒலியாய் வந்து செவியைத் தாக்கியது.

"அம்மா ஆ ஆ ஆ..." ஒலியுடன் கூடிய நீண்ட விம்மலாய் அச் சொல் நெஞ்சத்தின் அடியிலிருந்து பெரும் சீறலுடன் அலையாய்ப் பொங்கி வந்தது.

"அடி பெண்ணே, என்னடி ஆச்சு உனக்கு?"

மலர் மாலைகளாய் இரு கைகள் அவளைத் தூக்கின. தோய்க்கும் கல் அருகே அம்மா மடியில் இருப்பது புரிந்தது.

துணி உதறுவதைப் போல் அடி வயிற்றில் பிரம்மாண்ட அசைவு கள் பிறந்து நெஞ்சில் முட்டின. தொண்டை வழியாய் புளித்த காடி யாய் நீர் வாயை எட்டியது. 'சட்'டென்று கையால் வாயைப் பொத்திக்கொண்டாள்.

அம்மா அவளைச் சரித்து உட்கார்த்தி வைத்தாள். இதமாய் முதுகைத் தடவினாள்.

ஆயாசத்துடன் அம்மாவின் தோளில் சாய்ந்ததும், அம்மா வாயைத் துடைத்து, "நில்லு, அப்பாவையும் பூமாவையும் கூப்பிடறேன். என் பதட்டத்திலே அவாளைக் கூப்பிடக்கூட இல்லை" என்றாள்.

'வேண்டாம்' என்று வேகமாய்த் தலையை ஆட்டினாள் சாயா. தொண்டையை அடைத்தது.

"அம்மா... நான்..." குரல் உடைந்தது.

"தெரிஞ்சுது. எத்தனாவது மாசம்?"

'தெரியாது' என்று கையை விரித்தாள் அயர்வுடன். அம்மாவின் இடுப்பைச் சுற்றி இரு கைகளையும் போட்டு அணைத்துக்கொண்டு தோளில் சாய்ந்தாள். வெகு நாட்களுக்குப் பிறகு அழுகிறோம் என்று தெரிந்தும் வெட்கமில்லாமல் குலுங்கிக் குலுங்கி அழுதாள். போராடித் தோற்றுவிட்டவளைப் போல் மனம் துவண்டுபோய் அரற்றியவாறே அழுதாள். பெருத்த விம்மல்களுக்கிடையே சொற்கள் தேய்ந்து வெளிப்பட்டன.

"எனக்கு எதுக்கும்மா...... இது...? எனக்கு...... ஒன்னும் இல்லேம்மா. அம்மா... நான்... தனிம்மா... எனக்கு விடுதலை இல்லேம்மா..."

"அசடே... என்ன இது?" அம்மாவின் தொண்டை கரகரத்துப் போய்விட்டது.

"பூமா... நான்... மாறிப் போயிட்டேன்னு சொன்னாளேம்மா... நான் என்னம்மா பண்ணுவேன்?... அம்மா...... எனக்குப் பணப் பைத்தியத்தை... ... உண்டாக்கிட்டா ரேம்மா... ... அம்மா... எனக்கு ஏம்மா கல்யாணம் பண்ணினேள்...?" சம்பந்தா சம்பந்த மில்லாமல் நசுங்கிய சொற்கள் வெளிப்பட்டன.

"என்னடீ சாயா, என்னென்னவோ பேசறே?" பதைத்த குரலில் அம்மா கேட்டாள் பலமாக.

பொட்டில் அடித்தாற்போல் அந்தக் குரல் அவளைத் தன் வசத் துக்குக் கொண்டு வந்தது.

மடமடவென்று எழுந்து கண்களைத் துடைத்துக்கொண்டாள். மெல்லிய குரலில், "ஏதாவது உளறினேனாம்மா? களைப்பு அவ்வளவு தான்" என்று அவசரமாய்ப் பேசினாள்.

"சாயா, மனசுலே என்னவோ வெச்சுண்டு சொல்லமாட்டேங் கறாய்" என்றாள் அம்மா.

"ஒன்னும் இல்லேம்மா. வெய்யிலில் வந்த களைப்பு. இந்த சமாச் சாரம்னு எனக்கே தெரியலை. தெரிஞ்சா வந்திருக்க மாட்டேன் வெய் யில்லே. அடுப்படியிலே வேற நின்னேனா தலையைச் சுத்திண்டு வந்தது. யாருகிட்டேயும் சொல்லாதே. வா."

எழுந்து பெண்ணைப் பின்தொடர்ந்து உள்ளே சென்றாள் அம்மா. சாயாவின் கண்ணீரால் நனைக்கப்பட்ட ரவிக்கையின் தோள் புறத்தை ஒருமுறை தொட்டுப்பார்த்துக்கொண்டாள். அந்த ஈரம் பல உள்ளங்களில் இருந்தால் என் சாயா இப்படி இருக்கமாட்டாளே என்று எண்ணிக்கொண்டாள்.

சாயா மீண்டும் முகத்தை அலம்பிக்கொண்டு, சேகரை அழைத் தாள்.

"சேகர்... வாடா..."

அறைக்குள்ளிருந்தே குரல் கொடுத்தாள். அப்பா, "மெதுவாய் போம்மா. ஜாக்கிரதை" என்றார் வழக்கம் போல்.

அம்மா வாசல்வரை வந்தாள். தோட்டக் கதவருகே வந்ததும் சாயா வின் தோளில் கை வைத்து "போயிட்டு வா" என்றாள் பெருமூச் செறிந்தவாறே.

அவள் ஒரு அம்மா இல்லையா, அவள் அழுகையின் காரணம் அவளுக்குப் புரிந்துவிட்டது.

சாயா தலையை அசைத்துவிட்டு நடந்தாள்.

அம்மா தன்னைப் புரிந்துகொண்டது அவள் தாயாக இருப்பதால் மாத்திரம் இல்லை என்று அவளுக்குப் பட்டது. அம்மாவும் அவள் மாதிரிதான். வீட்டின் மூலையில் இன்னமும் மெட்டுக் கலைந்து, தந்தி அறுந்து, மணலில் விளையாடிய குழந்தை போல் தூசி படர்ந்து இருக்கும் வீணை அவளுக்கு நினைவு வந்தது.

அம்மா ரொம்ப நன்றாக வீணை வாசிப்பாளாம். மணமான புதிதில் தினமும் மாலை அப்பா வேலையிலிருந்து திரும்பி வரும்வரை வாசிப்பாளாம்.

ஒருநாள் பக்கத்து வீட்டிலிருந்து ஒரு கிழக்குரல் அவளைக் கூப்பிட்டது.

"அம்மா, போன ஜன்மம் ஸ்வாமிக்குத் தேனாபிஷேகம் செய்திருப்பே. வாசிக்கிறது தேன் சொட்டறதும்மா. தினம் எனக்காக வாசி" என்றாராம் அவர்.

அம்மாவுக்கு அப்போது வயது பதினைந்து. "காமு, சஹானா வாசியேன். அஞ்சாவது சங்கதிலே இழைச்சு வாசி" என்று கேட்டு ரஸித்த அவள் தந்தையைப் பிரிந்த சோகம் வேறு. பக்கத்து வீட்டுக் கிழவருக்கு அவள் தினம் கச்சேரியே செய்தாள்.

ஒரு நாள் மாலை, திருப்புகழ் ஒன்றை அதிகப்படியாக வாசித்துக் கொண்டிருந்த வேளையில் அப்பா வந்துவிட்டாராம். அம்மா பாட்டை முழுவதும் பாடி முடித்து விட்டுத்தான் எழுந்தாளாம்.

கிழவர் போனவுடன் அப்பா அம்மாவை அழைத்து "நீ யாரைக் கல்யாணம் செய்துண்டிருக்கே?" என்றாராம்.

"ஏன் உங்களைத்தான்" என்றாளாம் அம்மா ஒன்றும் புரியாமல்.

"உன்னோடுதெல்லாம் எனக்கு மட்டும்தான் சொந்தம். தெரியுமா? கண்டவனுக்கெல்லாம் வீணை வாசிக்க வேண்டாம். எனக்கு நீ வாசிச்சா போறும்."

அம்மாவுக்குச் சிரிப்பு வந்ததாம்.

"ஹரிகாம்போதியையும் மோஹனத்தையும் சேர்த்துப் பாடினால் என்ன?" என்று கேட்கும் இவருக்கு அவள் வீணை வாசிப்பதா?

அன்று அவர் தூங்கியதும் வீணையின் தந்தியை அவள் அறுத்து விட்டாளாம். தன் தாலியை அறுத்தெறிவதுபோல் தோன்றியதாம். அன்று முதல் அவள் வீணையைத் தொடவில்லை. சாயாவிடம் இதைப் பற்றி அம்மா சொல்வாள்.

சிறகுகள் முறியும்

"எப்படீம்மா முடிஞ்சுது உன்னால்?"

அமலங்கலமாய் இருக்கும் வீணையைப் பார்த்து அம்மா பெரு மூச்செறிந்துவிட்டுச் சிரிப்பாள்.

"முடிஞ்சுது அப்போ. இப்போ வீணையைத் தொட்டா பித்தாப் போயிடுவேன். இவ்வளவு நாள் தொடாமல் இருந்த வைராக்யம் பொடிஞ்சு போயிடும்."

தினம் தினம் வீணையைப் பார்த்து ஏங்கிய அந்த மனம் தன் மகள் வேதனையைப் புரிந்துகொண்டிருக்கும். அப்போது தனக்கு இருந்த ஒரே தோழி தன் தாய்தான் என்று அவளுக்குப் பட்டது. சேகருடன் வந்து திருவல்லிக்கேணி செல்லும் வண்டிக்காகக் காத்து நின்றாள்.

இன்னும் சில மாதங்கள் போனால் தைக்க முடியாதே என்ற எண்ணமும், கணவனிடம் சொன்னால் டாக்டருக்கும், நர்சுக்கும் பணம் யார் அழுவது என்று அவன் கடிவானே என்ற உணர்வுமே மனத்தை அடைத்துக்கொண்டிருந்தது.

அவள் கற்பனைகள்! "ஸ்வப்ன உலக சுந்தரி" என்றுதான் கல்லூரி யில் அவளுக்குப் பெயர். இப்போது அவள் இன்னோர் குழந்தைக்குத் தாயாகப் போகிறாள். அது பெண்ணாகப் பிறந்தால் அவளுக்குப் பிடித்த, பச்சை, சிவப்பு, ஊதா வர்ணங்களில் விதம் விதமாய் உடைகள் தைத்துப் போடலாம் என்று அவளுக்குக் கற்பனை செய்ய முடியவில்லை. ("அம்மா அரை டஜன் குழந்தைகளாவது வேணும்மா" – யார் சொன்னது இப்படி? தானா?"

மருத்துவர் நீட்டப்போகும் பணத்துக்கான சீட்டை அவள் மனம் நினைத்தது. பல மாதங்கள் தைக்காமல் இழக்கப்போகும் தொகையை நினைத்தது. நெஞ்செல்லாம் கொட்டி வைத்த முத்துக்கள், கற்களாய் உருமாறிவிட்டன.

கற்பனை! தன் கற்பனைகளைக் கூட இந்த வாழ்வு காவு வாங்கிவிட்டது.

ஒரு தாயாகப் போகும் உணர்வு கூடவா சாக வேண்டும்? "இது ஏன் ஒரு தொல்லை?" என்று அல்லவா அவளுக்குத் தோன்றியது?

சட்டம் இருக்க வேண்டும். சட்டம் இருக்கத்தான் வேண்டும்.

எதைத் தவிர்க்க?

ஓ, எல்லாவற்றையும் தவிர்க்கத்தான். எல்லா நாசமாய்ப் போகிற விஷயங்களையும் நிறுத்தத்தான்.

வண்டி வந்தது. எண்ணச் சுமையுடனேயே ஏறி, அதனுடனேயே இறங்கினாள்.

சேகரும், அவளும் மெல்ல நடந்தனர்.

வீட்டுக்கருகில் வந்ததும் உள்ளே நுழையவே மனம் மறுத்தது. அப்படியே சேகருடன் நடந்து போய்க் கொண்டே இருக்க வேண்டும் என்று தோன்றியது.

திடீரென்று பாஸ்கரன் நினைவு வந்தது. தான் போய்விட்டால் எத்தகைய ஆத்ம போராட்டத்தின் பின் தான் போனோம் என்று கூடப் புரிந்துகொள்ள முடியாமல், யாருக்கும் ஏற்படாத கதி தனக்கு வந்ததே என்று எண்ணிக் கலங்கப்போகும் அவனை நினைத்ததும் சிரிப்பு வந்தது. மீண்டும் மணந்தால் செலவாகும் என்று அதுகூடச் செய்துகொள்ள மாட்டார் என்று தொடர்ந்து தோன்றியதும் மனத்தில் அரும்பிய சிரிப்பு உதட்டில் மலர்ந்துவிட்டது.

அவர்களைப் பார்த்ததும் திட்டத் தொடங்கினான் பாஸ்கரன்.

“எங்கே போயிட்டாய் சாயா? பொறுப்பே இல்லை உனக்கு.” வேறு எதுவும் இல்லாவிட்டாலும், காசு தராமல் பார்க்கக்கூடிய கோமாளி யாகவாவது இருக்கிறானே!

“என்ன, எங்கே போனே?”

“வேப்பேரி.” சமையலறைக்கு நடந்தவாறே பதில் சொன்னாள்.

“வேப்பேரியா? போக வர வண்டிச் சத்தம் யார் அழறது?”

நிதானமாய்ச் சொன்னாள். இந்தக் குட்டி நாடகம் அவளுக்குப் பிடித்தது.

“இன்னும் வேற நிறைய சிலவு வரப் போறபோது வண்டிச் சத்தம் பத்தி என்ன கவலை?”

“என்ன? வேற சிலவா என்ன சிலவு?”

“அப்புறமா சொல்றேன்.”

“நீயும் உன் ரகஸியமும்!”

இரவு படுக்கையில் அசதியாகச் சென்று படுத்தாள்.

பாஸ்கரன் இன்னும் தூங்கியிருக்கவில்லை.

“ஆமாம், செலவுன்னாயே, என்ன செலவு?”

என்ன சொல்வது என்று தெரியவில்லை. மௌனம் சாதித்தாள்.

“சொல்லேன்.”

முதல் தடவை சேகர் பற்றி பாஸ்கரனிடம் சொல்ல அவள் பட்ட வெட்கமும், பரபரப்பும் ஞாபகம் வந்தது. இப்போது அந்தக் குறு குறுப்போ, நாணமோ இல்லாமல் பதில் சொன்னாள். வார்த்தை களில் கூட ஓர் அழகோ, அந்தச் செய்திக்கு மதிப்பை அளிக்கும் நயமோ இல்லாமல், காலை இடறும் கல்லைத் தூக்கி எறியும் உதா சீனத்துடன் சொன்னாள்.

"இன்னொரு குழந்தை பிறக்கப் போகிறது."

மௌனம் அறையில் நிலவியது.

"இது வேற அதிகப்படி சிலவா?" என்று முணுமுணுத்தான் பாஸ்கரன். அதை நினைத்து அவள் கவலைப்படவில்லை. எல்லாமே அவளுக்குப் பழகிவிட்டது. அதிலிருந்து விடுபட வேண்டும் என்ற வேகம்கூட தணிந்து சிறகிழந்த பறவையாய் அவள் படுக்கையில் முடங்கிக்கொண்டாள்.

அவளுக்குத் தூங்க வேண்டும்.

ஏற்படப்போகும் செலவுப் பட்டியலையும், அதை எப்படிப் பின்னால் ஈடு செய்ய வேண்டும் என்பதையும் பாஸ்கரன் சொல்லிக் கொண்டிருந்தான்.

சட்டம்...சட்டம்...சட்டம்...சட்டம்...சாயா தூங்கிவிட்டாள்.

'கணையாழி' மே – ஜூன் 1972

அம்மா ஒரு கொலை செய்தாள்

அம்மா என்றதும் பளிச் பளிச்சென்று சில நிகழ்ச்சிகள் மட்டுமே நெஞ்சைக் குத்துகின்றன.

அக்கா கல்யாணி அடிக்கடி மயக்கம் போட்டு விழுந்து கொண்டிருந்தாள். புரிந்து கொள்ளும் வயதில்லை எனக்கு. நான்கு வயது.

விடிகாலையில் கண் விழிக்கிறேன். ஏதோ தமுக்கு மாதிரி சத்தம் கேட்கிறது. கதவருகே சென்று பார்க்கிறேன். கல்யாணியைப் பலகையில் உட்கார்த்தி இருக்கிறார்கள். எதிரே எவனோ கொத்து இலையோட நிற்கிறான். ஆ ஊவென்று சில மாதங்கள் மட்டுமே சிரிப்புக் காட்டிய தம்பிப் பாப்பா நான் இருந்த அறையிலேயே தொட்டிலில் இருக்கிறான்.

"நீரஜாட்சீ, போய்க் கொண்டு வா" என்கிறார்கள் யாரோ.

நான் அம்மாவைப் பாக்கிறேன்.

கரு நீலப் புடவை நிலைவில் இருக்கிறது. தலைமயிரை முடிந்து கொண்டிருக்கிறாள். என் அறையை ஒட்டிய சின்ன அறையில் அம்மா நுழைகிறாள். தலைப்பை நீக்குகிறாள். கையில் இருந்த சிறு கிண்ணியில் மெல்ல தன் மார்பிலிருந்து பால் எடுக்கிறாள். கண்களில் நீர் கொட்டுகிறது.

விடிகாலை இருட்டோடு குளியலறையில் புதைக்கப்பட்டிருக்கும் பெரிய தவலைக்கு அடியில் விறகு வைத்து வெந்நீர் காய்ச்ச அம்மா எழுந்திருக்கிறாள் தினமும்.

ஒரு நாள் நான் அவளைப் பார்க்கிறேன். அம்மாவின் தலைமயிர் முடிச்சவிழ்ந்து தொங்குகிறது. குந்தி உட்கார்ந்திருக்கிறாள்

அம்மா. கூந்தல் பாதி கன்னத்திலும், பாதி காதின் மேலும் விரிந்து கிடக்கிறது. அடுப்புப் பற்றிக்கொண்டதும் குனிந்து பார்த்த அம்மாவின் பாதி முகத்தில் தீயின் செம்மை வீசுகிறது. அன்று அம்மா சிவப்புப் புடவை வேறு உடுத்தியிருக்கிறாள். உற்றுப்பார்த்துக் கொண்டே இருக்கையில் 'டக்'கென்று அவள் எழுந்து நிற்கிறாள். கூந்தல் முட்டுவரை தொங்குகிறது. விலகியிருந்த தலைப்பினூடே ஊக்குகள் அவிழ்ந்த ரவிக்கை அடியே பச்சை நரம்போடிய வெளேரென்ற மார்பகங்கள் தெரிகின்றன. எங்கிருந்தோ பறந்து வந்து அங்கே நின்ற அக்கினியின் பெண்ணாய் அவள் தோன்றுகிறாள். அவள் அம்மாவா? அம்மாதானா?

"காளி காளி மகா காளி பத்ர காளி நமோஸ்துதே..." என்ற ஸ்லோகம் ஏன் நினைவிற்கு வருகிறது?

"அம்மா..."

அம்மா தலையைத் திருப்பிப் பார்க்கிறாள்.

"இங்கே என்ன செய்யறாயடீ?"

பேச முடியவில்லை. உடம்பு வியர்க்கிறது.

வீட்டில் ஹோமம் நடக்கிறது. அம்மாவின் உதட்டின் சிவப்பாலோ, குங்குமத்தின் தீட்சண்யத்தாலோ, கொழுந்து விட்டெரியும் ஜ்வாலையின் பிம்பமே அவளாகப் படுகிறது. "அக்னியே ஸ்வா ஆஹா..." என்று ஸ்வாஹாவை நீட்டி முழக்கி நெருப்பில் நெய்யை ஊற்றுகிறார்கள். அந்த "ஸ்வாஆஹா..." வின்போது பார்வை நெருப்பின் மீதும் அம்மாவின் மீதும் போகிறது.

எண்ணை தேய்த்துக் குளிப்பாட்டுகிறாள் அம்மா. புடவையைத் தூக்கிச் செருகியிருக்கிறாள். வெளுப்பாய், வழவழவென்று துடை தெரிகிறது. குனிந்து நிமிரும்போது பச்சை நரம்போடுகிறது.

"அம்மா நீ மாத்திரம் ஏம்மா இவ்வளவு வெளுப்பு? நான் ஏம்மா கருப்பு?"

சிரிப்பு.

"போடி உன் அழகு யாருக்கு வரும்?"

நிகழ்ச்சிகளில் ஒரு சம்பந்தமுமில்லை. அம்மாதான் அவற்றின் ராணி. அசுத்தங்களை எரித்து சுத்திகரிக்கும் நெருப்பு அவள். ஒரு சிரிப்பில் மனத்தில் கோடானுகோடி அழகுகளைத் தோரணமாட வைப்பவள் அவள். சிருஷ்டி கர்த்தா. அவள் மடியில் தலை வைத்துப் படுக்கும்போது நீண்ட மெல்லிய தண்ணென்ற விரல்களால் தடவி, "உனக்கு டான்ஸ் கத்துத் தரப்போறேன். நல்ல வாகான உடம்பு" என்றோ "என்ன அடர்த்தியடி மயிர்" என்றோ சர்வசாதாரணமான ஒன்றைத்தான் சொல்வாள். ஆனால் மனத்தில் குல்லென்று எதுவோ மலரும்.

அம்மாவைப் பற்றிய இத்தகைய உணர்வுகளை அம்மாவே ஊட்டினாளா, நானே நினைத்தேனா தெரியவில்லை. என்னுள் பல அழகுகளுக்கு விதை ஊன்றியபோது தன்னுள் அவள் எதை ஸ்தாபித்துக் கொண்டாளோ தெரியவில்லை.

அப்போது பதிமூன்று வயது. பாவாடைகள் குட்டையாகப் போக ஆரம்பித்து விட்டன. அம்மா எல்லாவற்றையும் நீளமாக்குகிறாள்.

அம்மா மடியில் படுக்கும் மாலை வேளை ஒன்றில் எங்கோ படித்த வரிகள் திடீரென்று நினைவு வர நான் அம்மாவைக் கேட்கிறேன்.

"அம்மா பருவம்னா என்னம்மா?"

மௌனம்.

நீண்ட நேர மௌனம்.

திடீரென்று சொல்கிறாள்.

"நீ இப்படியே இருடீம்மா பாவாடையை அலைய விட்டுண்டு, ஓடி ஆடிண்டு..."

சித்தி பெண் ராதுவைப் பெண் பார்க்க வருகிறார்களாம். அம்மா போய்விடுகிறாள் அங்கே. அந்த முக்கியமான நாளில் அம்மா இல்லை.

கல்யாணிதான் தீபாவளி அன்று எண்ணை தேய்த்துத் தலை மயிரை அலசி விடுகிறாள். குளியலறையின் ஜன்னல் வழியாக இருள் கலையாத வானம் தெரிகிறது.

"கல்லூஸ்... ரொம்ப சீக்கிரம் எழுப்பிட்டேடீ, பட்டாசு சத்தமே கேக்கலியே இன்னும்."

"உனக்கு எண்ணை தேய்ச்சுட்டு நானும் தேய்ச்சுக்க வேண்டாமா? வயசு பதிமூணு ஆறது. எண்ணை தேய்ச்சுக்க வராது உனக்கு, குனிடீ."

கல்யாணிக்குப் பொறுமை கிடையாது.

தேங்காய் நாரை உரிப்பதுபோல் தலையை வலிக்கவலிக்கத் தேய்க்கிறாள் கல்யாணி.

கத்தரிப்பூ ஸாடின் துணியில் அம்மா எனக்குப் பாவாடை தைத்திருக்கிறாள் அந்த தீபாவளிக்கு. வழுக்கிக்கொண்டு தையல் மிஷினில் அது ஓடும்போதே மனம் ஆசைப்பட்டது. அந்த முறை அளவு எடுத்துப் பாவாடை தைத்தாள் அம்மா.

"அளவு எடுக்கணும் வாடீ. ஓசந்துபோயிட்டே நீ." அளவு எடுத்து விட்டு நிமிர்கிறாள் அம்மா.

"ரெண்டு இஞ்சு பெரிசாயிடுத்து இந்தப் பொண்ணு."

கத்தரிப்பூ ஸாடின் பாவாடை மற்ற பாவாடைகள் மாதிரி குட்டை யாக இருக்காது. வழுக்கிக்கொண்டு தரையை எட்டும்.

'உலுக்' கென்று எழுப்பி நிற்க வைத்துத் தலையைத் துவட்டுகிறாள் கல்யாணி.

'ஷிம்மீ' ஸை மாட்டிக்கொண்டு பூஜை அறைக்கு ஓட்டம்.

பலகைமேல் அடுக்கியிருந்த புதுத் துணிகளில் அப்பா என்னுடை யதைத் தருகிறார்.

"இந்தாடி கறுப்பி..." அப்பா அப்படித்தான் கூப்பிடுவார்.

அப்பா அப்படிச் சொல்லும்போது சில சமயம் கூடத்தில் ஹாவென்று தொங்கும் கண்ணாடி முன் நின்றுகொண்டு பார்ப் பேன். அம்மா, காதில் "எத்தனை அழகு நீ" என்று கிசுகிசுப்பதைப் போல் இருக்கும்.

சரளா வீட்டில் உள்ள கண்ணாடிப் பெட்டியில் உள்ள மீன் மாதிரி வழுக்கிக் கொண்டு போகிறது பாவாடை. வெல்வெட் சட்டை. பொட்டு இட்டுக்கொண்டு அப்பா முன் போகிறேன்.

"அட பரவாயில்லையே!" என்கிறார் அப்பா.

பட்டாஸை எடுத்து முன் அறையில் வைத்துவிட்டு சண்பக மரத்தில் ஏற ஓடுகிறேன்.

நித்தியம் காலையில் சண்பக மரத்தில் ஏறிப் பூப்பறிப்பது ஒரு வேலை. பூக் குடலையில் பூ நிரப்பி அம்மாவிடம் தந்தால் "கொள்ளை பூ" என்று கண்களை விரித்து அம்மா தன் விரல்களை அதில் அளைய விடுவாள். விரல்களே தெரியாது.

ஸாடின் பாவாடை வழுக்குகிறது. உச்சாணிக் கொம்பில் ஏற முடியவில்லை. இருட்டுவேறு. இறங்கும் தறுவாயில் படேர் என்று வெடிக்கிறது யார் வீட்டிலோ ஒரு பட்டாஸ். உடம்பு நடுங்க மரத்தி லிருந்து ஒரு குதி. வீட்டினுள் ஓட்டம். மூச்சு வாங்குகிறது.

ஆசுவாசப்படுத்திக்கொண்டு முன் அறைக்கு ஓடி, என் பங்குப் பட்டாஸை வெடிக்கிறேன். அப்புறம்தான் பூக்குடலை நினைவு வருகிறது.

விடிந்திருக்கிறது.

பாவாடையைத் தூக்கிப் பிடித்தவாறே மரத்தினடியில் கிடந்த பூக்குடலையை எடுக்கக் குனிகிறேன். பூக்கள் சில சிதறியிருக்கின்றன. நன்றாகக் குனிந்து எடுக்கும்போது பாவாடை தரையில் விரிகிறது. புதுப்பாவாடையில் அங்கும் இங்கும் கறைகள். மரம் ஏறியதாலோ?

"கல்லூஸ்..." என்று அழைத்தவாறே உள்ளே வந்து "பாவாடை எல்லாம் அழுக்காக்கியுட்டேண்டி. அம்மா வைவாளா?" என்று கேட்டுக்கொண்டு பூக்குடலையுடன் அவள் முன் நிற்கிறேன்.

கல்யாணி ஒரு நிமிடம் வெறிக்கப் பார்த்துவிட்டு "அப்பா" என்று கூவிக் கொண்டே போகிறாள்.

கல்யாணியின் பார்வை, பூக் குடலையைக் கூட வாங்காமல் அவள் உள்ளே ஓடியது எல்லாமாக மனத்தில் கம்பளிப்பூச்சி நெளிகிறது. ஸாடின் பாவாடையைப் பார்க்கிறேன். வெல்வெட் சட்டையைத் தடவிப்பார்க்கிறேன்.

ஒன்றும் ஆகவில்லையே?

பகவானே, எனக்கு ஒன்றும் ஆகவில்லையே? என்னை நானே கேட்டுக் கொள்ளும்போதே தெரிகிறது ஏதோ ஆகிவிட்டதென்று. எங்கும் பட்டாஸ் ஒலிகள் கேட்டவாறிருக்கின்றன. கையில் பிடித்த பூக்குடலையுடன், வேகமாக மூச்சு விட்டவாறு உடம்பு பதற, உதடுகள் துடிக்க நிற்கிறேன்.

ஹோவென்று அழுகை வருகிறது.

அம்மாவைப் பார்க்க வேண்டும். சின்னாளப்பட்டுப் புடவை உடுத்திய தோளில் தலையை அழுத்திப் பதித்துக்கொள்ள வேண்டும். "பயமா இருக்கே" என்று வெட்கமில்லாமல் சொல்லி அழ வேண்டும். அம்மா தலையைத் தடவித் தருவாள். என்னவோ ஆகிவிட்டதே பயங்கரமாக...

முறுக்குப் பிழிய வரும் மொட்டைப் பாட்டியை எங்கிருந்தோ கூட்டிக்கொண்டு வருகிறாள் கல்யாணி.

பாட்டி அருகில் வருகிறாள்.

"என்னடீம்மா அழறே? என்ன ஆயிடுத்து இப்போ? லோகத்துலே இல்லாதது ஆயிடுத்தா?"

பாட்டி சொன்னது ஒன்றும் தெரியவில்லை. என் உணர்வுதான் எதையோ புரிந்து கொண்டு பயத்தில் சில்லிட்டதே ஒழிய அறிவுக்கு ஒன்றும் எட்டவில்லை. மனத்தின் ஆழத்திலிருந்து ஆறாத தாகமாய்க் கிளம்பிய ஒரே ஒரு அழைப்பு... அம்மா...

ஐந்து வயதில் ஒரு முறை காணாமல் போய்விட்டதை மீண்டும் நினைக்கிறேன். பெரிய பூங்கா ஒன்றில் நீள் இருள் கவிவது தெரியாமல் நடக்கிறேன். திடீரென்று இருளும், மரங்களும், ஓசைகளும், அமைதியும் மனத்தில் பயத்தை உண்டாக்குகின்றன. அப்பாதான் தேடிப்பிடிக்கிறார். ஆனால் அம்மாவைப் பார்த்ததும்தான் அழுகை பீறிடுகிறது.

அம்மா பக்கத்தில் போட்டுக்கொள்கிறாள். தடவித் தருகிறாள். "ஒன்றும் ஆகலியே. எல்லாம் சரியாப் போயிடுத்தே" என்று மெல்லப் பேசுகிறாள். சிவந்த உதடுகள் நெருப்புக் கீற்றாய் ஜ்வலிக்க, தன் முகத்தை என் முகத்தின் மீது வைக்கிறாள்.

இப்போதும் எங்கேயோ காணாமல்போய்விட்டதைப் போல் அடித்துக் கொள்கிறது.

கீழே உட்கார்ந்து முட்டங்காலில் தலை பதித்து அழுகிறேன். எதுவோ முடிந்து விட்டதுபோல் தோன்றுகிறது. தியேட்டரில் 'சுபம்' காட்டிய பிறகு எழுந்து வெளியே வருவதைப் போல், எதையோ விட்டுவிட்டு வந்தாற் போல் தோன்றுகிறது. அந்தச் சமயத்தில் உலக சரித்திரத்தில் எனக்கு ஒருத்திக்கு மட்டுமே அந்த துக்கம் சம்பவித்தது போல் படுகிறது. அத்தனை துக்கங்களையும் வெல்வெட் சட்டை அணிந்த மெல்லிய தோள்கள் மேல் சுமையாய்த் தாங்குவது போல் அழுகிறேன்.

இருவருமாக இருந்த மாலை வேளைகளில் அம்மா இது பற்றி ஏன் சொல்லவில்லை என்று நினைக்கிறேன்.

மனதை வியாபித்த உணர்வு பயம் மட்டுமே. புதுச் சூழ்நிலையில், புது மனிதர்களிடையே உண்டாகும் சாதாரண பயம் அல்ல. பாம்பைக் கண்டு அலறும் மிரளலில் அரண்டுபோய் வாயடைத்துப் போகும் பதைப்பு. மன மூலைகளிலெல்லாம் பயம் சிலந்திவலை களாய்த் தொங்குகிறது.

வெளுத்த உதடுகள் பிளந்து கிடக்கப் பார்த்த உருவம் மனத்தில் தோன்றுகிறது. மண்டை கல்லில் மோதிவிட்டது. என் முன்னே மென் சிவப்பாய் வழுக்கையாய் நடந்துகொண்டிருந்த தலை திடீரென்று குகை வாயாய்த் திறந்து கரும் சிவப்பாய் ரத்தம் பீறிட்டு வந்தது. நிமிடத்தில் ரத்தம் தலையில் கொட்டியது. ரத்தத்தையே வெறித்துப் பார்த்தேன். சிவப்பு எங்கும் படர்ந்து கண்களிலேயே பாய்ந்து ஓடுவதுபோல் தோன்றியது. மனம் மீண்டும் மீண்டும் அரற்றியது. "ஐயோ எத்தனை ரத்தம், எத்தனை ரத்தம்." வாயில் ஓசையே பிறக்கவில்லை. ரத்தப் படுக்கை. கிழவன் வாய்திறந்தது, கண்கள் வெறித்துப்போனது, நெஞ்சில் துருத்திக்கொண்டு நிற்கிறது.

ரத்தம் எத்தனை பயங்கரமானது... உதடுகள் வெளுக்க... கை கால்கள் அசைவற்றுப் போக...

அம்மா தேவை. இருட்டைக் கண்டு பயந்ததும் அணைத்து ஆறுதல் சொல்வது போல், இந்தப் பயத்திலிருந்து மீள அம்மா வேண்டும் என்று மனம் ஏங்குகிறது. அம்மா ஜில்லென்று கரத்தைத் தோளில் வைத்து "இதுவும் ஒரு அழகுதான்" என்கக்கூடாதா?

"எழுந்திரேண்டீ ப்ளீஸ். எத்தனை நாழிடீ அழுவாய்?" என்னுடன் கூட உட்கார்ந்து தானும் ஒரு குரல் அழுத கல்யாணி கெஞ்சுகிறாள்.

"அம்மா..."

"அம்மாதான் அடுத்த வாரம் வராளே. இப்போதான் இதைப் பற்றி லெட்டர் போட்டேன். ராதுவுக்குப் பெண் பார்க்கறது எல்லாம்

முடிஞ்சப்புறம் வருவா. இப்போ நீ எழுந்திருடீ. சுத்த தலை வேதனை.” கல்யாணிக்குக் கோபம் வர ஆரம்பிக்கிறது.

“எனக்கு என்னடீ ஆயிடுத்து?”

“உன் தலை மண்டை ஆயிடுத்து, எத்தனை தடவை சொல்லறது?”

“இனிமே எல்லாம் நான் மரத்துலே ஏறக்கூடாதா?”

‘நறுக்’ கென்று குட்டுகிறாள் கல்யாணி.

“தடிச்சி! அரைமணியா எழுந்திரு, பாவாடையை மாத்தறேன்னு கெஞ்சறேன். நீ கேள்வி வேற கேக்கறியா? அப்பா இவள் ரொம்பப் படுத்தறாப்பா” என்று அப்பாவுக்குக் குரல் கொடுக்கிறாள்.

அப்பா வந்து “அசட்டுத்தனம் பண்ணக்கூடாது, கல்யாணி சொல்றபடி கேக்கணும்” என்கிறார்.

முறுக்குப் பாட்டி வேறு “என்ன அடம் பிடிக்கிறாள்! எல்லாருக்கும் வர தலைவிதிதானே” என்கிறாள், அப்பா போன பிறகு.

ஏழு நாட்கள், அம்மா வர இன்னும் ஏழு நாட்கள். ராதுவைப் பெண் பார்த்த பிறகு.

இருட்டில் தடுமாறுவதைப் போல் ஏழுநாட்கள்.

அடுத்தகத்து மாமி, எதிர்வீட்டு மாமி எல்லோரும் வருகிறார்கள் ஒருநாள்.

“தாவணி போடலையாடி கல்யாணி?”

“எல்லாம் அம்மா வந்தப்புறம்தான் மாமி. இது அடங்காப்பிடாரி. அம்மா சொன்னால்தான் கேட்கும்.”

“இனிமே எல்லாம் சரியாப் போயிடுவா. இனிமே அடக்க ஒடுக்கம் வந்துடும்.”

ஏன்?

“இனிமேல் என்ன ஆகிவிடும்?”

தாவணி ஏன் போட்டுக் கொள்ள வேண்டும்? அம்மா சொன்னாளே... “இப்படியே இருடீம்மா; பாவாடையை அலைய விட்டுண்டு...” நான் ஏன் மாற வேண்டும்?

யாருமே விளக்குவதில்லை.

பொம்மை போல் என்னை உட்கார்த்தி வைத்துப் பேசுகிறார்கள். அப்பா வந்தால் தலைப்பைப் போர்த்திக்கொண்டு மெதுவாகப் பேசுகிறார்கள்.

ஐந்தாம் நாள் “நீயே எண்ணெய் தேய்ச்சுக்கோடி” என்னிடம் சுடச் சுட எண்ணைய்யைக் கிண்ணியில் ஊற்றிக் கொடுக்கிறாள் கல்யாணி.

இடுப்பின் கீழ் நீண்ட கூந்தலுடன் அழுதவாறே போராடிவிட்டு ஷிம்மீஸுடன் கூடத்துக் கண்ணாடி முன் நிற்கிறேன்.

"இனிமே பாத்ரூமிலேயே ட்ரஸ் பண்ணிக்கணும் தெரிஞ்சுதா?" என்கிறார் அப்பா.

அப்பா போன பிறகு கதவைச் சாத்துகிறேன். ஷிம்மீஸைக் கழற்றிப் போடுகிறேன். கறுப்பு உடம்பைக் கண்ணாடி பிரதிபலிக்கிறது. முகத்தைவிடச் சற்றே நிறம் மட்டமான தோள்கள், கைகள், மார்பு, இடை, மென்மையான துடைகளின் மேல் கை ஓடுகிறது. நான் அதே பெண் இல்லையா? அம்மா என்ன சொல்லப் போகிறாள்?

ஸ்கூல் யூனிபார்ம் போட்டுக்கொள்கிறேன்.

கதவைத் திறந்ததும் கல்யாணி வருகிறாள். "ஸ்கூல்லே ஏன் வரல்லேன்னு கேட்டா என்னடீ சொல்வே?"

கல்யாணியை வெறித்துப் பார்க்கிறேன். கூண்டிலிருந்து விடுபட்ட பட்சி போல் குதூகலத்துடன் ஸ்கூலுக்குக் கிளம்பிக்கொண்டிருந்த வேகம் குறைகிறது.

"ஒண்ணும் சொல்லவேண்டாம். சும்மா இரு."

அன்று 'கேம்ஸ்' பீரியடில் விளையாடவில்லை. அகன்ற மரம் ஒன்றின் பின் மறைந்துகொள்கிறேன். முன்பு ஒரு முறை அப்படி விளையாடாமல் இருந்திருக்கிறேன். மறுநாள் காலை மிஸ். லீலா மேனன் வகுப்பில் "நேற்று விளையாடாத முட்டாள்கள் யார்?" என்றாள். நான் எழுந்திருக்கவில்லை.

"நீ ஏன் எழுந்திருக்கவில்லை?" என்றாள்.

"நான் முட்டாள் இல்லையே மிஸ்" என்றேன். ப்ரோக்ரஸ் ரிபோர்ட்டில் எழுதிவிட்டாள் இம்பர்டினன்ட் என்று.

அன்று மிஸ். லீலாமேனன் திட்டு பற்றி கூட மனம் பயப்பட வில்லை. இப்போது எனக்கு ஆகியிருக்கும் ஒன்றைவிட வேறு எதுவும் எப்போதும் என்னை பாதிக்காது என்று படுகிறது.

மரத்தடியே உட்கார்ந்து வழக்கம்போல் எனிட் ப்ளைடன் படிப் பதில்லை. கீழே வெட்டப்பட்டிருந்த குழியில் உதிர்ந்தவாறிருக்கும் பழுத்த இலைகளிடம் நான் கேட்கிறேன்.

"எனக்கு என்னதான் ஆகித் தொலைந்துவிட்டது?"

கூண்டிலிருக்கும் கைதி நீதிபதியின் வாயைப் பார்ப்பது போல் அம்மாவின் சொல் ஒன்றுக்காக மட்டுமே மனம் எதிர்பார்க்கிறது.

கண்களைத் தாழ்த்தி என்னைப் பார்த்தவாறே "உனக்கு ஆகியிருக் கும் இதுவும் அழகுதான்" என்பாளா அம்மா? பயமுறுத்திய முறுக்குப்

பாட்டி, கல்யாணி எல்லோரையும் புன்னகையின் ஒரு தீப்பொறியில் அவள் ஒதுக்கித் தள்ளிவிடுவாள். அம்மா வித்தியாசமானவள். அவள் நிற்கும் இடத்தில் வேண்டாதவை அழிந்து வெறும் அழகு மட்டுமே ஆட்சி செலுத்தும். அவளுக்கு எல்லாமே அழகுதான்.

அம்மா ரொம்ப தேவையாக இருக்கிறாள். ஏதோ ஒன்று விளக்கப் பட வேண்டும். கத்திரிப்பூ ஸாடின் பாவாடையை நினைத்தாலே உடம்பு வியர்த்துப்போய் நடுங்குகிறதே, நாக்கு தடித்துப் போய் மரக் கட்டையாய் வாயில் லொட்டென்று படுத்துவிடுகிறதே, திடீரென்று இருட்டு கவிந்துகொள்கிறமாதிரியும், திரும்பிப் பார்ப்பதற்குள் 'ணங்' கென்ற சத்தமும், ரத்தப் பெருக்கும், நீண்டு கட்டையாய்ப் போன உடலும் அந்த இருட்டில் தோன்றுவது போல இருக்கிறதே, அதை மென்மையான வார்த்தைகளால் யாராவது விளக்க வேண்டும்.

நான் யாருமே இல்லாமல் இருப்பது போல் உணர்கிறேன்.

தோட்டக்காரன் எழுப்பிய பின் மெல்ல வீட்டுக்குப் போகிறேன்.

"ஏண்டீ இவ்வளவு லேட்? எங்கே போனே?"

"எங்கேயும் போகலை. மரத்தடியிலே உட்கார்ந்திருந்தேன்."

"தனியாவா?"

"உம்."

"ஏண்டீ, நீ இன்னும் சின்னப்பொண்ணா? ஏதாவது ஆகிவைத் தால்?"

ஸ்கூல் பையை விட்டெறிகிறேன். முகம் எல்லாம் சூடேறுகிறது; செவிகளைக் கையால் மூடிக் கொண்டு வீறிட்டுக் கத்துகிறேன்.

"நான் அப்படித்தான் உட்காருவேன். எனக்கு ஒண்ணும் ஆகலை."

ஒவ்வொரு வார்த்தையையும் நீட்டி, அழுத்தி வெறிக் கத்தலாய்க் கத்துகிறேன்.

அப்பாவும் கல்யாணியும் அதிர்ந்துபோய் நிற்கின்றனர்.

நான் கோபித்துக்கொண்டு மொட்டை மாடிக்குப் போய் உட்காரு கிறேன். சண்பக மரத்தின் வாசனையோடு அங்கேயே இருக்கலாம். கல்யாணியும் அப்பாவும் இங்கே வரக்கூடாது. நானும் சண்பக மரவாசனையும் மட்டுமே. ஒன்றும் பேசாத, தொடாத அந்த வாசனை வீட்டு மனிதர்களைவிட நெருங்கிய ஒன்றாகப் படுகிறது. இவர்கள் பேசாமல் இருந்தால் எவ்வளவு நன்றாக இருக்கும்! அம்மா மாதிரி விழிகளை விரித்துச் சிரிப்பு.

அம்மா அப்படிப் பார்த்தால் நெஞ்சினுள் ஏதோ செய்யும். வாய்விட்டுச் சிரிக்கத் தோன்றும். பாடத் தோன்றும். அம்மா சிருஷ்

டிப்பவள். ஆனந்தத்தை, உத்ஸாகத்தை, அழகை எல்லாம் தலையைத் திருப்பி ஒரு புன்னகையால் ஜாலம் செய்து வரவழைப்பவள்.

கல்யாணி மேலே வருகிறாள்.

"சாப்பிட வாடீம்மா சின்ன ராணி, அம்மா உன்னைச் செல்லம் கொடுத்து குட்டிச் சுவராக்கிட்டா."

அலட்சியமாக உதட்டைப் பிதுக்கியவாறே எழுந்துகொள்கிறேன்.

மறுநாள் காலை அம்மா வருகிறாள். டாக்ஸியின் கதவைத் திறந்து, கரும் பச்சைப் பட்டுப்புடவை கசங்கியிருக்க, அம்மா வீட்டிற்குள் வருகிறாள்.

"என்ன ஆச்சு?" என்கிறார் அப்பா.

"பொண்ணு கருப்பாம். வேண்டாம்னுட்டான் கடங்காரன்."

"உன் தங்கை என்ன சொல்றா?"

"வருத்தப்படறா பாவம்."

"நமக்கும் ஒரு கறுப்புப் பொண்ணு உண்டு."

மொட்டென்று அம்மா முன் போய் நிற்கிறேன்.

கல்யாணி லெட்டரில் எழுதியதைவிட விளக்கமாய் நானே சொல்ல வேண்டும் என்று தோன்றுகிறது. மெல்ல அவள் கழுத்துப் பதிவில் உதடுகள் நடுங்க மென்குரலில் எல்லாவற்றையும் அரற்ற வேண்டும் போல் படுகிறது. நெஞ்சில் நெளியும் பயத்தைக் கூற வேண்டும் என்று அடித்துக்கொள்கிறது.

ஏதோ மர்மமான ஒன்றை – இரவு படுத்துக்கொண்டதும் தொண்டையை அடைத்துக்கொள்ள வைக்கும் உணர்வை, என் உடம்பே எனக்கு மாறுதலாகப் படும் தவிப்பை – அம்மா விளக்கப் போகிறாள் மெல்ல என்று அவள் முகத்தையே பார்க்கிறேன். வாழைத்தண்டு போல் நீண்ட கரங்களால் அவள் என்னை அணைக்கப்போகிறாள். நான் அழப்போகிறேன் உரக்க. அம்மாவின் கூந்தலில் விரல்களைத் துளைத்துப் பெருத்த கேவல்களுடன் அழப்போகிறேன்.

அம்மா என்னைப் பார்க்கிறாள்.

நான் ஒரு கணம் ராதுவாய் அவள் கண்முன் மாறுகிறேனா என்று தெரியவில்லை.

"உனக்கு இந்த இழவுக்கு என்னடீ அவசரம்? இது வேறே இனிமே ஒரு பாரம்." சுளீரென்று கேள்வி.

யாரைக் குற்றம் சாட்டுகிறாள்?

ஒலியில்லாக் கேவல்கள் நெஞ்சை முட்டுகின்றன.

அம்மாவின் உதடுகளும், நாசியும், நெற்றிக் குங்குமமும், மூக்குப் பொட்டும், கண்களும் ரத்த நிற ஜ்வாலையை உமிழ்வது போல் தோன்றுகிறது.

அந்த நெருப்பில் அவள் மேல் போர்த்தியிருந்த தேவ ஸ்வரூபம் அவிழ்ந்து விழ நிர்வாணமான வெறும் மனித அம்மாவாய் அவள் படுகிறாள். அந்த ஈரமில்லாச் சொற்கள் பட்டாக் கத்தியாய் எழுந்து முன்பு முளைவிட்டிருந்த அத்தனை அழகுகளையும் குருட்டுத்தன மாக ஹதம் செய்கிறது. தீராத பயங்கள் கரும் சித்திரங்களாய் நெஞ் சில் ஒட்டிக்கொள்கின்றன.

அக்கினியே ஸ்வா ஆ ஆஹா...... அசுத்தங்கள் மட்டும் எரிக்கப் படவில்லை. மொட்டுக்களும் மலர்களும்கூடக் கருகிப்போயின.

'கசடதபற' டிசம்பர் 1971

அறைக்குள்ளிருந்தவன்

பெங்களூர் 'சிக்பெட்'டின் அந்தச் சிறிய சந்து அவள் கண் முன் விரிந்தது. பெரிய தெருவின் கும்பலிலிருந்து மீண்டும் இதனுள் நுழையும் முன்பே ஒரு கையால் மூக்கையும், இன்னொரு கையால் புடவையையோ, வேஷ்டியையோ தூக்கிப் பிடித்துக்கொண்டு வரவேண்டிய சந்து அது. ஒரு கையில் பள்ளிப் புத்தகங்களைத் தாங்கிக்கொண்டு – பை கொண்டு போவது நாகரீகம் இல்லை. எவ்வளவு புத்தகங்களானாலும் கை வலிக்க எடுத்துப் போவதுதான் அவள் பள்ளி செல்லும் காலத்து வழக்கம் – இன்னொரு கையால் பாவாடையைத் தாவணியோடு தூக்கிப் பிடித்தவாறே வீடு வரும்வரை மூச்சு விடாமல் ஓடுவாள் அவள்.

வீடு ஒன்றும் 'ஆஹா' என்று மூச்சை விடும்படியானது இல்லை. முன் அறையில் பாதி இடம் அம்மா விற்பதற்கு இட்டு வைத்த அப்பளங்களைப் பரப்பவே போய்விடும். மீதி இடத்தில் அப்பா முடங்கிக்கிடப்பார்.

அப்பாவின் பேச்சோ, முனகலோ, முகபாவமோ ஒன்றும் சரியாக நினைவு வருவதில்லை.

ஒரு நாள் மழையில் நனைந்துகொண்டு தாவணித் தலைப்பில் புத்தகங்களை மூடியவாறே ஓடி வந்ததும், வீட்டில் அடி எடுத்து வைத்தவுடன் முன் கூடத்தில் அப்பளங்கள் எல்லாம் இல்லாமல் அப்பா மாத்திரம் நீண்டு படுத்திருந்ததும், இவளைப் பார்த்தவுடன் துளிக்கூட அழாமல் அம்மா, "அவர் கதை முடிந்தது" என்று அவரை நோக்கிக் கையைக் காட்டியவுடன் அவள் பார்த்த அப்பாவின் முகம்தான் நினைவு வருகிறது.

அவர் அன்று மூச்சு விடுவதை நிறுத்தினார். அவ்வளவுதான். அதற்கு முன்பே அவர் வாழ வேண்டும் என்ற ஆசை மடிந்து செத்தாகி விட்டது.

எல்லா வசதிகளுமுடைய விசாலமான சமையலறையில் அமர்ந்து கொண்டு, குளிர் பதனப்பெட்டியிலிருந்து எடுத்த பழ ரஸத்தைச் சுவைத்துக்கொண்டிருந்த தனக்கு அந்த நாற்ற சந்தும், என்றோ செத்துப்போன உபயோகமில்லாத அப்பாவும் நினைவு வந்தது அவளுக்கே வேடிக்கையாக இருந்தது. அவளுக்கு இங்கே என்ன குறை?

“கொன்னூடுவேன்...... கத்தியாலே துண்டுதுண்டா நறுக்கி... டேய்... வேண்டாண்டா... அழுவேன்...”

அந்த வீட்டின் மூலையிலிருந்த அறையிலிருந்து சத்தம் வர ஆரம்பித்துவிட்டது.

அவள் மெல்ல எழுந்து சென்றாள்.

முன் கூடத்தில் மாமியார் உட்கார்ந்து அந்த வாரப் பத்திரிக்கை ஒன்றைப் படித்துக்கொண்டிருந்தாள்.

“ ‘அவன்’ கத்தறான். என்னன்னு போய்ப்பார்.” என்றாள். அறைக்கு அருகில் சென்று அதில் இருந்த ஒரே ஒரு ஜன்னலை மெல்லத் திறந்து எட்டிப்பார்த்தாள்.

வேஷ்டி நெகிழ்ந்து விழ, அறையில் அங்கும் இங்கும் கத்திக் கொண்டே ஓடிக்கொண்டிருந்தான் ‘அவன்’.

“உஷ்... சத்தம் போடக் கூடாது.”

‘அவன்’ ‘சட்’ டென்று திரும்பிப் பார்த்தான்.

உதட்டில் கை வைத்து, கூடத்துப் பக்கம் கையைக் காட்டி “திட்டுவா அப்புறம். பேசாம இருக்கணும்” என்றாள்.

“என்னை வெளியிலே விட்டுடேண்டி...”

“கதவு கெட்டுப் போயிடுத்து. தொறக்க முடியாது.”

‘அவன்’ ஜன்னலருகே வந்தான்.

“நேக்கு ஒரு சுத்தி தா. நான் ஒடைச்சுடுவேன்.”

“ம்ஹூம்” என்று மறுத்தாள்.

ஜன்னல் வழியாகக் கையை நீட்டி அவள் கழுத்தில் தொங்கிய சங்கிலியைப் பற்றினான்.

“இது தாயேண்டீ...”

அவன் பிடியில் அகப்பட்டுக்கொண்டிருந்த அந்தச் சங்கிலியை அவள் குனிந்து பார்த்தாள். தங்க குண்டுகள் கோர்க்கப்பட்டு, லிங்கம் வரைந்த 'ப' வடிவச் சின்னம் அதில் இருந்தது.

அவன் முரட்டுக் கரத்திலிருந்து அதை விடுவித்தாள். "அப்படி எல்லாம் கேட்கக் கூடாது. அம்மா திட்டுவா"

'அவன்' மெல்லக் கிசுகிசுத்தான்.

"நானும் நீயுமா அம்மாவைக் கொன்னுடலாமா?"

"ஓ. ஆனாக்கா சும்மா பேசாம இருக்கணும். இல்லாட்டா இல்லை."

"சரி. நீ கத்தி கொண்டுவா, உம்?"

தலையை ஆட்டிவிட்டு ஜன்னலைச் சாத்தினாள். திரும்ப சமையலறைக்குப் போகும் வழியில் மார்பின் மீது நெளிந்த அந்தச் சங்கிலியைப் பார்த்துக் கொண்டாள்.

ஹா! வறுமை எப்படிப்பட்ட ஒன்று! பசி! வயிறு புதையுண்டு போக, நாவின் சுவைக் காம்புகள் மண்ணைக் கண்டாலும் ஊறலெடுக்க, பிச்சைக்காரன் குவளையிலிருக்கும் கதம்பச் சோறுகூட வயிற்றில் விழக்கூடிய சுவையுள்ளதாகத் தோன்றும் பசியை அவளுக்குத் தெரியும்.

அம்மா அவளிடம் "அப்பாவும் போயாச்சு. அவர் வைத்தியத்துக்கான கடன் தலைக்கு மேலே இருக்கு. புஸ்தகத்தை எல்லாம் கட்டி மூலையிலே வை" என்று சொன்னபோது புத்தகங்களைக் கட்டிக் கொண்டு அழுதாளே, அம்மாவை வாய்விட்டுச் சபித்தாளே, அப்போது கூட இப்படி ஒரு வறுமையை அவள் கற்பனை செய்யவில்லை. அப்படி மூன்று வருடங்கள்...

அப்படி அதன் பின் இந்த வீட்டில் சமையற்காரியாக இருந்தாள். சம்பளத்தில் முக்கால் பகுதி கடன் அடைக்கப்போய்விடும். இரண்டொரு முறைகள் அம்மாவுடன் கூடமாட வேலை செய்ய அவளும் வந்ததுண்டு.

அப்படி ஒரு முறை வந்தபோதுதான் அந்த வீட்டு யஜமானி கேட்டாள்.

சமையலறைக்கே வந்து இடுப்பில் கை வைத்தபடி, "என்ன ரங்கம்மா, இவளுக்கு என்ன வயசு?" என்றாள்.

"பத்தொம்பது மாமி. நடு நடுவே பணம் இல்லாம படிப்பு விட்டுப் போயிடுத்து. இல்லாட்டா இப்போ வேலையிலே இருப்பா. படிப்பும் அரைகுறையாப் போச்சு. யாராவது உங்களை மாதிரி இருக்கிறவா படிக்க வைச்சா உண்டு...!"

பேச்சுக்கு இடையில் தன் தேவைகளை உணர்த்துவதில் அம்மாவுக்கு நிகரே கிடையாது.

"என்ன படிப்பு வேண்டியிருக்கு? சமர்த்தா லட்சணமா இருக்கா. என் பிள்ளைக்குத் தரயா?"

அயர்ந்து போய் நின்றாள் அம்மா.

மூன்று பிள்ளைகள் அந்த வீட்டில். மூத்தவனை அவள் பார்த்ததே கிடையாது. அவன் கத்தலை மட்டுமே கேட்டதுண்டு. இரண்டாம் பிள்ளையும் மூன்றாம் பிள்ளையும் ஏதோ பெரிய படிப்புப் படித்துக் கொண்டிருந்தார்கள்.

நடுங்கும் குரலில் "எந்த பிள்ளையைச் சொல்லறேள்?" என்றாள் அம்மா.

"மூத்தவனைத்தான். அவனைக் கவனிச்சுக்கவும் ஒரு ஆள் வேணுமோ இல்லையோ? என் மனசு என்னிக்குமே எளகிய மனசு. உன் நிலைமை எனக்குத் தெரியும். உன் பெண்ணுக்கும் என்னாலே விடிவு வரட்டுமே? வேற பொண்ணு கிடைக்காதா என்ன? கிடைக்கும். ஒரு ஏழைப் பொண்ணு நம்மாலே நல்லபடியா வாழட்டுமேன்னு தான் சொல்றேன். என்ன சொல்றே?"

"யோசிச்சு... யோசிச்சு..." என்று அம்மா திணறினாள்.

"மாசாமாசம் உனக்குப் பணம் அனுப்பிடுவேன். நீ இப்படி வேலை பண்ண வேண்டாம்."

"நாளைக்குச் சொல்றேனே மாமி."

"சரி."

அம்மா பெண்ணைத் திரும்பிப் பார்க்கவே இல்லை. பேசவே இல்லை. அன்று இரவு வீட்டில் வெறும் காய்ந்த ரொட்டித் துண்டையும் தண்ணீரையும் சாப்பிட்டுவிட்டுப் படுத்தபோது, அந்த விசாலமான சமையலறையும் நடக்கநடக்க நீளும் தோட்டமும் அவள் மனத்தில் விஸ்வரூபம் எடுத்தன. அம்மாவின் மெலிந்த தோற்றமோ, அவள் எதிர்கால சுகமோ அவள் மனத்தில் தோன்றி, "அவளுக்காகச் செய்ய வேண்டும்" என்ற தியாக மனப்பான்மை எல்லாம் அவளுக்கு ஏற்படவில்லை. அந்தச் சந்தின் அழுக்கிலிருந்து விடுதலை தரக்கூடிய வாயிலாகத்தான் இதை அவள் எண்ணினாள். அதனால் அவள் அம்மாவும் சுகப்படப்போவது இரட்டிப்பு லாபமாகப்பட்டது. இளமை என்ற ஒன்று உண்டு, அதற்குச் சில ஆசைகள் உண்டு என்பது ஏனோ அப்போது அவளுக்குத் தோன்றவில்லை. ரொட்டித்துண்டு மட்டுமே உள்ள வெற்று வயிற்றில் பருவக்கற்பனைகளை மனத்தில் ஓடவிட அவள் திரையுலகக் கதாநாயகியாக இருக்கவில்லை! அவள் வெறும் பெங்களூர் 'சிக்பெட்' சந்தில் உள்ள ரங்கம்மாவின் பட்டினிக்குத் துணை வந்தவள். அப்படி இருந்ததால்தான் அவள் அந்த முடிவையும் எடுத்தாள்.

யாருக்கும் அறிவிக்க வேண்டிய அவசியமில்லாமல் அந்தப் பெரிய வீட்டின் முன் கூடத்திலேயே சம்பிரதாயத்துக்கு 'அவன்' கையில் தாலியைக் கொடுத்து, பின்பு தானே வாங்கிக் கட்டிக் கொண்டு அவள் கல்யாணம் நடந்தது. அவள் மனம் என்னவோ அதற்குப் பின் கிடைக்கப்போகும், அறுசுவை உண்டி பற்றியே எண்ணிக் கொண்டிருந்தது என்றால் மிகையில்லை. அந்தக் கல்யாணத்திலிருந்து வேறு எதை அவள் எதிர்பார்த்திருக்க முடியும்?

தலையைக் கலைத்துக்கொண்டு, உடையைக் கிழித்துக்கொண்டு, அறையில் அடைபட்டுக் கிடந்த அவனிடம் அவளுக்கு மனைவி என்ற முறையில் எந்த அன்பும் தோன்றவில்லை. ஆனால் முகம் சுளிக்காமல் அவள் அவனைக் கவனித்துக் கொண்டாள். ஒவ்வொரு முறை வயிறு நிறைய உண்ணும்போதும், அந்த அறைக்குள்ளிருந்த வனுக்கு நன்றி செலுத்திக் கொண்டாள். வேறு எந்த வகையிலும் பிணைப்பு ஏற்பட வகையில்லாதபோது, இந்த உணர்வே அவன் எந்த வகையிலும் துன்பப்படக் கூடாது என்று அவள் நினைக்கும் அளவுக்கு அவளை அவனிடம் நெருங்க வைத்தது.

சில சமயம் சமையலறையில் அவள் வேலையாக இருப்பாள். அறையிலிருந்து சத்தம் அதிகரிக்கும்போது, "இந்தக் கழுதைப் பயலை இன்னிக்கு உண்டு இல்லைன்னு ஆக்கியுடறேன்" என்று கத்திக் கொண்டே மாமனார் போவது காதில் விழும். அதைத் தொடர்ந்து அடிக்கும் சத்தமும், அவன் ஓலமும் கேட்கும்போது, அந்தக் கூக்குரல் 'ஜிவ்' வென்று இவள் நரம்புகளில் ஏறி, அவள் உடலின் ஒரு பகுதி ஓலமிடுவதைப் போன்ற உணர்வு அவளுக்கு ஏற்பட்டதுண்டு. ஓரிரு முறைகளுக்குப் பின் ஒருதடவை மாமனார் கோபமாகக் கத்தியவாறே போனபோது, இவள் பாய்ந்து போய் அவர் முன்னால் நின்று கொண்டாள்.

"தயவு செய்து அவரை அடிக்க வாண்டாம்" என்று சொல்லி முடிப்பதற்குள் குரல் கம்மி அழுகை வெடித்துவிட்டது.

சமையலறையில் வேலை செய்ததால் வியர்வைத்துளிகள் நெற்றி யில் அரும்ப, வேகமாக வந்ததால் மூச்சு வாங்க அவள் நின்று சொல்லி விட்டுப் பின் உதடுமடங்க அழுததும் மாமனார் மலைத்துப்போய் நின்றார்.

அவள் மீண்டும் சமையலறைக்கு ஓடி வந்துவிட்டாள்.

அன்று ஏன் அவள் அழுதாள் என்பது அவளுக்கே புரியவில்லை. அந்த அறைக்குள்ளிருந்தவன் அவள் பொறுப்பில் இருப்பவன் போலவும், அவளால் அவனுக்குச் செய்யக்கூடியது கருணை காட்டு வது மட்டுமே என்றும் அவளுக்கு மாமனார் முன் நின்று பேசிய அந்தக் கணம் தோன்றியிருக்க வேண்டும். அதிகம் ஆழ்ந்த சிந்தனை களில் மூழ்கியிரா அவள் மனத்தை அந்த எண்ணத்தின் வேகமும்,

ஆழமும் தாக்கவே அவள் நிலைகுலைந்து அழுதுவிட்டாள். அந்தப் பொறுப்பின் பாரத்தைத் தன் மேல் தானாகவே தன்னையறியாமலே சுமத்திக் கொண்டுவிட்டோமே என்று அவள் அழுதாள். மூன்றாம் மனிதனுக்குப் பணிவிடை செய்வதுபோல் செய்துவிட்டு, இந்தச் செல்வத்தின் சுகத்தை அனுபவிக்கும் பொறுப்பில்லா மனம் ஏற்படாமல், ஏன் தொண்டை கிழியக் கத்தும் இந்த மனிதனைக் காப்பது தன் கடமை என்று தோன்ற வேண்டும் என்று அவள் அழுதாள்.

அதற்குப் பின் அவனை யாரும் அடிக்க முயலவில்லை. அதற்குப் பதிலாகச் சத்தம் வந்தவுடன் அவள் அழைக்கப்பட்டாள்.

எந்தஎந்த சந்தர்ப்பங்களில் அவன் எப்படிச் சத்தம்போடுவான் என்பது அவளுக்குப் பழகிவிட்டது. சத்தத்திலிருந்தே அறைக்குள் என்ன நடக்கிறது என்று அவளுக்குப் புரிந்துவிடும் சில சமயம், அவன் குணமாகிவிடலாம் என்ற நப்பாசை கூட, இரவு படுக்கையில் படுத்துக்கொண்டு தோட்டத்திலிருந்து காற்றில் கலந்து வரும் மல்லிகையின் மணத்தை நுகர்ந்தவாறே இருக்கும்போது அவளுக்கு ஏற்படும். திடீரென்று அறையைத் திறந்துகொண்டு அவன் வந்து, அவளைப் பெயர் சொல்லிக் கூப்பிடுவது போல் அவள் எண்ணிக் கொள்வாள்.

அப்போது எல்லாம் எழுந்து போய் அவன் அறையின் ஜன்னல் கதவைத் திறந்து பார்ப்பாள். படுக்கை ஒரு புறமாயும், அவன் ஒரு புறமாயும் அவன் படுத்துக் கிடப்பான். துங்காமல் வெறித்துப் பார்த்தவாறே உட்கார்ந்துகொண்டிருக்கும் நாட்களுமுண்டு.

அர்த்தமில்லா சின்னஞ்சிறு ஆசைகளுக்கு வெள்ளி முலாம் போட்டு பொற்கிரீடம் வைத்து, அவற்றுக்கு நெஞ்சில் அரச பதவியை வாங்கித் தந்துவிடும் இளமை என்னும் மந்திரவாதியின் கைப்பாவையாய் அந்த ஜன்னல் வழியாக அவளுடைய சொத்தான அவனை அவள் பார்ப்பாள். எல்லோரும் உறங்கியிருக்கும் அந்த இரவு வேளையில் வெகு நேரம் அப்படி அவள் நின்றதுண்டு.

அந்த அசட்டு நப்பாசைகளெல்லாம் செத்துப்போய் இரண்டு ஆண்டுகளாகிவிட்டன.

இன்று அவனை அடக்கிவிட்டுச் சமையலறையில் அமர்ந்ததும், அப்பளங்கள் பரப்பப்பட்டிருக்கும் ஒரு சிறிய வீட்டில், வறுமை அவள் மென்மைக் குணங்களைக் காவு வாங்கிவிட்டதால் அடிக்கடி எரிந்துவிழும் அம்மாவின் வசவை வாங்கிக் கட்டிக்கொண்டு இருக்க வேண்டும்போல் தோன்றியது. இந்த வீட்டுள் நுழையும் முன்பு பத்து ரூபாய்க்கு முரட்டுக் கைத்தறிச் சேலை – கத்தரிப் பூ நிறத்தில் பூ அச்சிட்டது – அம்மா வாங்கித்தந்தாளே, அதைக் கட்டிக் கொண்டு போய்க் கதவைத் தட்டி அம்மாவை ஆச்சரியத்துக்குள்ளாக்க வேண்டும் என்று தோன்றியது.

அதை நினைத்த மறுவினாடியே, மூடியிருக்கும் ஓர் அறை ஒன்று அவளுக்கு ஞாபகம் வந்தது. பரிதாபகரமான பார்வையுடன் வாய் விட்டுக் கத்தும் அவனை எண்ணிக்கொண்டாள். இங்கே இவர்களிடம் அடிவாங்கிக் கொண்டு இருக்க அவனை விட்டுப் போக முடியாமல் கருணை அவள் நெஞ்சை அடைத்துக் கொண்டது.

அவள் சமையலறைச் சுவரில் சாய்ந்துகொண்டிருக்கும்போதே இதுவரை அவள் கேட்டறியாத கதறல் அந்த அறையிலிருந்து, வேகமாக ஓடும் வண்டியைத் திடீரென்ற நிறுத்தும் கீச்சு ஓசையுடன் எழுந்தது. அடிவயிற்றில் நெருப்புத் துண்டு ஒன்று புரண்டது. பதறிக் கொண்டு ஓடினாள்.

அவளுக்கு முன்பு மாமியார் சென்றிருந்தாள். ஜன்னலைத் திறந்து பார்த்து, முகமெல்லாம் வெளிற, அவள் ஸ்தூல சரீரம் மெல்ல நடுங்க நின்றிருந்த அவளை நொடியில் அப்புறம் தள்ளிவிட்டுப் பார்த்தாள்.

நெற்றி, கன்னம், முகவாய் எல்லாம் குருதி பெருக அவன் விழுந்து கிடந்தான். சுவரிலிருந்து பறித்த ஆணி ஒன்று வலது கையில் இருந்தது.

பாய்ந்து கதவைத் திறந்து உள்ளே அவனருகே சென்றாள். நொடிக்கு ஆயிரம் உளறும் அவன் பேசாமல் இருந்தான்.

சாதாரணமாக வெறி வரும்போது மற்றவர்களைத்தான் அவன் காயப் படுத்துவான். பல முறைகள் அவன் அறைக்குள் அடைபட்டிருப்பது அவள் மனத்துக்கு வேதனையாக இருந்தாலும், வெளியே வரும் சிலநேரம் அவன் ஆடுவதைப் பார்த்து அவளே பயந்ததுண்டு.

இரண்டாம் பையன் சந்தானம் மேஜைமேல் T சட்டத்தை வைத்துப் படம் வரைந்துகொண்டிருந்த வேளையில் ஒருமுறை கதவை எப்படியோ திறந்துகொண்டு அவன் உள்ளே வந்து ஒரு வார கால வேலையை ஒரு நொடியில் கிழித்தெறிந்தான். சந்தானம் தடுக்க முற்பட்டபோது, அதே சட்டத்தால் நெற்றியில் அடி விழுந்தது. நான்கு வேலைக்காரர்கள் வந்து இழுத்துக் கொண்டுபோனார்கள்.

அவள் சந்தானத்திடம் ஓடினாள். அதற்கு முன்பு வரை அவள் அவனிடம் பேசியதுகூட இல்லை.

"ரொம்ப அடி பட்டுடுத்தா? நான் மருந்துபோடறேன்" கை பஞ்சையும். டிஞ்சரையும் ஒற்றிப் பரபரவென்று வேலை செய்தது. "யாருக்கு வேணும் மருந்து? அந்த ரூமிலே இருக்கறவன் ஒழிஞ்சாத்தான் இந்த வீட்டுலே நிம்மதி. நான் அவனை வெறுக்கறேன்" என்று மேஜையைக் குத்தினான் சந்தானம்.

அவள் பேசாமல் நின்றுகொண்டிருந்தாள். அந்தத் திட்டுக்கெல்லாம் அவளே உரியவள் போல் பொறுமையாக நின்றுகொண்டிருந்தாள். சந்தானத்தின் வெறுப்பை – ஏன், அந்த வீட்டின் எல்லோரின் வெறுப்பையும் – அவளால் புரிந்து கொள்ள முடிந்தது.

அவளைப் பார்த்துவிட்டு மேலும் கத்தினான் சந்தானம். "நீ ஒண்ணும் 'உம்' முனு நிக்க வேண்டாம். நான் சொல்றது தப்பு மாதிரி பார்க்கவேண்டாம்."

"நான் நீங்க சொல்றது தப்புனு சொல்லலையே? அவர் அப்படி இருக்கறதுனால்தானே நான் இப்படி உங்க முன்னாலே நின்னு பேச முடியறது? இல்லாட்டா இந்த வீட்டுலே நுழைய எனக்கு ஏது யோக்யதை? பாலாவும் தயிராவும் நான் சாப்பிடறேனே, அதுக்காகவாவது அவருக்கு விழற வசவை நான் ஏத்துக்க வேண்டாமா? உங்க வீட்டு ஜூலி கூட சாப்பாடு போட்டவுடன் வாலை ஆட்டறதே?" என்றாள் அவள்.

அதன் பின்பு அவன் அறை எப்போதுமே ஜாக்கிரதையாக மூடப்பட்டது அவளால்.

இப்படி மற்றவர்களை ஹிம்ஸை செய்து அட்டூழியம் செய்த அவன், எல்லாக் கோபத்தையும் தன் மேலேயே காட்டிக்கொண்டு விழுந்து கிடந்தான்.

"மாமி மூச்சு இல்லையே மாமி..." என்றாள்.

"பாவி, பாவி! இப்படிச் செய்தூட்டானே? ரத்தத்தைப் பார்த் தாலே எனக்கு ரத்தக் கொதிப்பு வந்தூடுமே...!"

அவனை வழக்கமாகக் கவனிக்கும் டாக்டர் இந்நேரம் ஆஸ்பத்திரி யில் இருப்பார். ஃபோன் செய்து பயனில்லை. யாரும் எடுக்க மாட் டார்கள். எடுத்தாலும் அவர் இல்லை என்று விடுவார்கள்.

"நீங்க இங்கே இருங்கோ. நான் டாக்டரைக் கூட்டிண்டு வரேன்" என்று விட்டு எழுந்தாள்.

வெளியே வந்து டிரைவரைக் காரை எடுக்கச் சொன்னாள். "வேகமாக, வேகமாக" என்று பரபரத்தாள்.

அதிர்ஷ்டவசமாக ஆஸ்பத்திரி வாயிலில் டாக்டர் அகப்பட்டார்.

"டாக்டர், டாக்டர், மல்லேஸ்வரம் 6வது மெயின்ரோடுக்கு வரணும். உங்க பேஷண்டுதான். பேச்சுமூச்சில்லை டாக்டர்" என்று நாக்குழறக் கூறினாள்.

அவளை ஒருமுறை பாாத்துவிட்டு மருந்துப் பையுடன் காருக்குள் நுழைந்தார்.

"என்னம்மா ஆச்சு?"

"தன்னையே ஆணியாலே குத்திண்டூட்டார் டாக்டர்."

"பேசாம ஆஸ்பத்திரியிலே சேர்த்துட்டு நிம்மதியா இருக்கலாம்."

அவள் பதில் பேசவில்லை. அப்போது பேச எந்த சொற்களும் அவள் மனதில் உருவாகவில்லை. ஓராயிரம் சொற்கள் ஒரேயடியாக

மனத்தில் எழுந்து புகையாய்ப் பிசுபிசுத்துப் போயின. குருதி படிந்த அந்த முகம் மனத்தில் தோன்றி எல்லா எண்ணங்களையும் அந்தக் குருதியே அடித்துப்போயிற்று.

கார் வீட்டை அடைந்ததும் துள்ளிக் குதித்து வீட்டை நோக்கி ஓடினாள். டாக்டரால் அவளை எட்டிப் பிடிக்க முடியவில்லை.

அவன் அறையை நோக்கிப் பறந்தாள்.

"என்ன ஆயிற்று மாமி? எப்படி இருக்கார்?" என்றாள். மாமியார் பதில் சொல்லும் முன் டாக்டர் உள்ளே நுழைந்தார். எதுவும் பேசாமல் அவனைப் படுக்கையில் கிடத்தினார். ரத்தத்தைத் துடைத்து மருந்திட்டார். கையில் ஊசி போட்டார். சிறிது நேரம் கழித்து அவன் கண் விழித்தான்.

"கவனமாப் பார்த்துண்டா ஒண்ணும் ஆகாது. நல்ல ஜுரம் அடிக்கும். மருந்து ஒழுங்கா தரணும். நர்ஸ் அனுப்பி வைக்கட்டுமா?"

"நானே பாத்துப்பேன் டாக்டர்."

"சரி. நான் மருந்து கொடுத்தனுப்பறேன்."

மாமியாருடன் அவர் வெளியே போனார்.

"அம்மா, தன்னையே தாக்கிக்கற திருப்பம் இது. இனிமே ஒரு ஊசியைக்கூட நீங்க அவன் பக்கம் வைக்க முடியாது. ஏன் இந்தக் கஷ்டம்? பேசாமே ஆஸ்பத்திரிலே சேர்த்துடுங்கோ. மாசாமாசம் பணம் கட்டினா போதும்." என்று டாக்டர் கூறுவது காதில் விழுந்தது.

"குணமே ஆகாதுன்னுதான் சொல்லிட்டேளே? அப்புறம் ஆஸ்பத்திரிலே சேர்த்து என்ன பிரயோஜனம்?"

"அவனுக்கும் பாதுகாப்பு. உங்களுக்கும் சௌகரியம். அப்புறம் உங்க இஷ்டம்."

கண்விழித்தும் தன் வசத்தில் இல்லாமல் சோர்வுற்றிருக்கும் அவனை அவள் பார்த்தாள்.

"இப்படிப் பண்ணிக்கலாமா? இப்படிப் பண்ணிக்கலாமா?" என்று மிருதுவாக அவனுக்குப் புரிய வைப்பது போல கேட்டாள். பாதி நீலமும், பாதி ரோஜா வண்ணமுமாய் வீங்கிக் கிடந்த முகத்தைத் தடவித்தந்தாள்.

சிறிது நாழிகைக்குப் பிறகு டாக்டரின் சொந்த மருத்துவசாலையில் பணியாற்றும் பெண் ஒருத்தி மருந்துடன் வந்தாள்.

"இந்த மருந்து ஜுரம் ஜாஸ்தியானா தரணும். இது ஒழுங்கா நாலு டோஸ் இன்னிக்கு ராத்திரி கண் விழிச்சுத் தரணும். உங்களாலே முடியுமா? இல்லே, நான் இருக்கட்டுமா? அப்புறமா ஏதாவது ஆனா டாக்டர் ஓடி வரணும்."

"நான் மருந்து ஒழுங்காய்த் தருவேன். நீங்க இருக்க வேண்டாம்."

அவன் அப்படிச் சோர்வாகவே நிறைய நாட்கள் இருக்க வேண்டும் போல் அவளுக்கு ஒரு அசட்டு ஆசை ஏற்பட்டது. பைத்தியமாக அல்லாமல், பாதி நினைவுடன் அவள் கைக்கு அடங்கியவனாக அவன் படுத்திருந்தது முட்புதர்களுக்கு நடுவே ஒரு பசுந் தழையாய் அவள் மனத்தைக் குளிர்வித்தது. அதே சமயம் அவன் விழித்து இதே அறையில் சத்தம் போட்டுக்கொண்டு இருந்தால்கூட போதும், இப்படிப் பலவீனமாகப் படுத்திருக்க வேண்டாம் என்றும் தோன்றியது.

சந்தானம், அவனுக்கு மூத்தவன் பாலாஜி இருவரும் வந்து பார்த்து விட்டுப் போனார்கள். மாமனார் வந்து பார்த்துவிட்டு, "தன்னையே அடிச்சுக்க ஆரம்பிச்சாச்சா? எல்லாம் என் போன ஜன்ம விதிப் பயன்" என்று தலையில் அடித்துக்கொண்டார்.

மருந்து நேரப்படி தர சந்தானத்தின் அறையில் அவள் பார்த்திருந்த மேஜைக் கடியாரத்தை எடுத்துவரப் போனாள்.

சந்தானத்தின் அறைக் கதவு சாத்தியிருந்தது. உள்ளே பேச்சுக்குரல் கேட்டது. சாவித்துவாரத்தின் வழியாகக் குனிந்து பார்த்தாள்.

சந்தானம் மேஜைமேல் ஏறி உட்கார்ந்துகொண்டிருந்தான். பாலாஜி நாற்காலியில். மாமனாரும், மாமியாரும் வேறு இரு நாற்காலிகளில் உட்கார்ந்திருந்தனர். சந்தானம் ஆரம்பித்திருந்த வாக்கியத்தின் கடைசிப் பகுதி மட்டுமே அவள் காதுக்கு எட்டியது.

"... இல்லையா நம்பகிட்டே? இப்படி வீட்டிலேயே வெச்சுண்டு ஏன் அவதிப்படணும்?"

"ஆஸ்பத்திரிக்கு அனுப்பினா வீண் செலவுதான். குணமாகா தாமே?"

பாலாஜி குறுக்கிட்டான். "செலவானா பரவாயில்லை அம்மா. நாளைக்கு என்னோடு வேலையில் இருப்பவர்களை இங்கே நான் எப்படி அழைச்சுண்டு வரமுடியும்? எனக்கு ஒரு அந்தஸ்து இல்லையா?"

"வாழ்நாள் முழுசும் அவன் இப்படித்தான் இருக்கப்போறானாம். டாக்டர் சொல்லறார். இப்படியே ரூமிலே போட்டு வைக்க முடியுமா? அதுவும் தன்னையே அடிச்சுக்க ஆரம்பிச்சிருக்கான். எவ்வளவு ஜாக்கிரதையா பார்த்துக்கணம் தெரியுமா?"

"அந்தப் பொண்ணு பார்த்துப்பாடா."

"அந்தப் பொண்ணு! அவளை இங்கே கூட்டிண்டு வந்தயே அதுதான் முதல் தப்பு. அவள் அவனை ஏன் கவனிச்சுக்க மாட்டா?

சிறகுகள் முறியும்

அவன் இருக்கிற வரைக்கும் தானே அவளுக்கு இங்கே இடம்?" பாலாஜி ஆத்திரத்துடன் கூறினான்.

"அம்மா, அவன் பைத்தியம் முத்திப் போயிடுத்து. இனிமே அவளை அனுப்பிவிட வேண்டியதுதான். அவகிட்டே ஆயிரம், ரெண்டாயிரம் குடுத்துட்டுப் போகச் சொல்லு. பெங்களூரை விட்டுப் போனா அவளுக்கு வேற கல்யாணம்கூட ஆகலாம்". இது சந்தானம்.

அவன் சொன்னதில் எந்த விரஸமும் இருப்பதாக அவளுக்குப் படவில்லை. ஒருவேளை இந்த வீட்டிலிருந்து அவள் அனுப்பப்பட்டால் அவள் மனமே அப்படி நினைக்கலாம். ஆனால் அந்த அறைக் குள்ளிருந்தவன் அவள் தோழன். அவனுக்கு அவள் கடமைப்பட்டவள். அவன் எங்கோ கதறிக் கொண்டு இருக்கும் வரை அந்தக் கதறல் அவள் நெஞ்சத்தில் மோதிக்கொண்டே இருக்கும். அவள் கழுத்தில் தொங்கும் அந்தச் சின்னத்திற்காக அவள் அப்படி உணர்ந்தாள் என்று இல்லை. அவனைக் கவனித்துக்கொள்ள வெறும் வேலைக்காரியாய் அவள் நியமிக்கப்பட்டிருந்தாலும் இதே அளவு பிணைப்பு அவளுக்கு ஏற்பட்டிருக்கும் என்று அவளுக்குப் பட்டது.

இதுவரை பேசாமலிருந்த மாமனார் பேசினார். "அந்தப் பொண்ணுகிட்டே நான் பேசிக்கறேன். இந்தத் தடவை நிஜமாகவே அவனுக்கு ஜாஸ்தியாகிவிட்டது. இனிமே அவனை நம்பளாலே சமாளிக்க முடியாது. அனுப்பிவிட வேண்டியதுதான்."

வேறு விஷயங்களைப் பற்றி அவர்கள் பேச ஆரம்பித்த பிறகு மெல்ல அவள் அறைக் கதவைத் தட்டினாள். சந்தானம் திறந்தான்.

"என்ன வேணும்?"

"கடிகாரம். மருந்து தரணுமே?"

அவன் மேஜையில் இருந்த கடிகாரத்தை எடுத்துத் தந்தான். அதைப் பெற்றுக் கொண்டு மீண்டும் 'அவன்' அறைக்குள் நுழைந்து கதவை மூடிக்கொண்டாள்.

அவன் தலையைத் தன் மடியில் கிடத்திக்கொண்டாள். அவனைக் குனிந்து பார்த்தாள். "இவருக்கு என்ன வயதிருக்கும்?" என்று விசித்திரமான சந்தேகம் வந்தது. முப்பத்தைந்து இருக்கும். அதற்கு மேலும் இருக்கலாம். இனி மீதி வாழ்நாளை ஒரு பைத்தியக்கார ஆஸ்பத்திரியில் உக்கிரமான பைத்தியங்கள் இருக்கும் பகுதியில் இருக்கப் போகும் அவன் நிலையை எண்ணிப் பார்த்தாள். வயது ஏறஏற, வலு குறைந்து தன்னைத் தாக்கிக்கொள்ளவோ, மற்றவரைத் தாக்கவோ சக்தி இல்லாமல் போகும்போது மீண்டும் அவன் இங்கே இந்த அறையில் அடைபடலாம்.

சந்தானமும், பாலாஜியும் அப்பொழுது குடும்பஸ்தர்களாக இருப்பார்கள். அவர்கள் குழந்தைகள் இந்த ஜன்னல் வழியாக எட்டிப்

பார்த்து, "பைத்தியக்கார பெரியப்பா..." என்று கூவி அழைக்கலாம். "அப்படிச் சொல்லக்கூடாது" என்று கண்டிக்க யாரும் இல்லாமல் போகலாம். அல்லது கடைசிவரை அந்தப் பைத்தியக்கார ஆஸ்பத்திரியே அவன் உலகமாகி விடலாம்.

அவன் கேசத்தை அவள் வருடித்தந்தாள். எவ்வளவு சுலபமாக அவன் விதியை அவர்கள் நிர்ணயித்துவிட்டார்கள்! அவளுடையதையும் கூட. இந்த மடியில் படுத்திருப்பவனுக்கு அவள் வாழ்வு அவனால் மாறியதும், இன்று மீண்டும் அவனால் மாறப்போவதும் எப்படித் தெரியும்? ஆனால் அவனுக்கு அவளைக் கட்டாயம் நினைவு வரும். எங்கேயோ மன இருட்டில் தத்தளித்துக் கொண்டிருக்கும் போது, மென்மையான இரு கரங்கள் கலங்கலாக அவன் ஞாபகத்துக்குக் கட்டாயம் வரும் என்பதில் அவளுக்கு அசாத்திய நம்பிக்கை இருந்தது. அந்த வீட்டிலேயே அவளிடம் அவன் அதிக அன்பைப் பெற்றிருந்தான். அத்தனை அன்பும் எப்படி வீணாக முடியும்? அந்த அன்பின் சிறு கீதங்கள் அந்தப் பைத்தியக்கார மனத்தில்கூட எப்போதாவது ஒலிக்கும்.

மாறப்போகும் தன் வாழ்வை அவள் எண்ணிக்கூடப் பார்க்கவில்லை. அதை அமைத்துக்கொள்வது சிரமமான காரியமாக அவளுக்குப் படவில்லை. ஏதாவது டீச்சர் உத்தியோகத்துக்கான படிப்பைப் பெறலாம். அவை சின்ன விஷயங்கள். இவர்கள் தரப் போகும் பணத்தால் தீரப்போகும் விஷயங்கள். அந்த சிக்பெட் சந்தின் நாற்றம் போதாது என்று இவளைப் பற்றிய வம்புகளும் இனிமேல் அங்கே மணக்கும். அடுத்த வீட்டு ரவியோடு அவள் பேசினால் எதிர்வீட்டு ராயர் மாமியின் விழிகள் பிதுங்கும்.

"அந்தப் பொண்ணுக்குக் கல்யாண ஆசை வந்துடுத்து" என்று கௌரம்மாவிடம் சென்று கரிசனமாகக் கூறுவாள்.

மாதா மாதம் முன்னறை வாசற்படி அருகே ஓர் ஓரத்தில் அவள் அமரும் நாள் தள்ளிப் போய்விட்டால், வாயைக் கிண்டினால் எல்லாவற்றையும் கொட்டிவிடும் அம்மாவிடம் வந்து, "என்ன ஆச்சு? நீங்க ஜாக்ரதையா இருக்கணும் மாமி. காலம் கெட்டுப் போயிடுத்து" என்று அவள் வயிற்றில் புளியைக் கரைக்க வைப்பார்கள். ஆ! அப்பா இறந்த மூன்று வருடங்கள் அவள் அனுபவிக்கவில்லையா?

அந்தச் சந்தின் ஆண்கள் மட்டும் என்ன உயர்த்தி? அவள் சிறு பெண்ணாக இருந்தபோது நடந்த அந்தச் சம்பவம் அவளுக்கு இன்னும் மறக்கவில்லை.

ராயர் மாமா எப்போதும் இவளைக் கூப்பிட்டு பழம், ரொட்டி எல்லாம் கொடுத்து "உங்க அம்மாகிட்டே குடு" என்பார். அம்மாவிடம் கொடுத்தால் முதுகில் பழம் வர வைத்துவிடுவாள் என்று தெரியும். இவளே தின்றுவிடுவாள். சிநேகிதிகளுடன் பகிர்ந்துகொள்

வதும் உண்டு. ஒரு முறை அவர் சிவப்புப் பட்டு ரவிக்கைத் துண்டு ஒன்றை அவளிடம் தந்து, "உன் அம்மாகிட்டே குடுத்துடு. மாமி ஊரிலே இல்லேன்னு சொல்லு" என்றார்.

அம்மாவிடம் சென்று அவள் சொன்னதுதான் தாமதம், அம்மா அவளையும் இழுத்துக்கொண்டு விடுவிடுவென்று ராயர் வீட்டில் புகுந்தாள். மாலையில் குளிக்க நீர் சுடப்பண்ண ராயர் குளியலறை யின் பெரிய தவலைக்கு அடியே விறகு வைத்து எரிய விட்டிருந்தார். கன்னடப் பாடல் ஒன்றை உரக்கப் பாடிக்கொண்டு அதன் எதிரிலே குந்தி உட்கார்ந்திருந்தார்.

அந்தச் சிவப்பு ரவிக்கைத் துண்டை அந்த அடுப்பில் திணித்தாள் அம்மா. பிறகு ஏதோ கத்தினாள். அந்த வயதில் அது புரியாததாலோ என்னவோ சொற்கள் நினைவில்லை. நெருப்பில் கருகிக்கொண் டிருந்த ரவிக்கைத் துண்டைச் சுட்டிக் காட்டி, அதைவிடச் சிவப்பாகக் கண்கள் ஒளிர, இன்னொரு கையை நெஞ்சின் மீது வைத்து நின்று கொண்டிருந்த அம்மாவின் உருவமும், எண்ணெய் தடவிய உடம்பு டன் பிரமித்துப் போய் நின்ற ராயரின் உருவமும் மறக்கவில்லை இன்னமும்.

இப்போது மட்டும் அந்தச் சந்து மாறிவிடப் போகிறதா என்ன? ராயர் இல்லாவிட்டால் எவனாவது ராவ்ஜி வந்து விட்டுப்போ கிறான். அந்தச் சந்தின் வம்பும், அவதூறு பேசும் நாக்குகளும் ஏனோ அவளுக்குப் பழைய பயத்தை உண்டாக்கவில்லை. அவளை யறியாமல் ஒரு மகாராணியின் கம்பீரம் அவள் மேல் வந்து கவிந்து கொண்டது போல் அவள் உணர்ந்தாள். தன் ஒரு பார்வையாலேயே அங்குள்ள அத்தனை பேரையும் சாம்பலாக்கிவிடும் பலம் அவளிடம் வந்து சேர்ந்துவிட்டது எப்படியோ.

அந்தக் குறுகிய சந்து, அதைச் சுற்றியிருந்த குறுகிய மனங்கள் எதுவும் அந்தக் கணம் அவள் மனதைப் பாதிக்கவில்லை. அந்த வாழ்க்கைக்கு மீண்டும் போகிறோமே என்ற தாபம் சிறிதளவுகூட எழவில்லை. தன் மடியில் தலை வைத்துப் படுத்திருந்தவனைப் பற்றிய எண்ணமே அவள் மனத்தை வியாபித்திருந்தது.

அவளுக்கு மனம் இருந்தது. சிந்தனை இருந்தது. புழுவாக மற்றவர் கள் நடத்தினாலும் வாழ வேண்டும் என்ற துடிப்பு இருந்தது. இவனுக்கு என்ன இருக்கிறது? வாழ்நாள் முழுவதும் ஒரு அறையினுள் கத்திக்கொண்டோ, தன்னையே தாக்கிக்கொண்டோ இன்னும் எத்தனை வருடங்கள் இவன் வாழ வேண்டும்?

அவள் வீடிருக்கும் சந்தின் முனையில் ஒரு அரச மரமும் அதைச் சுற்றி மேடையும் உண்டு. அங்கு படியருகே எப்போதும் நாக்கைத் தொங்கப் போட்டுக்கொண்டு கறுப்பு நாய் ஒன்று உட்கார்ந்திருக்கும் சில வருடங்களுக்கு முன்னால். பள்ளியிலிருந்து வரும்போது அதன்

வாலை இழுத்து விளையாடாமல் எந்தக் குழந்தையும் வீட்டுக்குப் போகாது. ஞாயிற்றுக் கிழமை ஒருநாள் அம்மாவோடு அப்பளம் இட்டுக்கொண்டிருந்தபோது அதன் ஓலம் கேட்டது. எழ நினைத்த அவளை அம்மா அடக்கிவிட்டாள்.

"அந்த நாய்க்கு வெறி பிடிச்சுடுத்து. அதனாலே தடியாலே அடிக் கறா. நாய் வண்டி வந்து பிடிச்சுண்டு போயிடும் கொஞ்ச நாழியிலே. நீ போகாதே" என்றாள்.

"அதைக் கொன்னுடுவாளாம்மா?" என்று கேட்டுவிட்டு ஹோ வென்று அழுதாள் அவள்.

"இல்லாட்டா அதுக்கும் கஷ்டம். மற்றவாளுக்கும் கஷ்டம் இல் லையா? கடிச்சுடுமே சனியன்" என்றாள் அம்மா.

அவள் அப்பளம் இடுவதை நிறுத்திவிட்டு அந்தக் கறுப்பனுக்காக முழங்காலைக் கட்டிக்கொண்டு அழுதாள்.

இந்த வீட்டில் இருப்பவர்களுக்குத் தாங்கள் கருணைமனம் படைத்தவர்கள் என்ற எண்ணம். அதனால்தான் ஏதோ ஆஸ்பத்திரி யில் இவனை உழல விடப்போகிறார்கள். இந்தக் குழப்பத்திலேயே, யாரும் இல்லாதவனாக, அவனை நீடிக்க விடப்போகிறார்கள். அவள் ஆதரிக்க அருகில் இல்லாத ஓர் இடத்தில் அவன் இருப்பதை அவளால் ஏற்றுக்கொள்ள முடியவில்லை. தன்னத்தனியனாய் அவன் ஒரு ஆஸ்பத்திரியில் அலைவதை அவளால் நினைத்துப்பார்க்க முடியவில்லை. அந்த ஆஸ்பத்திரியில் இருப்பவர்கள் எல்லாம் பைத்தி யங்கள் இல்லையோ? தற்சமயம் பாதி நினைவோடு படுத்திருக்கும் அவனை அந்த மற்றப் பைத்தியங்களைப் போல் ஒருவனாக அவளால் எண்ண முடியவில்லை. இந்த ஜுரத்திலிருந்து விழித்ததும் தொண்டை கமறக் கத்தும் ஒருவனாய், சந்தானம், பாலாஜி எல்லாருக்கும் வேண் டப்படாதவனாய், பைத்தியக்கார ஆஸ்பத்திரியில் சேரப்போகும் ஒருவனாய் அவன் மாறிவிடுவான் என்ற நினைவு வந்ததும் அவன் மேல் அவளுக்குப் பரிதாபம் மிகுந்தது.

இந்த ஜுரத்திலிருந்து அவன் மீளாவிட்டால்? சாட்டையால் அடிக்கப் பட்டது போல் அவள் உடல் சிலிர்த்து நடுங்கியது.

அவன் மீள வேண்டும் என்று சொல்லிக்கொண்டாள்.

எதற்காக? மீண்டும் துணியை அவிழ்த்துக்கொண்டு ஓடவா? அவள் கூட அருகில் தடை செய்ய இல்லாமல் அடிவாங்கவா? பைத்தியக்கார விடுதியில் மெல்லச் சாகவா?

அவன் தயவில் அவள் சாப்பிட்ட உணவெல்லாம் நெஞ்சுவரை அடைத்தது. அவனுக்கு அவள் காட்டக்கூடியதெல்லாம் வெறும் அனுதாபம்தான். பரிவுதான். அன்புதான். அது எந்த வடிவில்

வெளிப்படவேண்டும் என்பது அவளே தீர்மானம் செய்ய வேண்டிய ஒன்று. எது கருணை, எது கொடூரம் என்பதை நிர்ணயிக்க வேண்டியது அவள்தான்.

முக்காலி மீது அவள் வைத்திருந்த கடிகாரத்தைப் பார்த்தாள். மடியில் கிடந்த அவன் முகம் ஜுர வேகத்தில் மேலும் சிவந்து கிடந்தது. வாய் அரற்றிக் கொண்டிருந்தது. அவள் அவன் கேசத்தில் விரலிட்டு அளைந்தவாறே உட்கார்ந்திருந்தாள். அவன் உடல், முகம் எல்லாவற்றையும் மெல்ல வருடினாள். அவன் தலை வைத்திருந்த துடை மரத்துப் போயிற்று. பலமணி நேரங்கள் அவன் அவள் மடியில், அவள் அன்புக்குரியவனாய்க் கிடந்தான்.

அந்நிலையிலேயே சுவரில் சாய்ந்து அவள் தூங்கியே போய்விட்ட போது, இதுவரை உணரா தண்மை அவள் விரல்களில் ஊடுருவியது. திடுக்கிட்டு விழித்து அவன் நாசியருகே விரல் வைத்துப் பார்த்தாள். தலையைக் கவிழ்த்து அவன் நுதலில் தன் இதழ்களைப் பதித்தாள். ஒரு பெருமூச்சுடன் அவன் தலையைக் கீழே வைத்தாள்.

துடையை நீவி விட்டுக்கொண்டாள், மெல்ல எழுந்து முக்காலியில் இருந்த மருந்துக்குப்பியை அறையோடு இணைந்திருந்த குளியலறையின் தொட்டியில் கவிழ்த்தாள். பிறகு மீண்டும் அதை முக்காலியில் வைத்தாள்.

அதற்குப் பிறகு, அந்த அறையிலிருந்தவனை வெளியேற்றுவதற்கான ஆயத்தங்களை அந்த வீட்டிலிருந்தவர்களிடம் செய்யச் சொல்ல அந்த அறைக் கதவைத் திறந்தாள். வெளியே இருந்த சுதந்திரமான காற்று இதுவரை மூடியிருந்த அந்த அறையினுள்ளே வீசியது.

'கணையாழி' ஜனவரி 1972

த்ரிசங்கு

ஏற்றுக்கொள்ள மிக மிகக் கஷ்டமானது அவரவர் சராசரித் தனம்தான் என்று அவளுக்குத் தோன்றியது. அதனுடன் வாழ்நாள் முழுவதும் வாழப் போகிறதைப் போன்ற பயங்கரம் வேறு எதுவும் இல்லை என்று நினைத்தாள்.

புரொபஸர் முன் நின்று ஒரு கேள்வி கேட்டு அவர் 'பளிச்' சென்று தாக்கிப் பதில் கூறும்போது அவள் சராசரித்தனம் நாக்கைக் கன்னத்துள் நுழைத்து அவளை நையாண்டி செய்தது. புரொபஸர் அறையில் அமர்ந்து அவர் தீவிர ஆராய்ச்சி செய் துள்ள சரித்திர காலத்தைப் பற்றிப் பேசி அவர் குற்றங்களை எல்லாம் அக்கு வேறு ஆணி வேறாக அலசி எடுத்து தகப்பன் சாமியாக வேண்டும் என்று நிரம்ப ஆசை இருந்தது. ஆனால் அவள் புதிதாகப் படித்துள்ள ஒரு புத்தகம் பற்றிச் சொன்னால் அவர் அதைப் பற்றி, அதை அடுத்து வந்துள்ள கட்டுரையைப் பற்றியே சொல்லிவிடுவார்.

அவள் சராசரித்தனம் அவளுக்கு மட்டுமல்ல, அவள் புரொ பஸருக்கே சங்கடமான ஒன்றாகத்தான் இருந்தது. அவள் தீஸிஸ் எழுதிமுடித்ததும் இன்னொரு புரொபஸரிடம் – அன்று ஆகஸ்ட் பதினைந்து –

"இன்று என்ன நாள்?" என்று கேட்டு, "என் சுதந்திர நாள் அஞ்சனா தீஸிஸ் முடித்தாகிவிட்டது" என்றதாகக் கேள்வி. இதைவிட அவளைப் பாதித்தது அவள் எழுதிஎழுதித் திருத்திய ஒரு ஐந்து பக்கங்களை அவர் இனி திருத்த முடியாமல் வீசி எறிந்துவிட்டு, ஒரு பேப்பரையும் பேனாவையும் அவள் கையில் தந்து, ஒரு மணி நேரம் அப்பக்கத்தில் வர வேண்டிய கருத்துக்

களை கமா, ஸெமிக்கோலன், ஃபுல்ஸ்டாப் இவற்றுடன் கூறி முடித்து, "இப்போது நீ இதை வெற்றிகரமாக எழுதிவிட்டாய்" என்று சொன்னதுதான்.

இந்த சராசரித்தனம் நான் பெண்ணாக இருப்பதாலா என்று கேட்டுக் கொண்டாள் சில சமயம்.

ஆனால் அது உண்மையில்லை.

புதிதாகச் சேர்ந்த மாணவிகள் 'படக்' கென்று எழுந்து முப்பது பேர் உள்ள கருத்தரங்கில் மிகச் சாதாரண கேள்வியை சூயிங்கம் மென்றவாறே கேட்டுவிட்டு, பக்கத்தில் இருந்த மாணவனிடம் தன் சிகரெட்டைப் பற்றவைத்து, பதிலை எதிர்பார்த்தவாறே புகையை ஊதினர். அந்தத் தன்னம்பிக்கை அவளை அதிர வைத்தது.

"அந்த புரொபஸர் ஒரு ஜீனியஸ்" என்று அவள் குறிப்பிட்டால், "யார், அவரா? தேவலை. நேற்று நிறைய உளறினார்" என்று சாதாரணமாக, சர்வ அலட்சியமாக பதில் வந்தபோது, அவர்களின் இந்தக் கர்வத்தைக் கண்டு அவள் பொறாமைப் பட்டாள்.

அவள் கர்வியாக இருக்க ஆசைப்பட்டாள்.

ஆனால் அவளால் நடுங்கவும், குழையவும்தான் முடிந்தது. யூ.டி.ஸியான அவள் அப்பா அவர் ஆபீஸர் தன்னை நாயாய் நடத்தியதை எல்லாம் தன் பார்வையால், பெருமூச்சால், சுவாசத்தால், பேச்சால், பெங்களூர் மாவள்ளி ஸர்க்கிள் அருகே இருந்த சந்து வீட்டின் எலிப் பொந்து அறைகளில் வியாபிக்க விட்டுவிட்டாரா? அதை சுவாஸித்துதான் அவள் வளர்ந்தாளா?

அவள் மனத்தில் மிக ஆழமாகப் பதிந்தது அவள் தந்தை அவர் ஆபீஸரின் காலைப் பற்றியவாறே "நான் பிள்ளைகுட்டிக்காரன். இனிமே பணம் கையாடலை" என்று கதறியதுதான். தான் வலுக்கட்டாயமாக நிர்வாணமாகப்பட்டதைப் போல் அவள் அப்போது உணர்ந்தாள். நிர்வாணமான அழகற்ற உடல் மேல் பலர் உமிழ்ந்த எச்சில் வழிவதைப் போல் ஒரு அவலமான கேவல உணர்வு அப்போது பிறந்தது.

பதிலுக்குத் தாக்க அவள் விரும்பினாள்.

முடிந்ததெல்லாம், முதுகை வளைத்து "அடியுங்கள் ஸ்வாமி" என்று கேட்டு வாங்கிக்கொள்ளும் மனப்பான்மைதான். அவள் தந்தையின் ஆபீஸர் ஒரு மழைக்கால மாலை அவளை பஸ் ஸ்டாப்பிலிருந்து தன் காரில் ஏற்றிக்கொண்டு போய் "இப்போ நான் உன்னை முத்தம் குடுத்தா நீ என்ன செய்வே?" என்று கன்னடத்தில் கேட்டபோது, அவளால், கண்ணகிச் சீறல் சீற முடியவில்லை. கன்னங்களில் நீர் வழிந்தோட, எதிரே வெறித்தவாறு, கர்ப்பமுற்று சோகித்துப் போன பல கதாநாயகிகளின் கதி தனக்கும் வருவதாக, பீதியுடன்

எண்ணத்தான் முடிந்தது. வீடு திரும்பியதும் இரண்டடி பாத்ரூமில் தன் உடைகளைக் கழற்றி தன்னைத் தானே பலமுறை தடவிப் பார்த்து, அப்பா திருடிய பணத்துக்காகக் கடிக்கப்பட்ட தன் உதடு களையும், பிசையப்பட்ட மார்பகங்களையும் எண்ணி தடுக்கின் வெளியே சத்தம் கேட்காமல் அழுதாள். அவள் சாப்பிட்ட கருவேப் பிலைத் துவையலும், பருப்பில்லா வெறும் புளி ரஸமும் சண்டை யிடும் திராணியைக் கைப் பற்றி விட்டனவா? "அவள்" என்ற ஒன்று மழுங்கிப்போன கத்தியாய்ப்போய், புகைமூட்டமாய், பறக்கும் பஞ்சின் இதழாய்த் தான் அலைக்கழிக்கப்படுவதை அவள் அறிந்தாள்.

அப்படிப்பட்ட ஒரு காற்றின் ஊதலில்தான் அவள் அயல்நாட்டுக் கொள்கை ஆராய்ச்சியில் தள்ளப்பட்டாள்.

அவள் ஸ்காலர்ஷிப்பில் படித்ததால் அப்பா கவலைப்படவில்லை. ஒரே ஒரு முறை அவர் "வேலை செய்யேம்மா, வீட்டுக்கானும் உபயோகம்" என்றபோது அவள் தன் ஏக்கம் நிரம்பிய கண்களால் அவரைப் பார்த்து "அப்பா என்னைப் படிக்க விடுப்பா. நான் வேணா கல்யாணம் பண்ணிக்கலே" என்றாள். அதன் பின் அவர் பேச வில்லை.

எல்லாவற்றையும் மலையாய் நினைத்து அயரும் மலைப்பும் மும்முரமும் அவள் வர்க்கத்துக்கே உரியது என்று தோன்றியது. டாயன்பீயைப் புரட்டி மற்றவர்கள் அனாயாசமாக விளாசித்தள்ளிய போது அவளால் பத்துமுறைகள் அதை மனத்தில் யோசித்துப் பார்த்து தான் பேச முடிந்தது. படிப்பில் கூட முதுகு ஒடியப் படிக்கும் கழுதைத்தனம்தான் வந்தது. தான் மேலேமேலே படிப்பது ஒரு குமாஸ்தா பெறும் படிப்படியான உயர்வின் வகையைச் சேர்ந்தது தான் என்று அவளுக்குப் பட்டது. ஆனால் நேரிடையாக ஒரு கிளார்க், ஒரு ஸ்டெனோகிராஃபர், ஒரு டைப்பிஸ்ட் ஆவதை மட்டும் அவள் மனமாற வெறுத்தாள். அடி மட்டத்தில் இந்த குமாஸ்தாத்தனம் இருப்பதை மட்டுமே அவளால் ஓரளவு பொறுத்துக் கொள்ள முடிந்தது.

மின் வண்டியில் விகடன், குமுதம் படித்தவாறே போய்க்கொண்டு, அல்லது அத்தை பையன் பற்றியோ, பக்கத்து வீட்டு நறுக்கு மீசை பற்றியோ வம்படித்தவாறே வேலைக்குப் போய்க்கொண்டு மாதா மாதம் பணம் சேர்த்து வெளிநாட்டு நைலக்ஸ வாங்க வேண்டுமென்ற எண்ணமே அவளுக்குக் கசப்பை உண்டாக்கியது.

அவள் தன் குணாதிசயங்கள் பூரணமாக மலர்ச்சி பெற்று, ஓங்கார மாய் விஸ்வரூபம் எடுத்து, தன்னைத் தான் யார் என்று நிரூபணம் செய்துகொள்ள விரும்பினாள். வழிகள் புலனாகவில்லை.

தன்னைப் பற்றிய, தன் அறிவு மட்டம் பற்றிய நிதரிசனம் அவளுக் குள் ஒரு பயங்கலந்த கூச்சத்தை ஏற்படுத்தியது. இயல்பாக அவளை

வந்தடைந்த பின் வாங்குதலை மீறி அவள் ஒரு அடி எடுத்து வைத்த போது, கசையடிபட்ட அடிமையைக் காட்டிலும் அதிகமாகச் சோர்வையும், தளர்ச்சியையும், அனாதைத்தனத்தையும் அவள் உணர்ந்தாள்.

அதனால்தான் நரசிம்ராவ் அவளிடம் வந்து "நான் உன்னைக் காதலிக்கிறேன்" என்றதும் அதை ஒரு ஏப்ரல் ஃபூல் ஹாஸ்யமாக அவள் நினைத்துப் புண்பட்டுப் போனாள். ஒருநாள் பின் மாலை கல்லூரி லைப்ரரியிலிருந்து வெளிப்பட்டு, கைக்குட்டையால் முகத்தை அழுந்தத் துடைத்தவாறே பஸ் ஸ்டாப்பிற்குப் போக அவள் நடக்க ஆரம்பிக்கையில் நரசிம்மராவ் அவளை வழிமறித்து,

"காப்பி சாப்பிடலாமா?" என்று கேட்டான்.

"நான் மாவள்ளி ஸர்க்கிள்வரை போகணுமே?"

"நான் மோட்டர் பைக்கிலே கொண்டு விட்டுடுவேன்."

"டர்ம் பேப்பர் பத்தி பேசணுமா? நான் இன்னும் முடிக்கலையே?"

"இல்லை. அதைப் பத்தி பேச இல்லை."

அவளுக்கு வியர்த்தது. அவனுடன் நடக்கலானாள்.

எஸ்ப்ரஸோ வரவழைத்துவிட்டு அவன் மெல்லச் சொன்னான்:

"எனக்கு உன்னை ரொம்பப் பிடிக்கிறது."

அன்று ஏப்ரல் ஒன்றாம் தேதி. அவள் முகம் சுருங்கியது.

"ஏப்ரல் ஃபூல் ஆக்க வேறு யாரும் இல்லையா? நான் ஏதோ என் பாட்டுக்கு..."

"டோன்ட் பி என் ஆஸ்" என்றான் அவன். "உண்மையாதான் சொல்றேன்."அவன் அவள் கரங்களைப் பற்றிக்கொண்டபோது அவள் மெல்ல எழுந்துகொண்டாள். அந்த ஹோட்டலின் டாம்பீகத் துடன் ஒவ்வாத பழுப்புக் கைத்தறித் துணியில் சிறு மஞ்சள் பார்டர் போட்ட புடவையுடன் நின்றுகொண்டு, அந்த வேண்டுமென்றே மங்கவைத்த வெளிச்சத்தில் அவள் புருவம், கன்னமேடு, தாடை எல்லாம் வியர்வையால் அதீத வழவழப்போடு ஜொலிக்க மிகவும் பரிதாபமாக அவள் "ஐ வான்ட் டு பி ஸம்படி" என்றாள் தொண் டையை அடைக்க.

அவனுக்குப் புரியவில்லை.

அவள் 'சட்' டென்று அமர்ந்து தான் காதலிக்கப்படுகிறோம் என்று தெரிந்ததும் பெண்கள் சாதாரணமாகச் செய்யாத ஒன்றைச் செய்தாள். மேஜைமேல் தலை கவிழ்த்து அழுதாள்; நீண்ட மூச்சை அடைத்த கேவல்களோடு.

அதுதான் காதல் போன்றவற்றின் அந்தம்.

எம்.ஏ. முடித்ததும், பெங்களூரில் படித்து முடித்த நல்ல மாணவியாய், "ஹொய்சல கலை" பற்றி ஆராய்ச்சி செய்ய அவள் பதிவுசெய்து கொண்டாள்.

புரொபஸர் பசவய்யாவுக்கும் அவள் தேர்ந்தெடுத்த பொருளுக்கும் சம்பந்தமில்லாவிட்டாலும் அவர் கீழ் பதிவுசெய்துகொண்டு இன்னொரு விரிவுரையாளர் உதவியில் ஆராய்ச்சி நடந்தது. புரொபஸர் பசவய்யாவிடம் ஒரு பயங்கரத் தாழ்வுணர்ச்சி இருந்ததாக அவளுக்குப் பட்டது. அவர் அமெரிக்கா போனபோது அவரைக் கறுப்பனாய் எண்ணிக் கறுப்பனாகவே நடத்தினார்களாம். ஒரு ஹரிஜன ஹாஸ்டலின் ஏழை மாணவனாய் இருந்த அவர் ஏதோ ஒரு சமயம் அசடு வழிந்ததால் ஹாஸ்டலின் பெண் வார்டனையே திருமணம் செய்துகொள்ள நேரிட்டுவிட்டதாம். அவர் மனைவி அவரைவிட ஏழு வயது பெரியவள். மற்றவர் சுட்டிக்காட்டிப் பேச அதுவும் ஒரு கரும்புள்ளி. அமெரிக்கா புரொபஸர்கள் வரும்போது நாக்கைத் தொங்கப்போட்ட நாயாகவே அவர் வளைய வருவார். ஒரு கறுப்பு அடிமையைப் போலவே அவர்களும் அவரைத் தட்டிக் கொடுத்து அதட்டி வந்தனர். அவர் ஒரு வார்த்தை பேசும் முன் எச்சில் பெருக்கெடுத்து வாயை அடைத்துக்கொள்ளும். அதனூடே திக்கித் திணறி அவர் தன் பொருளை விளக்கும் முன் யூனிவர்ஸிடியின் மற்ற புரொபஸர்கள் அவரைச் சொற்களால் தாக்கிக் கிழித்துவிடுவார்கள். மனம் குறுகிய கிராமத்தில் கிணற்றைத் தொட முடியாமல் தடுக்கப்பட்ட ஹரிஜனனுக்கும், இவருக்கும் வித்தியாசம் இருப்பதாகத் தெரியவில்லை. கல்விச் சூழலில் அவரை நாசூக்காய் ஆக்ரோஷமாய் வெறியுடன் தாக்கி, "பார், நீ தூக்கிநிறுத்தப்பட்டவன் தான்" என்று மறைமுகமாகச் சொன்னார்கள். சில சமயம் கன்னங்கள் உப்பிய அந்த முகம் அழுகையில் கோணி விடுமோ என்று அவள் நினைத்ததுண்டு.

புரொபஸர் பசவய்யாவின் ஒரே ஒரு தப்பித்தல் இளம் பெண்களை நேசிப்பது தான். இது அஞ்சனாவுக்குத் தெரிந்திருக்கவில்லை.

ஒரு முறை ஒரு முக்கிய புத்தகம் எடுத்துக்கொள்ள ஞாயிற்றுக் கிழமை அவர் வரச்சொன்னார். அவர் அறை, லைப்ரரியின் மேல், வளைவுப் படிகளின் மூலம் ஏறி அடைய வேண்டியது. அவள் போனாள், புரொபஸர் புத்தகம் அலமாரியில் இருப்பதாகச் சொன்னார். அவள் அதைத் தேடும்போது அவர் கரங்கள் அவளை சுவரோடு அழுத்தின. ஒரு கணம் மயக்கமே அடைவது போன்ற உணர்வில் தவித்துப் பின் திமிறிக்கொண்டு வளைவுப் படிகளில் கீழே ஓடினாள். புரொபஸரின் காலடி தொடர்ந்தது.

லைப்ரரி கீழே பூட்டியிருந்தது. ஒரு அவல ஓலத்தை அவள் எழுப்ப முயன்றபோது அவர் சட்டென்று பயந்து "ஹோகு, ஹோகு" என்று கதவைத் திறந்து விட்டார். வெளியே ஓடினாள்.

மரங்கள், புல்வெளி எல்லாம் திடீரென்று பிரம்மாண்டமாய் மேலெழுந்து அவளைத் தாக்கியது. பெரிய, உடைந்த மூச்சாக வெளியே வந்தது சுவாஸம்.

"ஹொய்சல கலை"யை அவள் தீவிரமாக வெறுத்தாள். அப்போது மாணவர்களிடம் கூறி பசவய்யாவின் வேஷங்களைக் கிழித்துத் தனக்குப் பாதுகாப்புத் தேடிக்கொண்டிருக்கலாம். அவள் செய்ய வில்லை. ஆறு மாத, எட்டு மாத சிறு ஆராய்ச்சிகளில் உதவிக்கொண்டு, மீந்த நேரங்களில் வீட்டின் பழுப்பேறிய சுவர்களைப் பார்த்து வெறித்தவாறிருந்தாள்.

அப்போதுதான் அனைத்துலகத் தொடர்பு பற்றி ஆராய்ச்சி செய்ய வடக்கே ஒரு ஸ்தாபனம் இருப்பதாகப் பேப்பரில் படித்தாள். நேர் முகத் தேர்வுக்கான அழைப்பு வந்தது.

அவள் மூளையில் வெறும் வெறுமை. அப்பட்டமான வெறுமை. எதுவும் நினைவுக்கு வராத தேக்கம். அப்படியும் போனாள்.

பொது அறிவு வினாத்தாள் வந்தது.

கீழ்க்கண்டவர்கள் / கீழ்க்கண்டவைகள் யார் / எவை?

லியாகத் அலிகான்

அங்கோலா

பகத்சிங்

தேஜ் பகதூர் ஸப்ரு

மார்டின் லூதர் கிங்

நோம் பென்

சிலி

1. சுதந்திரப் போராட்டத்தில் காந்தியின் பங்கு பற்றி என்ன நினைக்கிறீர்கள்?
2. அரபு நாடுகளில் அமெரிக்கா கொண்டுள்ள வெளிநாட்டுக் கொள்கையின் பின்னுள்ள கருத்துக்கள் எவை?
3. ரஷ்யாவின் புரட்சி ஒரு முடிவடையாத புரட்சி என்று சில சரித்திராசிரியர்கள் கருதுகிறார்கள் – ஏன்?

எழுத்துக்கள் கறுப்பு ஈக்களாய் பறந்தன கண்முன். லியாகத் அலி கான் யார்? விலாயத்கான் போல் ஒரு ஸிதார் கலைஞரா? இருக்காது. இது அனைத்துலகத் தொடர்பு பற்றியது. பகத்ஸிங் பெயர் கேட்ட பெயராக இருந்தது. ஹாக்கி ஆட்டக்காரரோ? எல்லா ஸிங்குகளும் விளையாட்டு மன்னர்கள்தான். பெரிய கேள்விகளில் ஒன்றுகூட

எழுத முடியவில்லை. காந்தி என்றவுடன் வெறும் அரை முழ வேஷ்டியும், பொக்கை வாயும்தான். நினைவுக்கு வந்தது. தன்னை அவள் ஆசுவாசப்படுத்திக்கொண்டாள். "அஞ்சனா, நீ எம்.ஏவில் முதல் வகுப்பில் தேறி இருக்கிறாய். இதை எல்லாம் ஓரளவு படித்திருக் கிறாய். யோசி யோசி" என்று சொல்லிக்கொண்டாள். மூளை குட்டை யாகக் குழம்பியது.

வெளியே வந்தாள்.

"காந்தி ஒரு பூர்ஷுவா. அவர் சுதந்திரத்திற்காகத் தயார் செய்து வைத்தவர்கள் முதலாளித்துவமும், அரைவேக்காடு மனிதாபிமான மும் கொண்டுள்ள பிரபுக்கள்தான்."

"அமெரிக்காவிலுள்ள யூதர்களின் தொகை அரபு-இஸ்ரேல் நாடுகளிடம் உள்ள உறவைக் கணிப்பதில் ஒரு முக்கியமான விஷயம். அவர்கள் எப்படி, வலியுறுத்திக் கொள்கையை உருவாக்கும் ஒரு குழுவாய் இருக்கிறார்கள் என்று நான் எழுதினேன்."

"ஓ, நான் அமெரிக்க-ரஷ்ய உறவின் ஒரு அங்கமாய் வைத்து எழுதினேன்."

தங்குதடையில்லா ஆங்கிலத்தில் மற்றவர்கள் தங்கள் பதில்களைப் பற்றி சர்ச்சை செய்தனர். அவள் கால்கள் முட்டிகளின் கீழே கிழிந்த துணியாய் பலமற்றுத் தொய்யும் உணர்வு ஏற்பட்டது.

ஒரு ப்யூன் வந்து அவள் மனுச் செய்திருந்த பிரிவின் விரிவுரையா ளர் அவளை அழைப்பதாகக் கூறினான்.

"என்ன, பொது அறிவு பேப்பர் எப்படி இருந்தது?"

"என்னால் ஒரு கேள்விக்கும் பதில் கூற முடியவில்லை."

"நீங்கள் எம்.ஏவில் முதல் வகுப்பு, இல்லை?"

"ம்."

"ஒரு வருஷமாக என்ன செய்கிறீர்கள்?"

"நான் சில ஆராய்ச்சிகளில் உதவி செய்கிறேன்."

"ஓ, பரவாயில்லை. இண்டர்வியூவில் நன்றாகச் செய்யுங்கள். அங்கே புரொபஸர் இருப்பார்."

"முயற்சிக்கிறேன்."

நேர்முகத் தேர்வு.

பத்துபேர்கள் இருந்தார்கள். அவள் பொது அறிவு விடைத்தாள் ஒருவர் கையில் இருந்தது.

"உங்களுக்கு நல்ல ஹாஸ்ய உணர்வு இருக்கிறது" என்றார். மற்ற புரொபஸர்களைப் பார்த்துக் கண் சிமிட்டினார்.

அவள் சிவந்துபோனாள்.

"யூதர்களைப் பற்றி ஆராய்ச்சி செய்ய விரும்புகிறேன் என்று எழுதி யிருக்கிறீர்களே? ஏன்?"

"அவர்கள் மிகவும் கஷ்டப்பட்டிருக்கிறார்கள். நசுக்கப்பட்டிருக் கிறார்கள்."

"தமிழர்களை விடவா?"

"என்னது?"

"ஓ, கமான் டாக்டர் த்ரிபாதி. அவளைக் குழப்பாதீர்கள்."

"ஹஹ்ஹா" என்று அவர் சிரித்தார்.

"இரண்டாம் உலகப் போருக்குப் பின் ஐரோப்பாவின் அரசியலில் என்ன மாற்றம்?"

"ஒரு பகுதி ரஷ்யாவின் கொள்கையின் கீழ் வந்தது."

"இந்தப் பகுதிகளில் எந்த மாறுதலும் இல்லையா?"

"இல்லை."

"யுகோஸ்லாவியாவில் கூடவா?"

"ஆமாம்."

ஒரு புரொபஸர் அவள் ஹாஸ்ய உணர்வு பற்றி இப்போது ஒப்புக் கொண்டார்.

"நீங்கள் படித்த அனைத்துலகத் தொடர்பு பத்திரிகைகள் யாவை?"

"நினைவில்லை."

"புத்தகங்கள்?"

"நினைவில்லை."

"நீங்கள் பதற்றமடையாமல் மெள்ளச் சொல்லுங்கள்."

"இல்லை, எனக்கு நினைவுக்கு வரவில்லை."

புரொபஸர்கள் ஒருவரை ஒருவர் பார்த்துக்கொண்டனர்.

"சரி, நீங்கள் போகலாம்."

அவள் பிரிவின் புரொபஸர் அவளிடம் அடிப்படை புத்திசாலித் தனம் – கழுதைத்தனம்? – இருப்பதாகக் கூறி அவளை எடுத்துக் கொண்டார்.

அவள் ஆராய்ச்சி செய்ய ஆரம்பித்தாள். அதிலும் ஒரு மிருகத்தன மான போட்டி இருந்தது. உண்மையான அறிவுஜீவி ஐந்து வருடங் களில் பத்து ஆராய்ச்சிக் கட்டுரைகள் வெளியிடுபவனாக இருக்க

வேண்டும் என்று கருதப்பட்டது. ஆராய்ச்சியாளர்களும் பொந்து களுக்குத் துளையிடும் எலிகளாய் வேகத்துடன் சிலசமயம் அடிப் படை நேர்மையைக் கூடத் தத்தம் செய்து விட்டு, அதில் ஈடுபட்டனர். வேகம்... வேகம்... வேகம். அவளுக்கு இங்கிடமில்லை.

பத்து ஆண்டுகள் தீவிர உழைப்பு, ஏமாற்றம், ஏக்கம், மனமுறிவு, தன்னம்பிக்கையின்மை, வேலை இல்லா நிலைமை, பணமின்மை, பசி, அன்புக்காகப் பரிதவிப்பு, தன் அறிவின் குறுகலில் விளைந்த கசப்பு இவை எல்லாம். பின்பு டாக்டர் பட்டம்.

இன்னமும் எதற்கும் பயம், பயம், பயம்தான். ஏதோ ஒரு சகாப் தத்தில் அவள் எகிப்திய அடிமையாய் இருந்து சவுக்கடி பட்டவளா? பருத்தித் தோட்டத்தில் வாயெடுத்துப் பாடவும் பயந்து பருத்தி பறித்த கருப்படிமையா? துப்பாக்கி எதிரே மருண்ட கண்களோடு நின்ற யூதர்களில் அவள் ஒருத்தியாக இருந்தவளோ? எங்கிருந்து இத்தனை பயம் அவளை ஆக்ரமித்தது? அது அவளைப் பழி வாங்கும் ஸர்ப்பமாய்த் துரத்தியது. புரொபஸர் அறையில் நுழைந்ததும் அவர் "என்ன விஷயம்?" என்ற உடனேயே நாக்கு ஒட்டிக்கொள்ளும் பயம். கருத்தரங்கில் தன் ஆராய்ச்சிக் கட்டுரையைப் படிக்கும்போது குரல் நடுங்கும் பயம். வெளியாட்கள் கேட்டால் புரொபஸர் குறுக் கிட்டுக் கை கொடுக்கும் அளவுக்கு சராசரித்தனம்.

அவள் சில மாதங்கள் வேறு ஊருக்குப் போய்த் திரும்பி வந்ததும் புதுக் கல்வியாண்டு தொடங்கிவிட்டது. புரொபஸர் அறைக்குப் போனாள். பிரிவின் விரிவுரையாளரும் அங்கிருந்தார்.

"புரொபஸர், உங்கள் நேற்றைய லெக்சரைக் கேட்டுவிட்டு மற்ற பிரிவு மாணவர்கள் நம் பிரிவு ஸெமினார்கள் பற்றி மிக உயர்வாக நினைக்கிறார்கள்" என்றார் விரிவுரையாளர்.

"அஞ்சனாவை ஒரு பேப்பர் படிக்கச் சொல்லலாம். இந்தப் பிரமைகள் எல்லாம் போய்விடும்."

இருவரும் சிரித்தனர்.

புரொபஸர் வேடிக்கையாகவே சொன்னார். ஆனால் அவள் தாக்கப்பட்டாள், அவளும் சிரித்தாள் ஒப்புக்கு.

அன்றும் ஒரு கருத்தரங்கு. வெளிநாட்டிலிருந்து ஒருவர் வந்து பேசுவார். அன்று கருத்தரங்கில் பேச வேண்டும் என்று அவள் எண்ணினாள்.

அவர் பேசி முடித்ததும் கணீரென்ற குரலில் "புரொபஸர், உங்களு டன் எனக்கு உடன்பாடில்லை" என்றாள்.

மௌனம்.

அந்த புரொபஸரின் நடுநிலைமை வாதத்திலிருந்த ஓட்டைகளை அவள் சுட்டிக் காட்டினாள். சமீபத்தில் வெளிவந்திருந்த இரண்

சிறகுகள் முறியும்

டொரு ஆராய்ச்சிக் கட்டுரைகளிலிருந்து சான்றுகள் காட்டி அவர் வாதங்களைக் கிழித்தெறிந்தாள். மடையைக் கிழித்துக்கொண்டு வந்த வெள்ளமாய்க் குமுறல், கமறல் இல்லாத பேச்சு. சொற்கள் ரூபமெடுத்து அறையெங்கும் சென்று தொத்திக்கொண்டு தொங்குவது போல் ஓர் உணர்வு. அவள் வாய் பிரம்மாண்ட குகையாய்ப் பிளந்து, பல மிருகங்கள் சீற்றத்துடன் வெளிவருவதைப் போல சொற்கள் சீறிச்சீறிப் பாய்ந்து சாட்டை வீசும் ஓசையுடன் செவிப் பறையில் வேகத்துடன் மோதுகின்றன.

வெளிநாட்டுப் புரொபஸர் அயர்ந்து போனார் "யாரிந்தப் பெண்?" என்றார் மெல்ல அவள் புரொபஸரிடம்.

"என் மாணவி" என்றார் புரொபஸர்.

அவள் பெருமிதத்தில் முங்கி மிதந்தவாறே புன்னகைத்துக் கொண்டு தலையை நிமிர்த்தியபோது அவளைச் சுற்றிப் பல ஓசைகள், கேள்விகள், பதில்கள், சிரிப்புக்கள்.

"மேலே கேள்விகள் இல்லாததால் இத்துடன் விவாதம் முடிகிறது" என்றார் புரொபஸர்.

இன்னொரு கருத்தரங்கு நடந்து முடிந்துவிட்டது. செத்த பாம்பு களாய்த் தொங்கிய தன் சொற்களை அறையெங்கும் நாற்றமெடுத்துப் போகவிட்டுவிட்டு அவள் எழுந்தாள்.

புரொபஸர் இவளைப் பார்த்து உதட்டைப் பிதுக்கினார்.

பரந்த புல்வெளியில் இமைகள் கனக்க, வருவோருக்கு முதுகைக் காட்டியவாறு அமர்ந்தபோது, நிர்ப்பயமாக, கூச்சமின்றி, சுதந்திரமாக, அவளால் எதையும் வெளிக்காட்ட முடியாது என்று நினைத்தாள். கண்ணீரைக் கூட.

'பிரக்ஞை' டிசம்பர் 1975

சக்கர நாற்காலி

அந்த நேரத்தில் அங்கிருந்து போய்விடவேண்டும் என்றே அவளுக்குப் பட்டது. ரத்தத்தைக் கண்டு பயப்பட்டதால் அல்ல. அப்போது சிந்திய ரத்தம் நியாயத்தின் வரம்புக்கு உட்படாததாகத் தோன்றியது. நிராதரவான, எதிர்பார்க்கப்படாததால் ஒருகணம் அயர வைத்த முதல் துளியாக வெளிப்பட்டு பின் அவன் நெற்றி, கண்கள், மூக்கு, வாய் எல்லாம் அது கருஞ்சிவப்பாய் ஒழுகிப் பரவியபோது அவளுக்குத் தெரிந்து விட்டது அன்றுதான் அவள் முடிவெடுக்க வேண்டிய நாள் என்று அந்தக் குருதியின் பின்னணியில் இதுவரை இருந்த முரண்கள், தாக்குதல்கள், நியாயப்படுத்திக்கொண்ட மனக் கீறல்கள், பேதலிப்புக்கள், மயக்கங்கள் எல்லாம் சிவப்பு வண்ணம் தாங்கி அசுர ரூபத்தில் எழும்பி நின்றன.

அவள் விலகி நடக்கலானாள்.

ஒரு முனையில் இருந்த சிறு கூரைக் கடையின் பையன் இவளைப் பார்த்து, "சாய் தீதீ?" என்றான்.

தலையசைத்துவிட்டு உட்கார்ந்தாள்.

அங்கே இருந்த நம்பியாரும் மீனாவும் இவளைப் பார்த்து விட்டு, "இவ்வளவு சீக்கிரம் போராட்டம் முடிந்துவிட்டதா என்ன?" என்றவாறே இவளருகில் வந்தமர்ந்தனர்.

"இல்லை. எனக்கு உடம்பு சரியில்லை. வந்துவிட்டேன்."

"தலைவலியா?"

"உம்."

“இந்தத் தலைவலி, மாதாந்திர வயிற்று வலிகூட நடுத்தர வர்க்கத்தின் வலுக்கட்டாயமாக அடக்கப்பட்ட உணர்ச்சிகளின் பிரதிபலிப்பு என்றுதான் தோன்றுகிறது. பார், மீனாவுக்கு இப்படி அடிக்கடி வருவதில்லை. ஏன்? பொருளாதாரச் சிக்கல்களின் பாதிப்பு அவளிடம் இல்லாததால்தான். என்ன மீனா, சரிதானே?”

காரணங்கள். காரணங்கள். காரணங்கள்.

தலைவலிக்கு, மலச்சிக்கலுக்கு, முகப்பருவுக்கு, ஏப்பத்துக்கு...

எல்லாம் தர்க்க ரீதியாய் ஆராயப்பட்டு, ஆழமாய், அறிவு பூர்வமாய் அணுகப் பட்டு, சிறுசிறு கண்ணாடி ஜாடிகளில் போட்டு அடைக்கப்பட்டு, காரணங்கள் லேபில் எழுதி ஒட்டப்பட்டு...

மிக அதிகம் உபயோகப்படுத்தப்பட்ட, காகிதங்களின் முனைகள் விரல்கள் பட்டதால் நைந்து சுருண்ட தஸ்தாவேஜு போல் தன்னை உணர்ந்தாள். மேலட்டையில் “ஹிதா: நடுத்தரவர்க்கப் பிரதிநிதி; வர்க்க குணங்கள் பாதுகாப்பின்மையால் போராட்டங்கள், உணர்ச்சி வசப்படுதல், மனச் சோர்வு, உணர்ச்சிச் சார்பு” என்று எழுதிய தஸ்தாவேஜு.

“ஹிதா, என்ன, நான் சொன்னது சரிதானே?”

ஆக்ஸ்ஃபோர்டில் படித்திருந்தான் நம்பியார். போகும்போது பத்து ‘ஸூட்’ டுகள் தைத்துக்கொண்டு போனானாம். திரும்ப வரும்போது பைஜாமா குர்தாவுடன் வந்தான். பல்கலைக்கழகத்தின் மிகத் தீவிர இடதுசாரி அவன். அவன் பீடிதான் குடித்தான். சில சமயம் கிழிந்த குர்தாக்களையே அணிந்துகொண்டான். அவனுடைய ஆக்ஸ்ஃபோர்டு பாணிகளையும், அம்பாஸிடர் காரையும்தான். அவனால் விட முடியவில்லை. வாயில் பீடியுடன் ஆங்கில ‘ர’கரங்களை அழுத்திக் குழைத்துத்தான் அவன் பேசினான். அவனால் மலையாளத்தையும், ஹிந்தியையும் பயில முடியவில்லை. தன் பீடி, குர்தா பைஜாமா மூலமே கேரளத்துப் பாட்டாளி வர்க்கத்தைத் தன் சிந்தனா முறைக்குத் திருப்ப முடியும் என்று அவன் மனமார நம்பிக்கொண்டிருந்தான். தான் ‘இடதா’க மாறியது பற்றி அவன் உணர்ச்சி வேகத்தோடு கூறுவான்:

“நான் ஒரு கடும் பனிக்கால மாலையில் பாரீஸில் நடந்துகொண்டிருந்தேன். விடுமுறையைக் கழிக்க நான் அங்கே போனேன். ஒரு சிறுமி, ஷூஸ் இல்லாமல், பனி தாக்கியதால் சிவந்து, விண்டு போயிருந்த பாதங்களோடு, வெகுக் குறைந்த கம்பளி ஆடையுடன் பனியில் கரி பொறுக்கிக்கொண்டிருந்தாள். என்னால் இந்த பாரபட்சத்தைத் தாங்க முடியவில்லை. நான் அன்றே ‘இடதாக’ மாறினேன்.”

ஹிதா ஒரு முறை அவனிடம் கேட்டாள்: “வீதிகளிலும் சேரிகளிலும் உள்ள வறுமையிலும், பிணியிலும் இந்தியா பாரீஸை விடக் குறைந்ததா என்ன? ஒரு வேளை பனி இல்லாதது ஒரு குறையோ?”

நம்பியாருக்குக் கோபம் வந்தது. அவளை ஒரு எதிர்-அறிவுஜீவி என்றான். இன்னொரு முறை, எல்லாவற்றையும் ஏற்றுக்கொண்டு, தன் பாதுகாப்பைக் கெட்டியாகப் பிடித்துக்கொண்டு அலையும் பூர்ஷுவா என்று அவன் அவளைத் திட்டியிருக்கிறான். அப்போது அவன் தான் முதன் முறையாகப் பார்த்த இந்திய கிராமம் பற்றிச் சொல்லிக்கொண்டிருந்தான்.

"நான் வெளியே தோட்டத்தில் உட்கார்ந்தேன். பக்கத்தில் குழாய் இருந்தது. ஒருத்தி வந்தாள். வேலைக்காரி போலும். 'குழாயைத் திறவுங்கள்' என்றாள். 'ஏன் நீயே திறந்துகொள்' என்றேன். 'நான் ஹரிஜனப் பெண். இவர்கள் பிராமணர்கள்' என்றாள். பார் ஹிதா, இந்த ஜாதிக் கட்டுப்பாட்டை என்னால் தாங்க முடியவில்லை."

"இது ரொம்ப வருஷமாக இருக்கிறது நம்பி. நீ ஆக்ஸ்ஃபோர்டு போவதற்கு முன்பே பல வருஷங்களாக இருக்கிறது. இன்னும் இருக்கிறது."

"ஆங்! எல்லாவற்றையும் அடியோடு நெம்பி எடுத்து, வேரோடு கெல்லி எறிந்து மாற்ற வேண்டும்."

"நீ உன் நாற்காலியில் கெட்டியாக அமர்ந்துகொள். மற்றவர்கள் நெம்புவார்கள் – உன்னையும் சேர்த்து."

"நீ என்னை அவமதிக்கிறாய் ஹிதா. நீ எங்கள் கட்சியில் இருப்பதால் பொறுக்கிறேன். மற்றபடி பாதுகாப்பைத் தேடி அலையும் பூர்ஷுவாதான் நீ."

"நீ?"

நம்பியாருக்கும் மனப் போராட்டங்கள் இல்லாமல் இல்லை. பல்கலைக் கழகத்தின் ஒரு புறத்திலிருந்து இன்னொரு புறம் போகும் போது இடையிலுள்ள சிறு வீடுகளில் உள்ள கிளார்க்கின் பெண்ணை மிகக் கஷ்டப்பட்டு, வர்க்க எல்லைகளிலிருந்து தன்னை விடுவித்துக் கொண்டு அவன் காதலித்தான். சிதைந்த ஹிந்தியில் அவன் முதலாளித்துவ நாடான அமெரிக்கா வியட்நாமில் செய்யும் கொடுமையைப் பற்றிச் சாங்கோபாங்கமாக விளக்கிக்கொண்டிருந்தபோது இடுப்பில் இருந்த தம்பிப் பாப்பாவின் மூக்கை வழித்து அவள் புடவையில் துடைத்துக்கொண்டபோதுதான் அவனுக்குக் குமட்டிக்கொண்டு வந்தது. தனக்கு ஏற்பட்ட அருவருப்புக்கு அவன் மிகவும் குற்ற உணர்வோடு தவித்தான். ஆனால் லட்சாதிபதித் தந்தையின் பெண்ணான மீனாவைக் காதலிப்பது சுலபமாக இருந்தது என்பதை அவனால் மறுக்க முடியவில்லை. சுதந்திரம் பற்றி சிந்திக்கவும் உணர்வு பூர்வமாய் அதை அறிய முயலவும் அவளுக்கு நேரம், கெட்டிக்காரத்தனம், வாய்ப்பு, மூன்றும் இருந்தன. மார்க்ஸின் கொள்கைகளோடு தன்னை ஒருமைப் படுத்திக்கொள்ள அவளால் சுலபமாக முடிந்தது. வியட்நாம் கொடுமை, நீக்ரோ பிரச்சினை, ஹரிஜனப் போராட்டம், வர்க்கக்

குமுறல்கள், தன் வர்க்கத்தின் மீது அறிவு ரீதியான வெறுப்பு எல்லாம் பிரயாசை இன்றி அவளுக்கு வந்தது. அவள் வாங்கும் ‘பீட்டர்பான்’ ‘ப்ரா’வின் விலை முப்பத்தைந்து என்பதும், அவள் அணியும் ஜட்டி யின் விலை பதினைந்து ரூபாய் என்பதும் அவள் கொள்கைகளுக்கு முரணானது என்பது அவள் உணராதில்லை. தான் அப்படித் தன் குறைகளை உணர்வதே தன் அறிவின் வெற்றி என்று வாதிடும் அவளைக் காதலிக்க நிரம்பக் கஷ்டப்பட வேண்டியிருக்கவில்லை.

சாய் வந்தது.

“ஏ ஹிதா! என்ன யோசனை அப்படி?” என்றாள் மீனா.

“ஒன்றுமில்லை.” சாய் தொண்டையில் சூடாக இறங்கியது.

“கௌதமுடன் சண்டையா?” என்றாள் மீனா சிரித்துக்கொண்டே.

“அதெல்லாம் ஒன்றுமில்லை.”

“என்ன நடந்தது?”

கேட்டுக்கொண்டு இருக்கும்போதே கௌதமன் மடமடவென்று உள்ளே வந்தான். சாய் கோப்பையின் மேல் பதிந்திருந்த அவள் விரல்கள் மேல் ஆத்திரத்துடன் தன் கரத்தை வைத்து “என்ன ஹிதா திடீர்னு திரும்பியுட்டே? உடம்பு சரியில்லையா? தலைவலியா? ம்?” என்றான் தமிழில்.

“தலைவலி” என்றாள் மெல்லிய குரலில்.

அவள் கோப்பையிலிருந்து ஒரு வாய் பருகிவிட்டு, “சரி, நான் போறேன். நீ நேரா வீட்டுக்குப் போ. சமைக்காதே. நான் வந்தப்புறம் பார்த்துக்கலாம்.” என்று விட்டு நம்பியார் மீனா இருவரிடமும் “நீங்கள் இங்கேயே இருங்கள்,” என்று கூறிவிட்டு வெளியே போக லானான்.

தமிழில் அவன் அவளிடம் பேசியதை கிரகித்துக்கொண்ட நம்பி யார், “இந்தச் சிறு போராட்டத்திற்குக் கூட உன் பக்கபலம் தேவை யாக இருக்கிறது கௌதமனுக்கு,” என்றான்.

அது இப்படி இல்லாமல் இருந்தால் நன்றாக இருக்கும் என்று தோன்றியது ஹிதாவுக்கு. அவனுக்கு உற்ற துணையாய் இந்த இரு ஆண்டுகளும் மாணவர்களிடையே செய்துவந்த அத்தனை செயல் களும், இந்தச் செயல்களை அன்றி வேறு என்னதான் செய்ய முடியும் என்ற தன் ஆத்மார்த்தமான நம்பிக்கையும் இன்று அடிவேரில் கோடாலி வீச்சுக்கு ஆளாவதை அவளால் உணர முடிந்தது. அந்த வீச்சின் வலி நரம்பெல்லாம் வீசிவீசி அடிப்பதை அனுபவிக்க முடிந்தது. வலி நோண்டிவிட்ட துளைகளிலிருந்து, தலை தூக்கும்போ தெல்லாம் அமுக்கி வைக்கப்பட்ட பேதங்கள் உடம்பைக் கூச வைக்கும் நண்டுகளாய் வெளிப்பட்டு உடம்பெங்கும் அவற்றின் கால்களின் தடம் பதிய ஊர்வதை அறிய முடிந்தது.

"ஓகே ஹிதா. நீ வீட்டுக்குப் போ. உன்னைப் பார்த்தால் நோயாளி போல் இருக்கிறது" என்றாள் மீனா.

ஹிதா எழுந்தாள். பையனிடம் பணம் கொடுத்தாள்.

"ஓகே" என்று விட்டு நடக்கலானாள்.

வீட்டிற்கு நடந்தால் அரைமணி ஆகும். பரவாயில்லை. இந்த ஒன்று அவளிடம் கௌதமனுக்கு மிகப் பிடித்த ஒன்று. அவள் திட காத்திரம். இடிதாங்கிபோல் உடல் வலிகளை உறிஞ்சிக்கொள்ளும் ஆரோக்கியம். அரைமணி நடை அவளுக்கு சாதாரணமாய்த் தோன்றுவதில் அவனுக்கு ஒரு மலைப்பு. அவள் தொடை, கால் ஆடுசதை, கைகள் எல்லாமே அப்பளக் குழவி போல் உறுதியாக இருப்பதற்கு அவன் வியந்து போவான். இந்தத் திடம் அவள் வர்க்கத்தின் சொத்து என்பான். அவனுக்கு ஆஸ்த்மா வரும்போதெல்லாம் அவன் கிழிந்து போய்விடுவான். பூஞ்சை உடம்பு. உயர்தர மருந்து தேவைப்படும் நோய்கள்தான் அவனுக்கு வரும். "என் பொருளாதார வர்க்கத்துக் கேற்ற நோய்" என்பான் சிரித்துக்கொண்டே. அவள் விரல்களைப் பற்றியவாறே "இவை உறுதியான விரல்கள்" என்பான்.

"ம்ஹூம். இவை வேலைக்காகப் பயன்படுத்தப்பட்ட விரல்கள்" என்பாள் அவள், அவற்றிலுள்ள மாவரைத்த குறிகளையும், பாத்திரம் தேய்த்துத் தேய்ந்த விரல் முனைகளையும் காட்டியவாறே.

திட்டங்கள் இல்லாமல், கொள்கைகள் இல்லாமல்தான் எதிர்ப் படும் இன்னல்களையும், தடைகளையும் அவள் எதிர்த்தாள். அவளுக் குப் பசி, அவமானங்கள். எள்ளல்கள், பரிகாசங்கள் பற்றி நிறையத் தெரிந்ததால் அநியாயங்களை ஒரு உணர்ச்சி பூர்வமான, கண்மூடித் தனமான, ஆக்ரோஷமான வெறியுடன் மட்டுமே அவள் எதிர்த்தாள்.

"தனியாக எதையும் சாதிக்க முடியாது. என் உதவி உனக்குத் தேவைன்னு தோணலியா?" என்று கேட்டான் கௌதமன் ஒரு முறை.

அப்போது வேலையும் செய்துகொண்டு படித்துக்கொண்டும் இருந்தாள் அவள். கிஷோரிலால் அங்கு ஒரு ஆபீஸ் பையன். காரியாலய விதிப்படி ஹெல்த் ஸர்ட்டிஃபிகேட் அவனுக்குக் கிடைக்க வில்லை. வயதுக்கேற்ற எடை இல்லையாம். கிஷோரிலாலின் வீட்டை அவள் பார்த்திருக்கிறாள். பஞ்ச்குய்யா தெருவில் உள்ள தோட்டி களின் சேரியில் அவன் இருந்தான். அங்கு நிலவிய பீ மணத்தில் பன்றிகளைத் தவிர வேறு யாருக்கும் எடை கூடுமென்று அவளுக்குத் தோன்றவில்லை. வயதுக்கேற்ற எடையில் ஒரு பையன் இருக்க வழி செய்யாத ஒரு ஸ்தாபனம், அவனை அக்காரணம் கொண்டு வேலையை விட்டு நீக்குவது சகிக்க முடியாத ஒரு அட்டூழியமாக அவளுக்குப் பட்டது. அவள் அவனுக்காகப் போராடினாள்.

அப்போதுதான் கௌதமன் கேட்டான் அப்படி.

"இல்லை. ஒரு கட்சியோட குறுகல்லே நான் நசுங்கிப் போயிடு வேன். என்னைத் தனியாவே போராடறதுக்கு விட்டுடு."

தோல்வியடைந்து, தானும் வேலையை இழக்க நேர்ந்தது. ஒரு கிஷோரிலால் விவகாரம் இல்லை இது என்று தோன்றியது. செருப் பால் அடிக்கும் ஒரு அண்ணாவோ, விரல்கள் எரியஎரிய பாத்திரங் கள் தேய்க்க உத்தரவிடும் ஒரு மன்னியோ மட்டும் அல்ல அவள் எதிர்ப்புக்கு உரியது. அபிலாஷைகளை, ஆசைகளை, ஏமாற்றங்களை, நிஷ்டூரங்களை எல்லாம் ஒரு சக்கர நாற்காலியிலேயே முடக்கிப் போட்டு அதனுள்ளேயே ஒரு நாள் கதையை முடித்துக்கொண்ட ஒரு அப்பாவின் நிலைமைதான் அநியாயங்களின் தோற்றுவாயின் ஒரு எடுத்துக்காட்டு என்று திடமாக நம்ப முடியவில்லை. இரவு எட்டு மணிக்கு 'நறநற' வென்ற ஓசையுடன் நாதாங்கியைத் திறந்து, சக்கர நாற்காலியிலிருந்த அப்பா தன் விழிகளின் நீலச் சாம்பலூடே பாரிசவாயுப் பார்வையுடன் பார்த்தவாறே இருக்க, "கெட் அவுட்" என்று வெளியே தள்ளிய அண்ணா தன் மனத்தில் ஏற்படுத்திய வெறுப்புக்கும் கசப்புக்கும், அந்த இரவின் தத்தளிப்பில் அடி வயிற்றில் எரிந்த ஜ்வாலைக்கும் மட்டுமே தான் இதுகாறும் செய்த போராட்டம் என்று பட்டது.

கௌதமனிடம் அதை ஒப்புக்கொண்டாள்.

வேலையில்லா நிலைமை; கௌதமனின் திருமணமான நண்பரின் தயவில் இருக்க அறையும், உண்ண உணவும். பரீட்சை பாடங்களைப் படித்த அதே லயிப்போடு அவள் கௌதமனின் அரசியல் கொள்கை களோடு ஒன்றிப் போனாள். மனத்தின் அடிமட்டத்தில் ஒரு மணல் அரிப்பு இல்லாமலில்லை.

"சமுதாய மாற்றமும் மாணவர் பொறுப்பும்" போன்ற கருத்தரங்கங் களில் சமுதாயப் பிரக்ஞை, கல்வியில் சமத்துவம், பிரக்ஞை மட்டத்தை உயர்த்தல் போன்றவற்றைக் கேட்டுவிட்டு, கௌதமனின் அறையில் நம்பியார், பிரசாத், அகர்வால் மூவருடனும் பியர் குடித்துக் கொண்டே மீண்டும் விவாதித்துப் பின்னர் நட்சத்திரங்களின் கீழே, வீட்டில் மேல் கூரையில் படுக்கும்போது ஒரு கேள்வி மினுக்கிடும் மனதில்.

நான் செய்ய விரும்புவது இதுதானா?

கௌதமனும் அவளும் சேர்ந்திருக்கத் தீர்மானித்த பின் இந்தக் கேள்வி பலமுறை படமெடுக்கத் துவங்கியது.

"விவசாயிகளும் விவசாயமுறைகளும் பத்திப் பேச அகர்வாலுக்கு ஒரு 'ரைட்'டும் இல்லை."

"ஏனாம்?"

"அவன் ஒரு விவசாயியைப் பார்த்ததுகூடக் கிடையாது. விவசாயி நிறைய பேர் இன்னும் மரக்கலப்பைலேதான் உழறா எங்கறதே

அவனுக்குத் தெரியாது. நான் சொன்னா அப்படியான்னு வாயைப் பொளக்கறான் முட்டாள்."

"அதனாலே என்ன? அது அவ்வளவு பெரிய தப்பா என்ன? இது தான் உன்கிட்டே கஷ்டம். எல்லாம் பூரணமா, துளிக் கூட பிசிறு இல்லாம இருக்கணம்னு நீ நெனக்கறே. அகர்வாலா நாத்துநடப் போறான்? அவன் தியரி நிபுணன் ஆவான். திட்டங்களை உருவாக்குவான்."

"இந்தியாவை டெல்லியிலே இருந்தே பாத்துண்டா?"

"என்ன, எடக்கா?"

"இல்லே கௌதூ. சில சமயம் ஒரு பயங்கர கலாச்சாரத் தீவோட கற்பனை என் மனசுல வரது. எல்லாரும் உக்காந்துண்டு, அமெரிக்க ஏகாதிபத்தியம் பத்தியும், ரஷ்யாவோட புரட்சி பத்தியும், நம்ப ஃபாக்டரிகள், தொழிலாளிகள், விவசாயிகள் பத்தியும் பேசிண்டே இருக்கா. அவாளுக்குள்ளவே, அவாளுக்காகவே. அவாளே ஒருத்தரை ஒருத்தர் முதுகைத் தட்டிக் குடுத்துக்கறா. தெருவில் ரத்த ஆறு ஓடணம். புரட்சி வரணம்னு ஒருத்தர் சொன்னா பத்து பேர் சேர்ந் துண்டு அவர் சொன்னதைப் புகழ்ந்து, அவருக்கு விஸ்கி தரா. முதல்லே பேச இருக்குன்னு பேசறா. அப்பறமா அவா குரல் அவாளுக்கே பிடிக்கறதுனாலே பேசறா. கடைசிலே அவர் சொல் றதுலே சத்தியம் இருக்கத்தான் இருக்குன்னு அவாளே தங்களை நம்ப வெச்சுண்டு பேசறா. நாயோட ஊளை மாதிரி அந்தப் பேச்சுச் சத்தம், முரசு அடிக்கற வேகத்துலே எங்கேயும் கேக்கறது..."

"இதை விடப் பேத்தலா ஒன்றும் தோணலியா ஹிதா?"

"கௌதம் நான் வெளையாடலை, சில சமயம் எனக்குள்ள ஒரு போராட்டமே நடக்கறது."

"பைத்தியம்."

இன்று நடந்ததைக் கூறி வாதிட்டாலும் கௌதமன் அதை அப்படித்தான் ஒதுக்கி விடுவான். அவனுக்கு அது ஒரு தற்காப்பு யுக்தி மட்டுமே. எதிரே வருபவர்கள் முப்பது பேர்கள், தாங்கள் பத்து நபர்கள்தான் என்று உணர்ந்ததும் அவர்கள் கவனத்தைத் திருப்ப அவர்களுடன் இருந்த ஒரு சக்கர நாற்காலிக்காரனைத் தாக்கி, அவனைக் காக்க அவர்கள் முற்பட்டதும் சைக்கிள் செயினால் அடித்து ஓடுவது ஒரு யுக்திதான் அவனுக்கு. எப்படி சம்பாஷணை நடக்கும் என்று அவளுக்குத் தெரியும்.

"ப்ரெஞ்சு புரட்சிக்குப் பிறகு அத்தனை ராஜவம்சத்தாரையும் கிலோடீனில் போட்டபோது பன்னீரா சிந்தியது? இது சிந்தப்பட வேண்டிய ரத்தம்," என்பான் சரளமான ஆங்கிலத்தில்.

"கௌதா, அவன் ஒரு நொண்டி. இது ஸ்ட்ராடஜி இல்லை. கோணல் வழி."

சிறகுகள் முறியும்

“உன் ஸர்ட்டிஃபிகட்டுக்காக நான் வேலை செய்யலை ஹிதா.”

“உன்னாலே இதை ஏன் புரிஞ்சுக்க முடியலை?”

“ஏன்னா நான் அனாதைக் குழந்தைகளைக் கட்டி முத்தம் குடுத்துண்டு, அன்பினாலே உலகம் மாறட்டும்னு சொல்ற மனிதாபிமான வாதி இல்லே. நான் புரட்சிவாதி. அந்த பாஷை மட்டும்தான் எனக்குப் புரியும்.”

“நான் சொல்றது ஒன்றும் மனிதாபிமானம் இல்லை. நீ செய்யப் போற புரட்சியைக் காட்டி ஒரு நியாயமில்லாத நடத்தையை நீ நியாயமாக்கக் கூடாது.”

“இதெல்லாம் அதில் சேர்த்திதான். இதுக்கு மேல நான் பேச மாட்டேன்.”

கௌதமனின் ‘நியாய’ உணர்வு தன்னிச்சையாக இல்லாமல், வேறு யாராலோ வரையறுக்கப்பட்ட ஒன்றாய் அவள் உணர்வதுண்டு.

மஹேஷ் விஷயத்தில் அவன் நடந்துகொண்டதும் இந்த வகையைச் சேர்ந்ததுதான்.

மஹேஷின் அப்பா லக்னோவில் பெரிய வக்கீல். அஹிம்ஸாவாதி. மஹேஷ் லக்னோவில் அஹிம்ஸாவாதி; டில்லியில் புரட்சிவாதி. ஆனந்தியோடு மூன்று வருடங்கள் அவன் பழகினான். அஹிம்ஸா வாதி அப்பா அவள் ஜாதியைக் குறிப்பிட்டு மறுத்ததும் புரட்சிவாதி ஏற்றுக்கொண்டான் மறுப்பை. மறுப்புக்குப் பின் பல லட்சங்கள் இருந்தன. ஒரு புரட்சிவாதியின் மகவொன்று பிறந்து விடாமலிருக்க ஹிதாதான் அலைந்தாள் ஆனந்தியுடன்.

“இது பொண்ணை உபயோகிக்கும் கீழ்த்தரமான செயல்” என்ற போது “அவன் நம்மைச் சேர்ந்தவன். விட்டுக்கொடுக்கக் கூடாது” என்றான் கௌதமன். “அவன் புரட்சிக்கு அளிக்கும் ஆதரவு அவன் எல்லா பொறுக்கி செயலையும் நியாயமாக்கி விடுமோ? பொண்ணை மிதிக்கறதுலே புரட்சிவாதிக்கும் மத்தவனுக்கும் ஒரு வித்தியாஸமுமில்லை.”

“நீ பெண் சுதந்திரத்தையும் இதையும் போட்டுக் குழப்பாதே.”

“எங்கே குழப்பம்? சுத்தமா, கலங்கல் இல்லாம தெரியறது. தாய்மை, பாசம், பெண்மை, கற்புன்னு முன்பு ஏய்த்தல். இப்போ புதுமை, விடுதலை, புரட்சிங்கற பேரிலும் ஏய்ப்புத்தான்.”

“போறும் ஹிதா. இவள் மூளை எங்கே போச்சு? மஹேஷை நான் காட்டிக் குடுக்க மாட்டேன். இது நம்ம விவகாரம் இல்லை, விடு.”

அது அப்படி முடிந்தது.

வீடு வந்துவிட்டது. பூட்டைத் திறந்துகொண்டு உள்ளே போய் படுக்கையில் விழுந்தாள். ஒரு பெருத்த சோர்வு மேல் வந்து கவிந்து

கொண்டது. அறையிலிருந்த நாற்காலி, மேஜை, கட்டில்போலத் தானும் ஒரு ஜடப்பொருளாக மாறி, அறையின் நாற்புறமும் சிறுத்து கொண்டே வந்து சவப் பெட்டியாய் அவளைத் தாங்கி அவள் இறுகிப் போவதுபோல ஒரு உணர்ச்சியற்ற தன்மை ஒரு சில நிமிடங்களுக்கு ஏற்பட்டது.

கருத்தடை மாத்திரைகள் இல்லாத காலத்தில் நேர்ந்த ஒரு தவறாகத்தான் அவள் பிறந்தாள். சுற்றியும் மறுப்பையே அவள் உணர்ந்தாள். முதலில் அம்மா. பின் அண்ணாவும், மன்னியும்.

அவளுக்கு ஒரு ராக்ஷஸப் பசியுடன் அன்பு தேவைப்பட்டது. இந்தத் தாகம் கௌதமனுக்குப் புரிந்தது கிடையாது. அவன் வீட்டில் அன்புக்குப் பதில் பணமாய்க் கொட்டியதாலோ என்னவோ அவன் அவள் அன்பையும், அவனிடம் அவளுக்காக உள்ள நட்பையும் ஒரு தேவையான பலகீனம் என்ற பாணியிலேயே ஏற்றுக்கொண்டிருந்தான்.

அவர்கள் இருவரும் ஒரு உச்சகட்ட பிணைப்பில் இருந்தபோது அவள் ஒரு முறை கேட்டாள்.

“டூ யூ லவ் மீ?”

அவன் தன்னைத் தளர்த்திக்கொண்டு விலகினான். அவளை எழுப்பி உட்கார வைத்து “இந்தக் கேள்வி இப்போ ஏன் வந்தது?” என்றான்.

“சும்மா கேட்கணம்னு தோணித்து”

“உனக்கும் ரெண்டு ரூபாய் நாவல்ல வரும் ஹீரோயினுக்கும் என்ன வித்தியாஸம்? புரட்சி பத்தி உன்னாலே நினைக்க முடியறது. இப்படிப்பட்ட உறவுலே சர்வ சாதாரணமா இருக்க முடியறது. பின்னே எப்படி இப்படி கேட்கலாம்?”

“புரட்சியை உண்டுபண்ண மாத்திரமா நாம சேர்ந்து இருக்கோம்? அப்போ நீ வேற யாரோட வேணும்னா இருக்கலாமே?”

“காதல், அன்பு, பாசம் எல்லாம் பூர்ஷுவா வியாதிகள்.”

“புரட்சிக்கப்பறம் இதெல்லாம் ஒன்றும் இருக்காதா?”

“புரட்சிக்கப்பறம் நியாயம் இருக்கும். நேர்மை இருக்கும், உழைப்பு இருக்கும். சமத்துவம் இருக்கும்.”

“இல்லே கௌதா. இதுவும் இருக்கும். அன்பு, காதல் எல்லாம் வெறும் வார்த்தையா ஒருத்தரை ஒருத்தர் ஏய்க்கறதுக்கும், உபயோகிக்கப்படுத்திக்கறதுக்கும் இல்லாம மாத்தறதுதான் நாம்ப நினைக்கற புரட்சியோட ஓர் அம்சம். உணர்ச்சிகளை எல்லாம் கொல்றதுக்காக இல்லை. புரட்சி மனுஷாளை மனுஷாளா மாத்தறதுக்குத்தான். கொட்டை அடிச்ச காளை மாடா மாத்தறதுக்கு இல்லே.”

"ப்ச" என்று சலித்தவாறு எழுந்து அவன் ஒரு சார்மினாரைப் பற்ற வைத்தான்.

இருட்டில் சிகரெட்டின் முனை பளிச்சிட்டது. ஒன்று, இரண்டு, மூன்று, நான்கு, ஐந்து சார்மினார்கள். பார்த்துக்கொண்டேயிருந்த அவள் கண்கள் உறக்கத்தில் செருகிக்கொண்டபோது அவளை அசைத்து,

"ஹிதா எந்த அர்த்தத்துலே நான் 'ஐ லவ் யூ' னு சொல்ல முடியும்? சாதாரணமா உபயோகிக்கற அந்த வார்த்தைக்கு மதிப்பே இல்லை. வேறு ஒரு பெரிய அர்த்தத்தோட சொல்லணம்னா நான் அதைப் புரிஞ்சுக்காம எப்படிச் சொல்றது? நான் நியாயமா இருக்கணும் இல்லையா? இப்பொ நான் அதைச் சொன்னேன்னா இந்த ஒரு ராத்திரியோட சுகம் உன்கிட்டே கிடைக்கறதுக்காக, வெறும் வார்த்தையா, உன்னை உபயோகிச்சுக்கறதுக்கு நான் அதைச் சொல்லலேன்னு என்ன நிச்சயம்? ம்?"

அவன் சொல்வது சரியாகவே பட்டது. அவளுக்குக் குழம்பிப் போயிற்று.

பங்கஜ் மல்லிக்கின் பெங்காலித் தொனியுடன் கூடிய இந்திப் பாடல்கள் அவளுக்குப் பிடிக்கும். அந்தக் குரலில் உயிர்த்துடிப்பும், அதே சமயம் உயிரைத் துறக்க வேண்டிய நேரத்தில் குரலில் உள்ள உயிர் மடிந்த தன்மையும் கலந்து ஒலிப்பதாய்த் தோன்றும்.

பாடல்களின் உள்ள பசப்பலான அன்பு அவளுக்குப் புரியாமலில்லை. ஆனால் சில சமயம் அதில் ஒரு பிடிப்புப் பிறந்தது.

இதில் அவள் ஒன்றிப்போன ஒரு நாள் கௌதமன், மீனா, நம்பியார், அகர்வால் இன்னும் இரண்டு பேரும் வந்தனர்.

"புட் தெட் ஆஃப் ஹிதா" என்று சாதாரணமாகக் கூறிவிட்டு கண்ணாடி கிளாஸ்களை எடுத்து வைத்தான் கௌதமன். நம்பியார் பாட்டில்களைப் பையிலிருந்து வெளியே எடுத்தான். 'பட்'டென்று அறைந்தது போலிருந்தது ஹிதாவுக்கு. தன்னை அவன் ஒரு மனுஷியாக மதிக்காதது போல் பட்டது. ரெகார்ட் ப்ளேயரை அணைக்காமலேயே இருந்தாள்.

"ஹிதா, மூடியுடேன்."

"எனக்குக் கேட்கணும்."

அவள் குரலில் இருந்த அழுத்தம் அவனை ஆச்சர்யத்துடன் நிமிர்ந்து பார்க்க வைத்தது. மீனாவும், நம்பியாரும் ஒருவரையொருவர் பார்த்துக்கொண்டனர்.

"இந்த சென்டிமென்டல் நான்ஸென்ஸ் எல்லாம் கேட்காம இரேன்."

“நீ உன் ஷிவாஸ் ரீகலுக்காகப் பறக்காமல் இரேன். புரட்சி பத்தி பேசிண்டே குடிக்கற உன் மேல் வர்க்கத்தனத்தைக் காட்டாமல் இரேன்.”

மீனா பையைத் தோளில் மாட்டிக்கொண்டாள். “என்ன கௌதம், நாங்கள் போக வேண்டியதுதானே?”

கௌதமனின் முகம் இறுகியது.

“டோன்ட் மீனா” என்று விட்டு, மடமடவென்று நடந்து சென்று ரெகார்ட் ப்ளேயரின் ‘ப்ளக்’கை கழற்றி வீசினான்.

அவன் ஆக்ரோஷத்தால் ஒரு கணம் அதிர்ந்துபோன ஹிதா பின் அவன் – ஏன், அவளே – எதிர்பார்க்காத விதத்தில் இரண்டு எட்டு நடந்து பாட்டில்களைக் காலால் எற்றினாள். உடைந்த கண்ணாடித் துண்டு ஒன்று காலில் குத்திக்கொண்டு ஒழுகிய ரத்தத்தில் பாட்டிலில் இருந்த திராவகம் சுரீரென்று விழுந்து எரிந்து பற்றியது.

மற்றவர்கள் எழுந்து போய்விட்டனர்.

சிந்திய திராவகத்தின் மேல் உட்கார்ந்துகொண்டு, கண்ணாடித் துகள்கள் சுற்றிலும் பரவியிருக்க, ரத்தம் ஒழுகும் காலின் முட்டியில் தலை வைத்து ஹிதா அழுதாள். நின்றவாறே அவளைப் பார்த்துவிட்டு கௌதமனும் வெளியேறினான். வெகுநேரம் அவள் அழுதாள்.

இரவு கௌதமன் வந்தபோது அறை துப்புரவாக்கப்பட்டிருந்தது. அவள் காலில் சற்றுப் பெரிய கட்டு ஒன்று இருந்தது. விந்தியவாறே வந்து அவள் கதவைத் திறந்தபோது, அவள் காலைப் பார்த்துவிட்டு பேசாமல் உள்ளே வந்தான் கௌதமன்.

நாற்காலியில் உட்கார்ந்துகொண்டான்.

சாப்பாட்டுத் தட்டுகளை வைக்க அவள் தரையில் பழைய செய்தித் தாள்களைப் பரப்ப ஆரம்பித்தாள்.

“நான் சாப்பிடலை ஹிதா.”

சீற்றத்துடன் அவள் தலை நிமிர்ந்தாள். “ஒரு ஆவரேஜ் ஹஸ்பெண்டுக்கும் உனக்கும் என்ன வித்தியாஸம்? அவன் பெண்டாட்டியை அடிச்சிட்டு சீட்டாடிட்டு ஹோட்டல்ல சாப்பிட்டுட்டு வருவான். பணக்காரனா இருந்தா க்ளப்லே குடிச்சுட்டு வருவான். வீட்டுக்கு வந்து அவனோட ஆண்மை குறையக் கூடாதேன்னு முறைப்பா இருப்பான். நீயும் அதையேதான் பண்றே. நீ என்ன புரட்சியைக் கொண்டு வந்து கிழிக்கப்போறே?”

அவன் பேசாமல் போய் படுத்துக்கொண்டான்.

துக்கம் குமுறிக்கொண்டுவந்தது. அவனை சராசரிக் கணவன் என்று வைத அவளும் சராசரி மனைவியைப் போல் அவன் அவளுக்

குப் பிடித்த எதையாவது – மல்லிகைப் பூ, ஜிலேபி, ஜின் – வாங்கிக் கொண்டுவந்து சமாதானப்படுத்துவான் என்றுதான் எதிர்பார்த்தாள். சற்று அதிகப்படியாகவே அவன் முன் நொண்டி நடந்திருந்தாள். “நான் மிருகமாக நடந்துகொண்டுவிட்டேன் ஹிதா” என்றும் “பரவா யில்லை. அடித்த கைகள்தான் அணைக்கும்” என்றும் கொச்சையான வசனங்களை அவள் கற்பனை செய்யாவிட்டாலும், அவள் எதிர் பார்ப்பு அந்த மட்டத்தைச் சேர்ந்ததுதான் என்று அவளுக்கே புரிந்தது. அவளிடம் உள்ள அந்த முரணும், அவர்கள் இருவரிடமும் உள்ள அந்த சாதாரணத்தனமும் மனத்தைக் குத்த அவள் அன்றிரவு தூங்கினாள்.

அந்த உறவில் இன்னும் ஒரு பயங்கலந்த அதிசயிப்பே அவளிடம் இருந்தது.

கௌதமன் யார்?

புரட்சிவாதி?

எதிர்ப்புவாதி?

ஆராய்ச்சியாளன்?

மாணவர் தலைவன்?

கொள்கை அளவில் எதிர்த்தாலும் அப்பாவைப் பகைத்துக்கொள் ளாத சமர்த்துப் பிள்ளை?

அவள் காதலன்?

ஹிதா யார்?

ஆராய்ச்சி மாணவி?

புரட்சிக் கருத்துக்களோடு உடன்படுபவள்?

பாதுகாப்பைத் தேடி அலையும் பூர்ஷுவா?

ஏதோ ஒரு சுதந்திரத்தை எதிர்நோக்கும் பெண்?

அன்புக்கு ஏங்கும் ஆத்மா?

கௌதமனின் அந்தரங்கத் தோழி?

அவளுள் எல்லாமே முழுமை பெறா துண்டங்களாக இருந்தன. அவளுக்கு முழுமை – பூர்ணத்வம்? – தேவை. அப்படி என்று ஒன்று உள்ளதா?

மூச்சை அடைத்த புகைமூட்டத்தை விலக்கக் கண்களை இறுக மூடிக் கொண்டாள்.

கௌதமன் ஏன் அவளுடன் இருந்தான்? அவனும் மீனாவும் ஆரம்பத்தில் நெருங்கியே பழகினர் என்பது அவளுக்குத் தெரியும். அவன் நினைத்தாலும் பெற முடியாத அனுபவங்களில் அவள் முங்கி நனைந்திருந்ததாலா? ஒரு நடுத்தரக் குடும்பப் பெண்ணோடு

பழகுவது அவன் வர்க்கத்தின் மற்ற பலவீனங்களைப் பின் தள்ளி இதைப் பெரிதாகக் காட்டும் என்பதாலா?

அவள்? அவளுக்கு இந்த உறவு எந்த வகையில் திருப்தி தந்தது? கௌதமனின் ஆர்வமும், துடிப்பும் லட்சிய வேகமுமா அவளை ஈர்த்தது?

கௌதமனின் தந்தை ஐக்கிய நாட்டுச் சபையில் ஒரு பெரிய புள்ளி, அமெரிக்காவிலும், மற்ற நாடுகளிலுமாக வாசம். அவர் டில்லி வரும் போதெல்லாம், சற்று மாறுதலான உடை அணிந்து அவளையும் அழைத்துககொண்டு அவரைக் காணப் போவான் கௌதமன். சந்திப்புக்கள் ஓபராய் இன்டர்கான்டினன்டலிலோ, ஹோட்டல் அக்பரிலோ, ஹோட்டல் அசோகாவிலோதான் நடைபெறும். ஹிதாதான் அவன் கொள்கை பூர்வமான எதிர்ப்பின் நிரூபணம். முதல் தடவை கிளம்பும் போது அவன் சற்றே சங்கடப்பட்டதாக அவளுக்குத் தோன்றியது.

"ஏன் கௌதா, நம்மைப் பத்தி அப்பா என்ன சொல்வாரோனுட்டா?"

தலை அசைத்து மறுத்தான் கௌதமன். மிக்க தயக்கத்துடன்.

"நான் ஒன்று சொன்னா கோச்சிக்க மாட்டியே?" என்றான்.

"ம்ஹூம்."

"நாம போற இடம் கொஞ்சம் டாம்பீகமா இருக்கும். எங்க சித்தப்பாவோட வீடு. நீ சாப்பிடறச்சே வேகமா, பரபரன்னு சாப்பிடாம, மொள்ள. . ."

அவன் அவளைத் தாக்கிவிட்டான்.

சாதம் போடாமலே ஹிதாவைக் கொன்றிருந்தாள் மன்னி. வேலை கிடைத்த முதல் ஆறு மாதம் இரண்டு பேர் சாப்பிட வேண்டியதைத் தான் ஒருத்தியே நிதம் சமைத்துச் சாப்பிட்டுச்சாப்பிட்டே அவள் வாழ்ந்தாள். சமைக்கும்போதே நாவில் ஊறலெடுக்கும். சில சமயம் குளிக்காமல், உடை மாற்றாமல் – பல் தேய்க்காமல் கூட – அவள் சமைத்து முடித்ததும் சாப்பிட்டுவிடுவாள். மூச்சு வாங்க, முகத்தில் வியர்வை கோர்த்துக்கொள்ள முதல் ஐந்தாறு கவளங்களை விழுங்கிய பின்தான் நிதானம் வரும். இன்னமும் அந்தப் பசி வேகம் அவளுள் எங்கோ ஒரு கட்டப்பட்ட நாயாகவே இருந்தது. அவள் சாப்பாட்டு ஆசை அவர்கள் குழுவில் அங்கீகரிக்கப்பட்ட விவகாரம். மீனா சாப்பிடுவதை விட மூன்று மடங்கு அவள் சாப்பிடுவதும், வேறு எதிலும் மனத்தைச் சிதறவிடாமல் லயித்து அவள் சாப்பிடுவதும் அவர்களுக்குச் சற்றே ஏளனத்திற்குரியதானாலும் பெரிய மனத்தோடு அதை அவர்கள் ஏற்றுக்கொண்டிருந்தனர்.

ஒரு ஆராய்ச்சிக் கட்டுரையை கௌதமன் படித்துக் காட்ட எடுத்து வந்த நாள் அவள் சமையலறையில் அவியல் பண்ணிக்கொண்டிருந்தாள்.

“சமைப்பதில் அப்படி என்ன சுவாரஸ்யம்? இதுவே சர்வசாதா ரண கல்யாண வாழ்க்கைதான் உனக்கு வேணும்னு காட்டறது. மத்த பெண்களுக்கும் உனக்கும் என்ன வித்தியாஸம்?” என்று பொரிந்து தள்ளினான் கௌதமன்.

“இதெல்லாம் செய்தா நான் வித்தியாஸமானவ; செய்யாட்டா சாதாரணமாவை அப்படி எல்லாம் யோசித்து நான் செய்யலே. சமைக்கறதுனாலே நான் மத்தவா மாதிரி சாதாரணமா போயிடவும் மாட்டேன். இதை நிறுத்தறவா வித்தியாஸமானவாளா ஆயிடவும் மாட்டா. இதெல்லாம் வெறும் வெளித் தோற்றம்தான். நம்பியார் பீடி குடிச்சிண்டு, கிழிஞ்ச குர்தா போட்டுக்கற மாதிரி. மீனா கொஞ்ச நாள் ‘ப்ரா’ இல்லாம திரிஞ்ச மாதிரி. அவ சிகரெட் குடிக்கறதும் அவ வித்தியாஸத்தைக் காட்டத்தான். நிஜமா சிகரெட் குடிக்கணம்கற ஆசையிலே இல்லே. என்னோட வித்தியாஸம் இதுவே இல்லே. உள்ளே இருக்கு. எனக்குப் பிடிச்சா நான் ஜின் குடிக்கறேன். சிகரெட் பிடிக்கறேன். எதையும் நிலைநாட்டிக்கறதுக்கு இல்லே,” என்று அவளும் பதிலுக்குக் கத்தினாள்.

அவன் கட்டுரையைப் படுக்கை மேல் விசிறி எறிந்துவிட்டுப் போய்விட்டான்.

இரவு அவர்கள் இருவரும் கட்டுரையைப் படித்து முடித்த பின் அவன் “சாயங்காலம் நான் நல்ல ‘மூடி’ ல் இல்லை,” என்றான்.

சிறிது மௌனத்திற்குப் பின் அவள் தன் பசிபற்றிச் சொன்னாள். மன்னி தனக்கு வெறும் ஊசிய ரஸம் சாதமும், நார்த்தங்காய் ஊறு காயும் தந்தது பற்றிச்சொன்னாள். “நீ கட்லெட்டையும், ஆப்பிளை யும் தொடாமல் ஒதுக்கிண்டு இருந்தபோது நான் அடிவயிறு பசியில் வலிக்க என் பாயை விரிச்சுண்டு படுத்துண்டிருந்தேன். ஆறு மாசம் நன்னா சமைச்சுச் சாப்பிட்டபோதும் என் வயிறு வலித்தது – நல்ல சாப்பாடு பழக்கம் இல்லாம போனதுனால.”

பதிலுக்கு ஒன்றும் கூறாமல் அவன் அவள் முகத்தைத் தன் மார்பில் சாய்த்துக் கொண்டபோது மீண்டும் இப்பிரச்சினை எழாது என்றுதான் அவள் நினைத்தாள்.

அன்று அவன் தந்தையைப் பார்க்கப் போகும் முன் அவன் அதைக் கேட்டதும் அவள் அவனை வெறுமே நோக்கினாள்.

“ஆர் யூ அஷேம்ட் ஆஃப் மீ?”

“சே, சே, அதெல்லாம் இல்லை.” என்ற விட்டு அவன் அவளை அழைத்துக் கொண்டு போனான்

ஆனால் அவள் நெஞ்சு அந்தப் பெரிய வீட்டில் ஒரு அடங்காத தவளையாய்த் துள்ளித்துள்ளி அவளை அதிர வைத்தது. கம்பளத்தில் கால்கள் பின்னிக் கொண்டன. கௌதமனின் அப்பா அவளை சர்வ சாதாரணமாகவே வரவேற்றார்.

விசித்திரமாக ருசித்த ஒரு பானத்தை லைம் ஜூஸ் என்று தந்தான் சித்தப்பாவின் பட்லர்.

அவள் முகம் போன போக்கைப் பார்த்து "இது எலுமிச்சம்பழம் பிழிந்து பண்ணினதில்லை. யார் மார்க்கெட்டுக்கு ஓட முடியும்? ஆறு மாசத்துக் கொரு தடவை ஸிஸிலியிலிருந்து லைம் ஜூஸ் பாட்டில் ஒன்று வரவழைப்போம்," என்றார்.

"நீ எது பத்தி ரிஸர்ச் பண்ணறே?"

"லாடின் அமெரிக்கா."

"ஓ. ஸ்பானிஷ் படிச்சிருக்கியா? நான் அந்தப் பக்கம் இருந்திருக் கேன்."

"ம். ஸ்பானிஷ் படிச்சிண்டிருக்கேன்."

"ஆப்லாஸ் எஸ்பான்யோல்?" என்றார் திடீரென்று ஸ்பானிஷில்.

"ஊன் போகோ" என்றாள் அவள் சரேலென்று வியர்த்தவாறே. அவன் தந்தை அவள் ஸ்பானிஷ் மொழிப் புலமைபற்றி அந்த இரு சொற்களோடு திருப்தி அடைந்துவிட்டார். அவருக்குத் தெரிந்ததும் அவர் பேசிய இரு சொற்கள் மட்டும்தான் என்ற சந்தேகம் அவளுக்கு ஏற்பட்டது.

பேச்சினூடே அவர் பிராமணப் பெண்ணா என்று அவர் ஜாடை யாக விசாரித்துக்கொண்டார். சந்திப்பு ஒருவாறாக முடிந்தது.

அவளுக்கு எதையும் ஒரு அதீத நாடக பாணியிலேயே கற்பனை செய்து பழக்கமாதலால் அது ஒரு உப்புச்சப்பற்ற சந்திப்பாய்த் தோன்றியது. அவர்கள் உறவு பற்றி அவர் அதிர்ச்சியடைந்து விவாதிப் பார் என்று அவள் எதிர்பார்த்திருந்தாள். வீட்டிலும் அப்படித்தான். அவள் ஏன் கல்யாணம் பண்ணிக்கொள்ள விரும்பவில்லை என்ப தற்குத் தர்க்கரீதியாகப் பல விவாதங்களை மனத்தில் பலமுறை சொல்லிப் பார்த்துக் கொண்டு, ஒரு பூகம்பமே வெடிக்கும் என்று எதிர்பார்த்துக்கொண்டு அப்பாவிடம் போனாள். முடங்கிப் படுத் திருந்த அவரிடம் "அப்பா எனக்குக் கல்யாணம் பண்ணிக்க இஷ்ட மில்லை." என்றாள். "உம்?" என்று தீனமாக முனகிவிட்டு அவர் வசதிக் காக இன்னொரு புறம் திரும்பிப் படுத்துக் கொண்டார். அவர் தன்னை ஏய்த்துவிட்டது போல் அவளுக்குப் பட்டது. அதே உணர்வு இப்போதும் ஏற்பட்டது.

"அப்பா எப்படி?" என்றான் கௌதமன்.

"அவரை நினைச்சா பயமா இருக்கு" என்றாள்.

"சீ. என்னைப் பாத்தா பயமா இருக்கா என்ன?"

"சில சமயம்" என்றாள் அவள் மெல்ல.

"அசடு" என்று அவள் இடையை அணைத்துக்கொண்டான் கௌதமன்.

இதுதான் என்று பாகுபடுத்திச் சொல்ல முடியாத அந்த பயம் அவ்வப்போது முளை விட்டுக் கிளைக்கவே செய்தது.

அது உணர்ச்சி ரூபமான பயம். அவனை மிக நெருங்கியும் அவனிடமுள்ள சிறு முரண்கள், குத்தூசி செருகப்பட்டு நீலம் பாரித்து, அழுத்தினால் குருதி கசியும் அவள் மனத்தின் சில பகுதிகளைத் தாக்குவதால் ஏற்பட்ட பயம்.

பயம் வேறு ரூபமும் கொண்டது.

பொதுவுடைமை போன்ற கொள்கைகளைப் பற்றிய அவள் அறிவுபூர்வமான அறியாமையே அவற்றை அவள் படிக்க ஆரம்பித்த போது அதைக் கலப்படமில்லாமல், தீவிரமாக, நேர்மையாக, வேறு நிறங்களோடு கலக்காமல் மனதாரப் படிக்க உதவியது. இது அவளிட மிருந்து எதிர்பார்க்கப்படவில்லை. அவளிடமிருந்து கேட்கப்பட்டது. ஆமோதிப்பு, ஏற்பு, கீழ்ப்படிவு இவை மூன்றுமே என்று தோன்றியது.

அம்முக்குட்டி மேனோன் "நாம் பல வருடத்து புரட்சிக் கொள்கை களுக்கு ஏற்ப . . ." என்று பேசத் தொடங்கும்போது ஒரு ஊமை அலறல் அடிவயிற்றைக் கொத்தி எடுத்தது. ஒவ்வொரு மீட்டிங்கிலும் ஒரு கனல் பந்து அவள் குரல் நாளங்களை முட்டி "பேசு, கூச்சலிடு, முழக்கமிடு" என்று தூண்டியது. ஒரு மீட்டிங்கில் அவள் அதைச் செய்தாள்.

"மீண்டும் மீண்டும் பல ரூபங்களில் வந்தவாறிருக்க வேண்டும் புரட்சி. தேக்கம் பலமாகிவிடாது. சுய விமர்சனம், சுத்திகரிப்பு, மீண்டும் மீண்டும் ஆராய்தல், உள்ளே கிளைத்தவாறிருக்கும் களை களைப் பறித்தல் இல்லாதவரை வளர்ச்சி இல்லை. வளர்ச்சி இல்லா குழுவிடமிருந்து உத்தரவு பெறுவது செத்தவனுக்குச் செய்யும் சேவகம்தான்" என்று உரக்கக் கத்தினாள் ஹிதா.

கௌதமன் அவள் தோளை அணைத்துப் பலவந்தமாய் வெளியே அழைத்துச் சென்றான்.

காப்பி ஹவுஸில் கழுத்து நரம்புகள் புடைக்க அவள் குமுறினாள் ஆங்கிலத்தில்.

"கௌதா, என் குழப்பங்கள் உனக்குப் புரியவில்லை. இந்த மீட்டிங்கிற்கு வரும்போதெல்லாம் எனக்குள் ஒரு கனல் பற்றிக்கொள் கிறது. அங்குள்ள ஒவ்வொருவர் விலாஸமும் டில்லியின் பணம் கொழுத்த பகுதியுடையது. அவர்கள் என்னைத் தாழ்த்தப்பட்ட வளாய் உணர வைக்கிறார்கள். கட்சியில் புதியதாய்ச் சேரும் ஒருவன் வர்க்கத்தைப் பொறுத்து அவன் மதிப்பிடப்படுகிறான். நம்பியாருக்கு யாரும் மொழிபெயர்ப்பு வேலையும், தொழிற்சங்க வேலையும், வேர் மட்ட வேலையும் தரவில்லை. அவன் கட்சியின் மேல் மட்டத்தை எட்டிவிட்டான் எதுவும் செய்யாமல். நீயும் அப்படித்தான். நான் உன்னுடன் இருப்பதால் எனக்கு மதிப்பு. எங்கே உங்கள் வர்க்க விடுபடுதல்?"

"நடைமுறைக்கும் உன் புத்தக அறிவுக்கும் வித்தியாஸம் உண்டு. உளறாதே ஹிதா."

இந்நிகழ்ச்சி வேறு பல வடிவங்களில் மீண்டும்மீண்டும் நிகழ்ந்தது. மிஸஸ். மேனோன் கௌதமனைக் கூப்பிட்டு அவளைக் கண்டிக்கச் சொன்னாள். கட்டுப்பாடு, ஒழுங்குமுறை முக்கியம் என்றாள்.

கௌதமன் சொன்னபோது "எருமைத்தோல் முக்கியம்" என்றாள் ஹிதா.

எந்த வித சள்ளைகளும் இல்லாத வாழ்வில் வெறுமை புகும்போது உற்சாக மூட்டும் அபினியாக இந்தக் கொள்கை அவர்களிடையே இருந்தது போல் பட்டது. ஓய்வு நேரப் புரட்சிவாதிகள். பிழைப்புப் புரட்சிவாதிகள்.

இவர்கள் போலியா? அப்படியானால் நான் நிஜமா என்று கேட்டுக்கொண்டாள் ஹிதா.

எங்கே எந்தக் கோணத்திலிருந்து என்று உணர முடியாமல் குழப் பங்கள் நெட்டித்தள்ளின. அழுகியும், உருவற்றும், சிதைந்தும், நிணம் கருகியும் போன பிண்டங்களாய் கண்முன் உலவின. "இது இப்படித் தான்" என்று அவள் ஒன்றைக் கண்டறியும் முன் அது வேறு உருவெடுத்து வலம் வந்தது.

நெற்றியின் இரு புறமும் சம்மட்டி அடிவாங்கும் வலி தெறித்தது.

கதவு திறந்துகொண்டது.

கௌதமன் உள்ளே வந்தான்.

"ஹௌ ஆர் யூ ஹிதா?" என்றவாறே அவளருகில் வந்து அமர்ந் தான்.

அவள் எழுந்து அமர்ந்து, "தலைவலிதான்" என்றாள்.

"சாய் போடட்டுமா?"

"வேண்டாம். இன்னிக்கு நல்ல குளுகுளுன்னு இருக்கு. மலை மேல போய் உட்காரலாமா? கொஞ்சம் இதமா இருக்கும்."

"சரி வா" என்று விட்டு அவன் முகம் அலம்பப் போனான்.

அறையைப் பூட்டிக்கொண்டு வீட்டின் எதிரே இருந்த சிறு குன்றின் படிகளில் நடக்கலானார்கள்.

"இன்னிக்கு நாம்ப மயிரிழையிலே தப்பினோம். இல்லாவிட்டால் பத்து பேருக்கும் நல்ல அடிதான்" என்றான் கௌதமன்.

ஹிதா பேசவில்லை.

"என்ன ஹிதா, பதிலே இல்லை?"

அவன் நீட்டிய கையைப் பற்றியவாறே, "கௌதம், இன்னி வரை நான் உன் எல்லா வேலையிலேயும் எதிர்ப்பு இருந்தாலும் மறுப்பு

இருந்தாலும் ஒரு நல்லது செய்ய இது செய்ய வேண்டியதுதான்னு உடன்பட்டுண்டிருந்தேன். இன்னிக்கு முதல் தடவையா நாம்ப செய்யறதுக்கும் நம்ப அடிப்படை நோக்கத்துக்கும் மைல் கணக்கிலே தூரம் இருக்கற மாதிரி எனக்குப் படறது."

அவள் மேலே தொடருமுன் "ப்ளிஸ் ஹிதா, உனக்கு அடிக்கடி இந்த சந்தேக 'அட்டாக்' வந்துடறது. இதைதான் நாம்ப பண்ணணும். பண்ண முடியும்."

"நிச்சயமாவா? ஒரு நொண்டியை அவனோட சக்கர நாற்காலிலே அடிச்சுப் போடறது கூடவா?"

"அது ஸ்ட்ராடஜி ஹிதா. அந்த சமயத்திலே வேற என்ன பண்ணியிருக்க முடியும்?"

"உனக்கும் கூட இருந்த பையன்களுக்கும் தாடி இருந்ததா ஞாபகம். நின்னு அடியை வாங்கிண்டிருக்கலாம். நானும் அடிபடத் தயார் தான்."

"நான்ஸென்ஸ்"

சிறிது மௌனத்திற்குப் பிறகு ஹிதா மெல்லச் சொன்னாள்.

"எனக்கு இதுலே பிடிப்புப் போயிடுத்து. நான் நிஜமாவே எதை யாவது பண்ண ஆசைப்படறேன். பண்ணற பிரமையிலேயே இருக்க முடியலே. எனக்குள்ளேயே பூந்துண்டு, கேள்வி கேட்டு உசுப்பிண்டு, எங்கேயோ சேறு சகதியிலே சிக்கிண்டிருக்கற என்னை உலுக்கி வெளியே எடுத்து, தண்ணியைப் பீச்சி சுத்திகரிச்சுக்கணம்னு தோணறது. நாம செய்யற வேலையோட வேஷங்கள் என்னைப் பயமுறுத்தறது."

"சக்கர நாற்காலியைப் பார்த்து அப்பா ஞாபகம் வந்துடுத்தா? ஒரு காரியத்தை சாதிக்கச் சிந்தின ரத்தத்தைப் பாத்தா பயந்துட்டே? அஹிம்ஸாவாதமா?"

"என் பயம் அது இல்லே. கௌதம். சிந்த வேண்டிய ரத்தம் சிந்தற நாள் வரும்போது, நியாயமா நீட்டற ஒரு துப்பாக்கியோட எதிர் முனையிலே இருக்கறது நீயும் உன் நண்பர்களுமா இருக்குமோங் கறதுதான் என் பயம். அதை நீட்டறது நானா இருக்குமோன்னுதான் பயம்."

அவன் தாக்கப்பட்டான்.

"என்னைப் போலிங்கறையா?"

அவள் தலையசைத்தாள். பிறகு மெல்ல ஆங்கிலத்தில், "நீயும் நீங்களும் போலி என்றால் உண்மையானவர்கள் யார்? அப்படி உண்மையான புரட்சிவாதிகள் எங்கே என்கிறதுதான் என் பிரச்சினை. ஆனால் அவர்கள் இருக்கத்தான் வேண்டும். அமைப்பு இல்லாமல், கோபத்தையும், நியாய வெறியும் மட்டுமே துணையாய்க் கொண்டு,

சத்தியமான லட்சியங்களோடு அவர்கள் அலைந்துகொண்டுதான் இருப்பார்கள்" என்றாள்.

"இது என்ன லெக்சரா?"

ஹிதா புன்னகைத்துப் பார்த்துச் சொன்னாள்.

"நான் போகணம்னு தீர்மானிச்சுட்டேன்."

அதை மறுக்கவும் எதிர்வாதமும் புரிய வாயெடுத்த கௌதமன் பின் மௌனமானான்.

மேல்படியை எட்டியதும் இருவரும் அமர்ந்துகொண்டனர்.

அவள் எடுத்த முடிவு சரிதானா என்ற குழப்பம், எதைச் செய்வது என்ற பயம், "இதுதான் நீ செய்ய வேண்டியது" என்று சுலபமாக வரையறுத்து கௌதமன் கூறுவதை ஒரு ஆதரவாகப் பற்றிக்கொண்டு எதிர்க் கேள்விகளை அமுக்கி விடலாமா என்ற தாக்கம், இவற்றை மனத்தில் தேக்கிக்கொண்டு எதிரே வெறித்தாள் ஹிதா.

வரப்போகும் ஒவ்வொரு இரவும் தூக்கத்தின் இடையே கௌதமனின் ஆதரவான விரல்கள் மெல்ல அவள் ஸ்தனங்களின் மேல் பட்டு அதன் காம்புகளை வருடி அவள் துயிலுக்கு இனிமை கூட்ட முடியாமல் போவதை எண்ணி ஏங்குவாளோ? கௌதமன் ஆஸ்த்மா வந்து "ஹிதா, ஹிதா" என்று முனகும் போது யார் அருகில்?

எல்லாக் கேள்விகளின் மேலும் கால் வைத்து ஏறிவந்தாள்.

கண்ணை மூடி, எதிர்க் கேள்வி இல்லாமல் ஏற்றுக்கொள்ளும் சுகானுபவத்தை இழந்து, அவளே கற்களை அகற்றி, முட்களை விலக்கி நடக்க வேண்டும் என்பது மலைக்க வைத்தது. அதே சமயம் முதுகு எலும்பைச் சுண்டி எடுத்தது. மெல்ல நீர்த்துளிகள் விழிகளில் கோர்த்துக்கொண்டு கீழே வழிந்தன. அப்போதைக்கு அந்தக் கண்ணீர் வழியட்டும் என்று வாளாவிருந்தாள்.

'கணையாழி' ஆகஸ்டு 1976